வீடு

பாலுமகேந்திரா

வீடு	:	திரைக்கதை, விமர்சனங்கள்
ஆசிரியர்	:	பாலுமகேந்திரா
	:	© ஆசிரியருக்கு
முதற்பதிப்பு	:	டிசம்பர் 2013
அட்டை வடிவமைப்பு	:	மித்ரா
வெளியீடு	:	வம்சி புக்ஸ்
		19, டி.எம்.சாரோன்,
		திருவண்ணாமலை - 606 601
		செல்: 9445870995, 04175-251468
அச்சாக்கம்	:	சாய் தென்றல், சென்னை-600 005
விலை	:	₹ 200/-
ISBN	:	978-93-80545-96-7

Veedu	:	Screenplay & Reviews
Author	:	Balumahendra
	:	© Author
First Edition	:	December - 2013
Wrapper Design	:	Mithra
Published by	:	Vamsi books
		19.D.M.Saron,
		Tiruvannamalai-606 601.
		Cell :9445870995, 04175-251468
Printed by	:	Sai Thendral, Chennai-600 005
Price	:	₹ 200/-
ISBN	:	978-93-80545-96-7

www.vamsibooks.com - e-mail: vamsibooks@yahoo.com

சமர்ப்பணம்

1987 - ல் வீடு படம் எடுப்பதற்கு

1947 - ல் என்னுள் விதை போட்ட என்

அம்மாவுக்கு...

உள்ளே....

எனது வீடு படத்திற்கான அஸ்திவாரம்... 6

வீடு : திரைக்கதை 7

வீடு : விமர்சனங்கள் 137

1. பாலு மகேந்திராவின் வீடு

   ராஜேஷ் 138

2. தமிழ்த் திரைப் பாலைவனத்தில் துளிர்த்த

   ஒரு தளிர் - பாலுமகேந்திராவின் வீடு

   வெங்கட் சாமிநாதன் 149

3. வெள்ளிவிழா காணும் வீடு

   அம்ஷன் குமார் 159

4. வீடு பாலுமகேந்திரா 1988

   எஸ். தியடோர் பாஸ்கரன் 166

   (தமிழில் - கார்த்திக் பாலசுப்பிரமணியன்)

5. வீடும் விடுதலையும்

   பாலு மகேந்திராவின் திரைப்படைப்பின் அர்த்தத்தளங்கள்

   ராஜன் குறை 179

6. வீடும் சில நினைவுகளும்

   மு.புஷ்பராஜன் 186

7. வீடு சொல்வது யாதெனில்...

   எம்.ரிஷான் ஷெரீப் 193

8. வீடு- மத்திய வர்க்கத்தின் மாபெரும் கனவு

   கார்த்திக் பாலசுப்பிரமணியன் 200

9. வீடு-வெள்ளி விழா

   அருண் மோகன் 208

10. பாலுமகேந்திராவுடன் ஒரு நேர்காணல்

    கு. ஜெயச்சந்திர ஹஸ்மி 212

எனது வீடு படத்திற்கான அஸ்திவாரம்...

அப்ப எனக்கு எட்டு வயசு. எங்கம்மா ஒரு ‘வீடு’ கட்ட ஆரம்பிச்சாங்க... மொதல்ல எங்கம்மாவப் பத்தி ரெண்டு வரி சொல்-ட்டு, அப்புறமா அவங்க கட்ட ஆரம்பிச்ச வீட்டுக்கு வர்றேன்.

எங்கம்மா ரொம்ப சந்தோஷமான பொம்பள. எப்ப பாத்தாலும் சிரிச்சிக்கிட்டு இருக்கிற மாதிரியே தெரியும். அப்படியொரு முக அமைப்பு அவங்களுக்கு. சாயந்தரமானா எங்களோட கண்ணாமூச்சிகூட ஆடுவாங்க.

அப்படியிருந்த அம்மா ‘வீடு’ கட்ட ஆரம்பிச்சதிலேருந்து தலகீழா மாறிப் போயிட்டாங்க.

சிரிப்பு நின்னுபோயிடுச்சு. வெளயாடறது நின்னுபோயிடுச்சு. எப்பப்பாரு ஒரு கவலை. சதா ஒரு யோசனை. ஒரு சிடு சிடு... அவங்க தனியா ஒக்காந்து அழுறதக்கூட நா ரெண்டொரு வாட்டிப் பாத்திருக்கேன்.

‘வீடு’ கட்ட ஆரம்பிச்சதும் எங்கம்மாவில ஏற்பட்ட இந்த மாற்றம் அந்தச் சின்ன வயசில என்னுள்ள ஆழமாப் பதிஞ்சிடுச்சு. இது நடந்த வருஷம் 1947.

பின்னாடி நா ஒரு சினிமா டைரக்டரா வந்து, 1987-ல் ஒரு படம் எடுக்கறேன். அந்தப் படத்தோட பேர் வீடு ஏழெட்டு வயசில எங்கம்மாவப் பத்தி, அவங்க சுபாவத்தில ஏற்பட்ட மாற்றம் பற்றி என் மனசில பதிஞ்ச அத்தன விஷயங்களும் இந்தப் படத்தில இருக்கு...

பாலுமகேந்திரா.

சென்னை
ஜனவரி - 2014

வீடு : திரைக்கதை

வீடு

காட்சி - 1
தாத்தா வீடு - Int.Ext.Day

(Tittle card) முருகேசன் தாத்தாவின் பாடல் ஒலிக்க, படத்தில் பணியாற்றியவர்களின் பெயர்கள் - ஒவ்வொன்றாகத் திரையில் தோன்றி மறைகிறது.

cut to :
காட்சி - 1A
தாத்தா வீடு-வராந்தா. Int.Day

வீட்டு வராந்தாவில், சாய்வு நாற்காலியில் அமர்ந்தபடி சங்கீதத்தில் லயித்துத் தாளம் போட்டுப் பாடியபடி இருக்கும் தாத்தா. அப்பொழுது ஒரு தபால்காரர் தபால்களைச் சரி பார்த்தபடி தாத்தா இருக்கும் கூட்டுக் குடித்தனப் பகுதிக்கு வருகிறார். அவர் தாத்தாவிடம் வந்து ஒரு தபாலை நீட்டியபடி...

தபால்காரர் : சார் போஸ்ட் ...

தபால்காரரின் குரல் கேட்டுப் பாடுவதை நிறுத்திவிட்டு அவரிடம் இருந்த தபாலை வாங்கிக் கொள்ளும் தாத்தா. தனது கண்ணாடியைப் போட்டுக்கொண்டு தபாலைப் பிரிக்க ஆரம்பிக்கிறார்.

cut to :

காட்சி 1B

பின்கட்டு நாயர் வீடு -Ext.Day

தபால்காரர் நாயர் வீட்டுக்கு வெளியே வந்து நின்றபடி..

தபால்காரர் : போஸ்ட்....

தபால்காரரின் குரல் கேட்டு வெளியே வரும் நாயர்(வயது 75 இருக்கலாம்) தபால் காரரிடம் இருந்து தபாலை வாங்கிக்கொண்டு தபாலைப் பிரித்தபடி உள்ளே செல்லும் நாயர்.

cut to :

காட்சி -1C

தாத்தா வீடு - படுக்கையறை -Int.Day

டிபன் பாக்ஸ்சை மூடியபடி தனது படுக்கையறைக்கு வரும் சுதா (தாத்தாவின் மூத்த பேத்தி வயது 22 இருக்கலாம்) படுக்கையிலிருக்கும் தனது கைப்பையிலிருந்து பர்சை எடுத்து அதிலிருக்கும் சில்லறைப் பணத்தை எண்ணி, ஏதோ யோசித்துவிட்டு, மறுபடியும் அந்தப் பணத்தை பர்சில் வைக்கிறாள்.

cut to :

காட்சி -1D

தாத்தா வீடு - இன்னுமொரு அறை-Int.Day

பள்ளிச் சீருடையில் கண்ணாடிமுன் அமர்ந்தபடி நெற்றியில் பொட்டுவைத்துக் கொள்ளும் இந்து. (தாத்தாவின் இளைய பேத்தி வயது 14 இருக்கலாம்)

cut to :

காட்சி -1E

தாத்தா வீடு - படுக்கையறை -Int.Day

படுக்கையிலிருக்கும் இந்துவின் School bag -ஐ தனது மடியில் வைத்துச் சரிசெய்யும் சுதா. உள்ளே வரும் இந்து. தனது அக்காவிடம் இருந்து School bag-ஐ வாங்கி மாட்டிக்கொண்டு வெளியே கிளம்பியபடி...

இந்து : அக்கா வரேன்.

இந்துவின் School bag -ஐ செல்லமாகத் தட்டி வழியனுப்பும் சுதா. வீட்டின் வராந்தாவுக்கு வரும் இந்து சாய்வு நாற்காலியில் தபாலைப் படித்தபடி அமர்ந்திருக்கும் தாத்தாவிடம்..

இந்து : (சற்று உரத்த குரலில்) நான் வரேன் தாத்தா...

cut to :

கையில் ஒரு தபாலுடன் வெளியே உள்ள மாடிப் படிகளில் அவசரமாக இறங்கி வரும் நாயர். நேராக தாத்தாவிடம் வந்து...

நாயர் : (பதற்றமாக) (மலையாள வாடை வீசும் தமிழில்) யோ முருகேசு.. என்னய்யா இவன் வக்கீல் நோட்டீஸ் அனுப்பியிருக்கான்... (தாத்தாவின் எதிரே போடப்பட்டுள்ள bench-ல் அமர்ந்தபடி)

தாத்தா : (நிதானமாக) அவன் வீடு, இடிச்சிட்டு ப்ளாட் கட்டப் போறேங்கிறான்... ஆயுசு பூரா 125 ரூபா வாடகையைக் குடுத்துட்டு இங்கயேதான் இருப்பேன்னா எப்படி...?

நாயர்	:	என்னு வெச்சா, காலி பண்ணறதாவே முடிவு பண்ணிட்டியா...?
தாத்தா	:	(மெல்லிய சிரிப்புடன்) அப்பறமென்ன? ஆயிரம் ரூபா வாடகை குடுத்து அவன் கட்டற ப்ளாட்டிலயா இருக்கமுடியும்...?
நாயர்	:	(கடுப்பாக) உனக்கென்ன ரிடயர்ட் பாட்டு வாத்தியாரு, பென்ஷன் வாங்கறே, பேத்தி வேற உத்தியோகம் பாக்கறா... குண்டி மண்ணத் தட்டிட்டுப் போயுட்டே இருப்ப... இந்த பாரு நான் காலி பண்ணப் போவறதில்லை. (தீர்மானமாக) ரெண்டில ஒன்னு பாத்திடப் போறேன். என்ன நெனச்சிருக்கு அவன்?

cut to :
காட்சி -1F
தாத்தா வீடு - படுக்கையறை -Int.Day

படுக்கையிலிருக்கும் தனது கைப்பையை எடுத்துத் தோளில் மாட்டியபடி அலுவலகத்திற்குக் கிளம்பும் சுதா. அப்பொழுது வீட்டுக்காரர் அனுப்பிய நோட்டீசை நீட்டியபடி மெல்ல அங்கு வந்துநிற்கும் தாத்தா. கலவரமாக இருக்கும் சுதா தாத்தாவைப் பார்த்து

சுதா	:	என்ன தாத்தா இது?
தாத்தா	:	வீட்டுக்காரன் வக்கீல் நோட்டீஸ்அனுப்பியிருக்கான்...

தாத்தாவின் கையிலிருக்கும் நோட்டீசை வாங்கிக் கொள்ளும் சுதா.

காட்சி -2

பல்லவன் பேருந்து. ஜன்னலுக்கு அருகே ஏதோ தீவிரமாக யோசித்தபடி அமர்ந்திருக்கும் சுதா. அவளுக்கு அருகில் தாடியும் பெரிய கண்ணாடியுமாக அமர்ந்திருக்கும் கோபி (சுதாவைத் திருமணம் செய்து கொள்ளவிருப்பவன்) அவன் சுதாவிடம்...

கோபி	:	எவ்வளவு டைம் கொடுத்திருக்கான்?
சுதா	:	(சுருக்கமாக) ஒரு மாசம்.
கோபி	:	(நம்பிக்கையுடன்) அப்பறமென்ன? அதுக்குள்ள ஈஸியா ஒரு வீட்டைப் புடிச்சிரலாம்யா.
சுதா	:	(யோசித்தபடி) ஒரு பெட்ரூம், ஒரு கிச்சன், ஒரு ஹால். போஷனா இருந்தாக்கூடப் பரவால்ல. (திரும்பி கோபியைப் பார்த்து, கவலையுடன்) மினிமம் ஒரு 500 ரூபாயாவது கேப்பான் இல்ல?
கோபி	:	**Defenitly**
சுதா	:	அப்பறம் இந்த **Advance**, வீடு மாத்தற செலவு...
கோபி	:	ஐயாயிரமாவது வேணும்.
சுதா	:	(சலிப்பாக) ப்ச்ச்... அதைப் புடிச்சி இதப் பிடிச்சு மாசம் ஒரு 200 ரூபா **Save** பண்ணிக்கிட்டிருக்கேன். (திரும்பி கோபியைப் பார்த்து) இந்து கல்யாணத்துக்கு... என்னைக் கட்டிக்கிறதுக்கு... நீங்க ஒண்ணும் கேக்கமாட்டீங்க (திரும்பி கோபியைப் பார்த்து விளையாட்டாக)அப்படீன்னு நினைக்கிறேன்பா. இந்துவ கட்டிக்கிறவன் வந்து கேப்பான் இல்ல...
கோபி	:	(நக்கலான சிரிப்புடன்) ஏன், என்ன மாதிரி ஒரு

பாலுமகேந்திரா

இளிச்சவாயன் கிடைக்காமயா போயிருவான். சுதா பொய்க் கோபத்துடன் கோபியை முறைத்துப் பார்க்கிறாள்... பின் "தூ" என்று சொல்கிறாள்.

Cut to :
காட்சி : 3
சுதா மற்றும் கோபியின் அலுவலகம்.
Richardson India Ltd Ext. Day.

சுதா மற்றும் கோபி, தாங்கள் வேலை செய்யும் கம்பெனியான *Richardson India Ltd* -ன் கட்டிடத்துக்குள் மற்ற ஊழியர்களுடன் நுழைகிறார்கள்.

Cut to :
காட்சி : 3a
சுதா மற்றும் கோபியின் அலுவலகம்.
Richardson India Ltd Day.

அலுவலகத்தில் அவரவர் தங்களது இருக்கையில் அமர்ந்தபடி வேலை பார்த்துக் கொண்டிருக்கிறார்கள். கோபி, தனது வேலையை மிகுந்த கவனத்துடன் செய்து கொண்டிருக்கிறான். அப்பொழுது சுதாவின் முன் மேஜையில் அமர்ந்துள்ள பங்கஜம் மிகுந்த ஆர்வத்துடன் திரும்பி சுதாவிடம்

பங்கஜம்	:	ஏன் சுதா ஃப்ளாட்டா இருந்தா பரவால்லையா..?
சுதா	:	ஒண்ணுமே கிடைக்கலைன்னா ஃப்ளாட்டைப் பத்தி யோசனை பண்ணலாம். But I hate flats. தனக்கு முன் மேஜையில் அமர்ந்திருக்கும் சுதாவும் பங்கஜமும் பேசுவதை கவனித்துக் கொண்டிருக்கும் கோபி சுதாவிடம்...
கோபி	:	(கடுமையாக) ஏய்...

கோபியின் குரல் கேட்டு அவனைத் திரும்பிப் பார்க்கும் சுதா...

கோபி : வேலையப் பாரு.. மெல்லிய சிரிப்புடன் திரும்பித் தனது அலுவலக வேலையைப் பார்க்க ஆரம்பிக்கும் சுதா...

Cut to :
காட்சி : 4
தாத்தா வீடு Int. night.

தரையில் அமர்ந்தபடி சாப்பிட்டுக் கொண்டிருக்கும் தாத்தா. சுதா மற்றும் இந்து.

தாத்தா : மூணாவது தெருவுல ஒரு வீடு காலியா இருக்காம். பால்காரன் சொன்னான்.

இந்து : வாடகை?

தாத்தா : எழுநூறு ரூபாயாம்.

சுதா : ரொம்ப ஜாஸ்தி தாத்தா.

தாத்தா : (சமாளிக்கும் தோரணையில்) அட, எழுநூறுன்னா... எழுநூறு ரூபாயா கொடுத்திடப் போறோம். அவனுங்க அப்படித்தான் சொல்வாங்க. பேசிப் பாப்போம்.

சுதா : (தீர்க்கமாக) இதப் பாரு தாத்தா, மாக்சிமம் 500 ரூபா. அதுக்குமேல காலணாத் தாங்காது (என்று சொல்லிவிட்டு சாப்பிட ஆரம்பிக்கிறாள்).

Cut to :

காட்சி : 5

தெரு Ext.Day.

வாடகைக்கு வீடு பார்க்க, ஒரு தெருவில் நடந்து சென்றுகொண்டிருக்கும் தாத்தா, சுதா மற்றும் இந்து. அப்பொழுது ஏதோ யோசித்தபடி சுதா...

சுதா : நம்ம வளசரவாக்கம் கிரவுண்டுக்கு ஒரு வேலி போடணும்னு மூணு வருஷமா நினைச்சிக்கிட்டு இருக்கோம்.

தாத்தா : எங்கே வாங்கின கையோட ஒரு கிணறு வெட்டினேன்... அதோட சரி...

சுதா : பொறம்போக்காட்டும் கெடக்குது. எவனாவது நுழைஞ்சு ஒரு குடிச போட்டான்னு வையி, அப்பறம் கிளப்பறதுக்குக் கோர்ட்டுக்குத்தான் போகணும். (யோசித்தபடி) ஏன் தாத்தா? அந்த கிரவுண்டு அங்கே இருந்து நாம என்னத்தக் கண்டோம். பேசாம அத வித்திட்டா என்ன?

தாத்தா : ஆமா. ஒரு எம்பதாயிரமாவது தேறும்...

அவர்கள் பேசியபடி செல்லும் தெருவில் அவர்களுக்கு எதிரே மூன்று பெண்கள் இடுப்பில் ஒன்று தலையில் ஒன்றாகத் தண்ணீர்க் குடத்தைத் தூக்கிக் கொண்டு செல்கிறார்கள்.

இந்து : (ஆச்சர்யமாக) அவ்வளவு வருமா..?

தாத்தா : (பெருமையாக) பின்னே, என்னன்னு நெனைச்சுக்கிட்டிருக்க? இப்பல்லாம் தங்கத்துக்கும் நிலத்துக்கும் தான்காசு.

சுதா : தண்ணிக்கும்

தாத்தா : நல்லா ஞாபகம் இருக்கு! ரெண்டு கிரவுண்டுக்கும் சேத்து மொத்தம் 150 ரூபா கொடுத்தேன்.

சுதா : வித்திட்டு எம்பதாயிரத்தையும் பேங்கில போட்டா (மனதிற்குள் கணக்கிட்டபடி) வருஷம் பத்தாயிரம் ரூபா வட்டி.

தாத்தா : (சந்தோஷமாக) கரெக்ட்! வித்துடலாம்டா.

Cut to :

காட்சி : 5 A

தெரு Ext. Day.

To let Board - *போடப்பட்டுள்ள ஒரு வீட்டைக் காட்டி....*

இந்து : தோ, இந்த வீடுதான்.

வீட்டின் நம்பர் 7 என்பதைப் பார்த்து தனக்குள் சுதா...

சுதா : லக்கி 7

வீட்டின் வாசல் கேட்டைத் திறந்து உள்ளே செல்ல முற்படும் சுதா அப்பொழுது கேட் திறக்கும் சத்தம் கேட்டு உள்ளே இருந்து ஒரு நாய் குரைக்கிறது. நாயின் சத்தம் கேட்டு பயந்து கேட்டை மூடியபடி சுதா..

சுதா : (பதற்றமாக) தாத்தா..

நாய்ச் சத்தம் கேட்டு மாடியிலிருந்து வெளியே வரும் வீட்டு உரிமையாளர். நாய்க்காக பயந்தபடி கேட்டின் வெளியே நிற்கும் சுதா, தாத்தா மற்றும் இந்து. வீட்டு உரியையாளர் அவர்களிடம்..

House owner : Yes?

சுதா : (தயக்கமாக) வீடு காலியா இருக்குன்னு சொன்னாங்க. அதான் பாக்கலாம்ன்னு..

House owner : I see நீங்க..?

தாத்தா : முருகேசன். Retired பாட்டு வாத்தியார். இவங்க என் பேத்தீங்க சுதா, இந்து.

House owner : I see வாங்கோ...

சுதா : (தயக்கமாக) நாய்...

House owner : பயப்படாதீங்கோ. (கேட்டைத் திறந்த படி) கட்டிப் போட்டிருக்கு.

உள்ளே வரும் தாத்தா, சுதா மற்றும் இந்து. அவர்கள் உள்ளே வந்ததும் கேட்டை மூடிவிட்டு மாடியைப் பார்த்து...

House owner : (உரத்த குரலில்) விசாலாட்சி... அவரின் குரல் கேட்டு வெளியே வரும் அவரது மனைவி..(மடிசார் புடவை அணிந்து பிராமணத் தோற்றத்தில்)

House owner : இந்தக் கீழாத்துச் சாவி எடுத்துண்டு வாயேன்...

சாவியை எடுத்துவர வீட்டினுள் செல்லும் மாமி, தாத்தா சுதாவிடம் திரும்பி நக்கலாகச் சிரித்தபடி...

தாத்தா : பிராமின்ஸ்!

சுதா சுதாரித்துக்கொண்டு வீட்டு உரிமையாளர் கவனிப்பதற்கு முன் திரும்பிக் கொள்ள, தாத்தாவும் தான் எதுவும் சொல்லவில்லை என்ற முகபாவத்திற்கு வருகிறார். மாடிப் படியிலிருந்து இறங்கி வந்து சாவியைத் தனது கணவனிடம் கொடுத்துவிட்டு ஒரு வினாடி வந்தவர்களைக் கவனித்துவிட்டு மறுபடியும் மேலே செல்லும் மாமி.

Cut to :
காட்சி 5B
வீடு Int. Day.

வீட்டு வாசல் கதவைத் திறந்து உள்ளே வந்தபடி வீட்டு உரிமையாளர்...

House owner : வாங்க...

அவரைப் பின் தொடர்ந்து வீட்டினுள் வரும் சுதா, இந்து மற்றும் தாத்தா. ஹால் நடுவே வந்து ஒரு ஜன்னலுக்கு அருகே நின்றபடி...

House owner : இது ஹால்

பிறகு அங்கிருந்து அடுத்த அறைக்குச் செல்லும் வீட்டு உரிமையாளர். அவரைப் பின் தொடர்ந்து செல்லும் சுதா. மற்றொரு அறையின் கதவைத் திறந்தபடி..

House owner : இது பெட் ரூம்.

தயங்கியபடி அறையின் வெளியே நிற்கும் சுதாவிடம்...

House owner : உள்ளே போய்ப் பாருங்கோ...

வீட்டின் அழகில் பூரித்தபடி சுற்றிப் பார்க்கும் சுதா மற்றும் இந்து. அறையில் இருக்கும் மற்றொரு கதவைத் திறந்தபடி

House owner : Attached bathroom..

அதை ஆவலுடன் பார்க்கும் சுதா மற்றும் இந்து. அங்கிருந்து மற்றொரு அறைக்கு சென்றபடி..

House owner : வாங்கோ...

இன்னுமொரு அறைக் கதவைத் திறந்து உள்ளே வந்து ஜன்னலருகே நின்றபடி..

House owner : இது ஒரு சின்ன அறை.

ஜன்னலின் வெளியே எட்டிப் பார்க்கும் சுதா. அவளுக்குப் பின்னால் நிற்கும் இந்து. மெல்ல சுதாவின் தோளைத் தொட, திரும்பிப் பார்க்கும் சுதாவிடம்.

இந்து : (மிகுந்த ஆசையுடன்) இது எனக்கு...

இந்துவைச் சும்மா இரு என்று சொல்வது போல் முறைத்தபடி..

சுதா : ப்ச்..

Cut to :

வீட்டு உரிமையாளரைப் பின்தொடரும் தாத்தா. வீட்டு உரிமையாளர் மற்றுமொரு அறைக்குள் வந்து நின்றபடி..

House owner : இது கிச்சன்.

சுதா : ரொம்ப நல்லா இருக்குங்க.

House owner : நீங்க non veg. கூட குக் பண்ணிக்கலாம். எந்தவித ஆட்சேபணையும் இல்ல.

என்று

அவ்வறையிலிருந்து வெளியே வந்தபடி....

House owner : இப்படி வாங்கோ...

மற்றுமொரு சிறிய அறையைக் காண்பித்தபடி.

House owner : Store room.

அங்கிருந்து சற்று நகர்ந்தபடி....

House owner : பூஜை ரூமு...

அவரைத் திகைப்புடன் பின் தொடரும் சுதா. இந்து மற்றும் தாத்தா. வீட்டைச் சுற்றிக் காண்பித்துவிட்டு வெளியே வரும் வீட்டு உரிமையாளர். வீட்டைப் பார்த்த சந்தோஷத்தில் வாய் நிறைய சிரிப்புடன் நிற்கும் தாத்தா. வீட்டு உரிமையாளரிடம்...

தாத்தா : வீடு ரொம்ப நல்லாருக்குங்க... வாடகை..?

House owner: எண்ணூறு ரூபா...10 மாசம் அட்வான்ஸ்.

(வாடகையைக் கேட்ட கலவரத்தில் நிற்கும் சுதா)

House owner: பக்கா ரசீது கொடுத்திடறேன்.

சுதா : (பணிவாக) கொஞ்சம் அதிகம் போல இருக்கு. ஏதாவது கம்மி பண்ணா நல்லாருக்கும்.

House owner : இந்தா பாரும்மா, கண்ண மூடிக்கிட்டு இதுக்கு

ஆயிரம் ஆயிரத்து இருநூறு ரூபா வாங்கலாம். நான் ஞாயமா 800 ரூபா **fix** பண்ணியிருக்கேன்.

சுதா : (தயக்கத்துடன்) நீங்க சொல்றதெல்லாம் கரெக்ட். ஆனா எங்க நிலைமையும் கொஞ்சம் பாக்க வேண்டியிருக்கு. அதான்...

தாத்தா : எங்க பாமிலியில நாங்க மூணே பேரு தாங்க.

House owner: ஏன் இவா அப்பா அம்மால்லாம்?

தாத்தா : எப்பவோ போயிட்டாங்க. ப்ச்... ஆக்சிடன்ட்...

House owner : ஓ...

சுதா : எங்களுக்கு வீடு ரொம்பப் பிடிச்சிருக்கு. (கெஞ்சலாக) கொஞ்சம் குறைச்சீங்கன்னா சௌகரியமா இருக்கும்.

House owner: ஒண்ணு பண்ணுங்கோ. நாளைக்குக் காலம்பற ஒன்பது மணிக்கு வாங்கோ. யோசனை பண்ணிச் சொல்றேன்.

வீட்டு உரிமையாளரிடம் சரி என்று தலையசைத்துவிட்டு அங்கிருந்து கிளம்பியபடி..

தாத்தா : போலாம்...

வீட்டுக்குள் செல்லும் வீட்டு உரிமையாளர். அங்கிருந்து கிளம்பும் தாத்தா, சுதா மற்றும் இந்து.

Cut to :
காட்சி 5C
வீடு Ext. Day.

வீட்டைப் பார்த்து விட்டு யோசனையுடன் ஒரு தெருவில் நடந்துவரும் சுதா, இந்து மற்றும் தாத்தா.

சுதா : அவன் பேசினதைப் பார்த்தாக் குடுத்துடுவான் போலத்தான் தெரியுது.

இந்து : வீடு நல்லா இருக்கு தாத்தா. (செல்லமாக தாத்தாவை மிரட்டும் தோரணையில்) ஏய் கிளவா நான் சொல்லிட்டேன். அப்பறம் மாத்தக் கூடாது. அந்தச் சின்ன ரூமு எனக்கு.

சுதா : ஏய் அதத் தாத்தாவுக்குக் கொடுத்திரலாம். நாம அந்தப் பெரிய ரூமை எடுத்துக்கலாம்.

இதைக் கேட்டதும் நிராசையில் மேலே நடக்காமல் அப்படியே நிற்கும் இந்து.

தாத்தா : (திரும்பி இந்துவைப் பார்த்து) சரி சரி வா. முதல்ல வீடு கிடைக்கட்டும். மெல்ல இந்துவின் தோளில் அணைத்து சமாதானமாக) பாகப் பிரிவினையெல்லாம் அப்பறம் பாத்துக்கலாம்..

மறுபடியும் நடக்க ஆரம்பிக்கிறார்கள். சிறிது நொடியில் ஏதோ தோன்றியபடி...

சுதா : (வேகமாக) தாத்தா நாளைக்கு மறந்திடப் போற. காலையில ஒன்பதரை மணிக்கெல்லாம் போயிரு.. பேசுனதும் எனக்கொரு போன் அடிச்சிரு... என்ன?

சரியென்று தலையசைக்கும் தாத்தா...

Cut to :
காட்சி 6
அலுவலகம் -Richardson India Ltd. Ext.Int.Day.

அலுவலக காரிடாரில் சக ஊழியர்களுடன் நடந்து வரும் சுதா மற்றும் கோபி.

22 வீடு

Cut to :

காட்சி 6a

Richardson India Ltd. Office Room. Int.Day.

தனது மேஜையில் அமர்ந்தபடி அலுவலக வேலையைப் பார்த்துக் கொண்டிருக்கும் ஐயங்கார் ராமன் சார். அவருக்கு முன் இருக்கும் ரிஜிஸ்டரில் கையெழுத்திட வரும் சுதா, கோபி மற்றும் சக ஊழியர்கள்.

சுதா : (ரிஜிஸ்டரில் கையெழுத்திட்டபடி) Good morning

கோபி : morning sir.

ராமன் : Good morning, Good morning.

சுதா : சார், எனக்கு ஒரு முக்கியமான போன் வரும். கூப்பிடறீங்களா?

ராமன் : Oh yes. பேஷா.

சுதா : Thanks (என்று சொல்லிவிட்டுத் தனது மேஜையை நோக்கி நடக்கிறாள்)

காட்சி:7

தாத்தா வீடு - படுக்கையறை.Int.Day.

தனது சட்டைப் பொத்தானைப் போட்டபடி படுக்கையறைக்கு வரும் தாத்தா. கட்டிலுக்கு மேல் மாட்டப்பட்டுள்ள ஒரு பெருமாள் படத்தைக் கைகூப்பி வணங்குகிறார்.

cut to :

காட்சி:7a

தாத்தா வீடு. வெளி மாடம். Ext.Day.

வீட்டுக்கு வெளியே மெல்ல வரும் தாத்தா. வெளி மாடத்தில் வந்து நின்றபடி நிமிர்ந்து வானத்தைப் பார்க்கிறார். வெயில் உச்சியில்

இருக்கிறது. மறுபடியும் வீட்டுக்குள் செல்லும் தாத்தா, கையில் ஒரு குடையுடன் திரும்புகிறார். பிறகு குடையை விரித்துப் பிடித்தபடி வெளி வாசலை நோக்கி நடக்கும் தாத்தா.

cut to :
காட்சி:8
தெரு. Ext.Day.

ஒரு தெருவில் குடையை விரித்தபடி சந்தோஷமாகப் பாடிக்கொண்டு நடந்து வரும் தாத்தா.

cut to :
காட்சி :9.
ஏழாம் நம்பர் வீடு : Ext.Day.

பாடிக்கொண்டே ஏற்கனவே வாடகைக்குப் பார்த்த வீட்டை வந்தடையும் தாத்தா. தனது தொண்டையைக் கனைத்தபடி குடையை மடக்கும் தாத்தா. வீட்டு கேட்டைத் தட்டியபடி..

தாத்தா   :   sir

தாத்தாவின் குரல் கேட்டு மாடியிலிருந்து கீழே வரும் வீட்டு உரிமையாளர். தாத்தாவின் அருகில் வந்து நின்றபடி...

House owner :   (தீர்மானமாக) நான் யோசனை பண்ணிப் பாத்தேன். மாக்சிமம் ஒரு 50 ரூபா குறைச்சுக்கலாம். அதுக்கு மேல முடியாது.

இதைக் கேட்டதும் தாத்தாவின் முகம் நிராசையில் வாடுகிறது.

cut to:

காட்சி:10.

cut to :

தெரு. Ext.Day.

ஒரு தெருவில் வாடிய முகத்துடன் குடையை விரிக்காமல் கை இடுக்கில் வைத்தபடி உச்சி வெயிலில் நடந்து வரும் தாத்தா. தெருவோரமாக வண்டியில் காய்கறி விற்பவன் எதேச்சையாகத் தாத்தாவைப் பார்க்கிறான். அவன் தாத்தாவிடம்...

காய்கறிக்காரன்: (உரத்த குரலில்) என்ன பெரியவரே..?

தாத்தா : (சிந்தனை கலைந்து காய்கறிக்காரனைப் பார்த்தபடி)ம்ம்...

காய்கரிக்காரன்: எதனாச்சும் வேண்டுதலா? (வானத்தை நோக்கி கைகாட்டியபடி) குடையைத்தான் விரியுங்களேன்..

அதுவரை வெயிலில் நடந்து வருகிறோம் என்ற கவனம் இல்லாமல் இருந்த தாத்தா நிதானத்திற்குத் திரும்பி , கையிலிருக்கும் குடையை விரிக்கிறார்.

cut to :

சுதாவின் அலுவலகம்

ஐயங்கார்சாரின் மேஜையிலிருக்கும் டெலிபோன் ரிங் ஆகிறது. அதன் சத்தம் கேட்டு போனை அட்டன்ட் செய்யும் ஐயங்கார்சார். அவரையே எதிர்பார்ப்புடன் பார்த்தபடி இருக்கும் சுதா. இதைத் தனது இருக்கையிலிருந்து கவனிக்கும் கோபி. போனில் பேசிக் கொண்டிருக்கும் ஐயங்கார்சார்...

ஐயங்கார் : ஒன் மினிட்...

என்று சொல்லி இருக்கையில் பின்னால் சாய்ந்து சுதாவின் பக்கம் போனை நீட்டியபடி...

ஐயங்கார்	:	சுதா...

ஐயங்கார்சாரின் அழைப்பைக் கேட்டதும் இருக்கையிலிருந்து எழுந்து மிகுந்த பரபரப்புடன் வந்து போனை attend செய்யும் சுதா...

சுதா	:	(உற்சாகமாக) தாத்தா நான் தான்.

சுதாவையே மிகுந்த எதிர்பார்ப்புடன் பார்த்தபடி இருக்கும் கோபி. கோபியின் பார்வையில் ஏமாற்றத்துடன் போனை வைக்கும் சுதா. மெல்லத் தனது மேஜையை நோக்கி நடந்து வரும் சுதா. தன்னையே ஆவலுடன் பார்க்கும் கோபியைப் பார்த்து கிடைக்கவில்லை என்று தலையாட்டியபடி...

சுதா	:	(ஏமாற்றமாக) ப்ச்ச்...

என்று சொல்லிவிட்டு இருக்கையில் அமர்கிறாள். கோபியும் ஒரு பெருமூச்சிட்டபடி தனது வேலையைக் கவனிக்கிறான்.

cut to :

சுதாவும் கோபியும் வாடகைக்கு வீடு தேடுவது வெவ்வேறு மான்டேஜ் காட்சிகளாக விரிகிறது.

cut to :
காட்சி : 11.
தாத்தா வீடு - படுக்கையறை. Int.Day

தனது கட்டிலில் அமர்ந்து நாளிதழ்களில் ரென்டல் விளம்பரங்களில் வாடகைக்கு வீடு இருக்கிறதா என்று பார்த்துக்கொண்டிருக்கும் சுதா.

காட்சி : 11A

To let Board போடப்பட்டுள்ள ஒரு வீட்டின் கேட்டைத் திறந்து சுதா மற்றும் தாத்தா உள்ளே போகிறார்கள்.

காட்சி : 11B

To let Board போடப்பட்டுள்ள மற்றொரு வீட்டிலிருந்து சுதா மற்றும் இந்து வெளியே வருகிறார்கள்.

காட்சி : 11C

தாத்தா இந்து சோகமாகத் தலை குனிந்தபடி முன்னேவர அவர்களுக்குப் பின்னால் கோபி மற்றும் சுதா ஏதோ தீவிரமாகப் பேசிக் கொண்டு வருகிறார்கள்.

காட்சி : 11D

ஒரு வீட்டின் கேட் வழியே சோகமாக வெளியே வரும் தாத்தா. அவருக்கு பின்னால் ஒன்றன் பின் ஒன்றாக கோபி, இந்து மற்றும் சுதா.

காட்சி : 11E

இப்படி *To let Board* போடப்படுள்ள வெவ்வேறு வீடுகளில் நால்வரும் ஏறி, இறங்குவது வெவ்வேறு காட்சிகளாக வருகிறது.

காட்சி : 11F

ஒரு ஆட்டோவிலிருந்து இறங்கி வீடு பார்க்க கேட்டின் உள்ளே செல்லும் கோபி மற்றும் சுதா. வீட்டினுள்ளிருந்து நாய் துரத்தி வர, அலறியடித்துக் கொண்டு வந்து ஆட்டோவில் திரும்பி ஏறி அங்கிருந்து புறப்படுகிறார்கள்.

காட்சி : 11G

வீடு வாடகைக்கு தேடி, நடந்தும் மிதிவண்டியிலுமாக மாறி மாறிச் சுற்றி அலையும் சுதா மற்றும் கோபி.

காட்சி : 11H
அலுவலக Lift.Int.Day.Lift

அலுவலக *Lift* -ல் வீடு கிடைக்காத சோகத்தில் இருக்கும் சுதாவை சமாதானம் செய்யும் கோபி.

cut to :
காட்சி: 12
அலுவலக கேண்டீன் Ext.Int.Day

கேண்டீனில் தங்களுக்குள் ஏதோ பேசியபடி சாப்பிட்டுக் கொண்டிருக்கும் மற்ற ஊழியர்கள். அவர்களுக்கு மத்தியில் ஒரு டேபிளில் அமர்ந்திருக்கும் சுதா மற்றும் கோபி, ஐயங்கார் சார். ஐயங்கார்சார் முன் ஒரு கப் டீயைக் கொண்டுவந்து வைக்கும் சர்வர். ஐயங்கார்சார் டீயை எடுத்து ருசித்தபடி சுதாவிடம்...

ஐயங்கார்	:	ஏம்மா ஏதாவது கிடைச்சதோ?
சுதா	:	(விரக்தியாக) எங்க சார், ஆட்டோவுக்கும் புரோக்கருக்கும் அழுத பணத்தில ஒரு வீடே கட்டிருக்கலாம். (தனக்குமுன் இருக்கும் டீயை எடுத்துச் சுவைக்கும் சுதா)
ஐயங்கார்	:	ஏம்மா சின்னதா நீயே ஒரு வீடு கட்டிட்டா என்ன?
சுதா	:	(நம்பிக்கை இல்லாமல்) என்ன? என்ன சார் விளையாடறீங்களா?
ஐயங்கார்	:	இல்லம்மா, நிஜமாத்தான் சொல்லுறேன்.
சுதா	:	(விரக்தியாக) ஆமா 1500 ரூபா சம்பளம். தங்கச்சிக்கும் எனக்கும் கல்யாணம் வேற நடக்கணும். நான் வீடு கட்டணும். (நம்பிக்கை இல்லாமல்) வேற எதாவது பேசுங்க சார்.
ஐயங்கார்	:	(விளையாட்டாக) என்ன, நான்னு Singular-ல பேசுறே. (அருகிலிருக்கும் கோபியைக் காண்பித்தபடி) Would be help பண்ண மாட்டாரா...?

சுதா ஒரு நொடி கோபியைப் பார்த்து விட்டு சமாளித்து மெல்லச் சிரித்தபடி...

சுதா : எனக்காவது ஒரு தங்கச்சி.பாவம் அவருக்குத் தான் இரண்டு பேரு இருக்காங்களே சார்.

ஐயங்கார் : ஆமா, ஆமா, அத மறந்துட்டேன். கஷ்டம்தான் but, வீடு கட்டுறது வந்து அப்படி ஒன்றும் மலையப் புரட்டுற விஷயம் இல்லம்மா. (நம்பிக்கையாக) நீ தாராளமாகக் கட்டலாம்.

கோபி : (ஆச்சர்யமாக) எப்படி சார்?

ஐயங்கார் சாரையே ஆச்சர்யமாக பார்த்தபடி இருக்கும் சுதா...

ஐயங்கார் : (கதை சொல்லும் தோரணையில்) listen to me. முதல்ல ஒரு முக்கா ground சிட்டியிலன்னுகூட வேண்டாம். சத்த தள்ளியே பாக்கலாம்.

சுதா : (சந்தோஷமாக) வளசரவாக்கத்தில எங்களுக்கு ரெண்டு கிரவுண்டு இருக்கு சர்.

ஐயங்கார் : (ஆச்சர்யமாக) is it?

கோபி : அந்தக் காலத்துல அவங்க தாத்தா வாங்கிப் போட்டது.

ஐயங்கார் : (சற்று உற்சாகமாக) அடேங்கப்பா, பாதி வீடு கட்டியாச்சுன்னேன்.

ஐயங்கார் சார் சொன்னதை நம்ப முடியாமல் வாயடைத்து அமர்ந்திருக்கும் சுதா.

ஐயங்கார் : மேற்கொண்டு ஒரு 11/4 லட்சம் ஜாம் ஜாம்னு ஒரு பெட்ரூம், காத்தோட்டமா ஒரு ஹால், லட்சணமா ஒரு கிச்சன்.

(ஐயங்கார் சார் சொல்லச் சொல்ல வாயைப் பிளந்தபடி சந்தோஷத்தில் அமர்ந்திருக்கும் சுதா) பவித்திரமா ஒரு பூஜை ரூம், மின்னாடி ஒரு சின்ன வராந்தா, பின்னாடி ஒரு கிணறு, மேல மொட்டமாடி எப்படி..?

சுதா : (கனவு கலைந்ததைப் போல) கேக்கறதுக்கு நல்லாதான் இருக்கு. 11/4 லட்சம் எங்கேருந்து வர்ரதாம்?

ஐயங்கார் : எங்காத்துக்கு வந்திருக்கியோன்னோ? சுத்திப் பாத்திருக்கியா..?

சுதா : பார்த்தேன்...

ஐயங்கார் : இரண்டே லட்சம். கிரவுண்டும் சேத்தாக்கும்.

அப்படியா என்று தலையசைக்கும் சுதா...

ஐயங்கார் : நேக்கு என்ன சம்பளம்?

சுதா : (சமாளித்துச் சிரித்தபடி) என்ன ஒரு 3, 3500 இருக்குமா?

ஐயங்கார் : (பெருமையாக) 3,567

சுதா : ஆ...

ஐயங்கார் : நேக்கு எத்தனை பசங்க?

சுதா : மூணு.

ஐயங்கார் : கூட நானும் அவளும் அஞ்சாச்சோன்னோ...

சுதா : ம்ம்... (என்று தலையசைக்கிறாள்)

ஐயங்கார் : அஞ்சு பேரு, இந்தக் காலத்துல காலச்சேபம் நடத்திறதுக்கு எவ்வளவு ஆகும்னு நினைக்கிற?

சுதா : (சமாளித்துச் சிரித்தபடி) அது...

ஐயங்கார் : பள்ளிக்கூடம், பாலு, Provision, அரிசி Vegetables இப்படி அடுக்கிக் கொண்டே போகும் ஐயங்காரை வியந்து பார்த்தபடி இருக்கும் சுதா மற்றும் கோபி. தொடரும் ஐயங்கார்...

Bus pass, கரண்ட் பில், *Doctor bill* இது போக பொங்கல், வருஷப்பிறப்பு, தீபாவளி பச்ச் என்று செய்தபடி அது தனி. மாசத்துக்கு ரெண்டு சினிமா இப்ப சொல்லு...

ஐயங்கார் சாரின் கேள்விக்கு பதில் சொல்ல முடியாமல் அசட்டு சிரிப்புடன் அமர்ந்திருக்கும் சுதா.

கோபி : கையும் கணக்கும் சரியா இருக்கும்.what else?

ஐயங்கார் : அப்போ நா எப்படி வீடு கட்டிருப்பேன்னு நினைக்கிறே?

(கோபியைப் பார்த்து தனது புருவத்தை உயர்த்தி எப்படி என்று சைகை காட்டும் ஐயங்கார்)

ஐயங்கார் : (திரும்பி சுதாவைப் பார்த்து) இத பாரு. நமக்கு சம்பளம் மட்டும் தான். மத்தவங்க மாதிரி இந்த கிம்பளமெல்லாம் கிடையாது.

கோபி : (மெல்லிய சிரிப்புடன்) பயங்கரமா டவுரி வாங்கிருப்பீங்க. இல்லைன்னா குடும்பச் சொத்தாருக்கும்.

ஐயங்கார் : ரெண்டுமே இல்லைண்ணேன் (பெருமையாக) கட்டின புடவையோட அழைச்சிண்டு வந்தவளாக்கும்.

சுதா : சொல்லிருக்கீங்க.

ஐயங்கார் : இப்ப சொல்லு, எப்படி வீடு கட்டிண்டேன்?

சுதா : (வேறு வழியில்லாமல் ஐயங்கார் சாரிடம் *surrender* ஆன தோரணையில்) நீங்களே சொல்லுங்க சார்.

ஐயங்கார் : (ரகசியம் பேசும் தோரணையில்) ஆரம்பிக்கறச்சே கையில காலணா கிடையாது.

அவரையே ஆச்சரியமாகப் பார்த்தபடி அமர்ந்திருக்கும் சுதா.

கோபி : (ஆச்சர்யமாக) அப்பறம் எப்படி சார் மேனேஜ் பண்ணினீங்க?

ஐயங்கார் : எல்லாமே கடன் ஸ்வாமி!

சுதா : (அதிர்ச்சியாக) ஐய்யய்யோ...

ஐயங்கார் : நம்ம கம்பனியில் House building Loan, L.I.C Loan, Provident fund loan, அது போக என் ப்ரண்டு ஒருத்தன்கிட்ட கை மாத்தா Loan,

கோபி : (யோசித்தபடி) கடனெல்லாம் கட்டிடத்திலப் போட்டுட்டா அப்பறம் திருப்பிக் குடுக்கிறது?

ஐயங்கார் : சும்மா கிடைப்பாளா சுகுமாரி..? கொஞ்சம் Sacrifice பண்ணணும். Office loan எல்லாம் சம்பளத்தில கழிச்சிட்டா வெளியில வாங்கறது கொஞ்சம் கொஞ்சமா திரும்பிக் கொடுக்கணும்.

சுதா : (தடுமாற்றதுடன்) இதெல்லாம் சம்பளத்துல கழிச்சுட்டா அப்பறம் கையுல மிஞ்சுறது?

ஐயங்கார் : அதான் சொன்னேனோன்னோ கொஞ்சம் sacrifice பண்ணணும்னு. கொஞ்ச நாளைக்குப் பல்லக் கெட்டியா கடிச்சுக்கணும். நமக்குன்னு ஒரு கூரை இருந்துட்டா, இறங்குடா வெளியேன்னு எவனாவது சொல்ல முடியுமோ? (திரும்பி கோபியைப் பார்த்து) பட்டினி கிடக்கோமா, பால் பாயசம் சாப்பிடரோம்மான்னு யாருக்குத் தெரியப் போகிறது? (திரும்ப சுதாவைப் பார்த்துத் தீர்மானமாக) இந்தா பாரு... லோன் எடுக்கிறத பத்தி, வீடு கட்டுறத பத்தி சகல காரியங்களும் நேக்கு அத்துப்படி.(சிரித்தபடி) இண்டு

இடுக்கெல்லாம் பூந்து புறப்பட்டவனாக்கும். நீ என்ன பண்ற? நாளைக்கே Loan Application வாங்குற (இதைக் கேட்டு, அதிர்ந்துபோகும் சுதா. திரும்பி கோபியைப் பார்க்கிறாள்) புதன்கிழமை பொன் கிடைச்சாலும் புதன் கிடைக்குமாம்மா. அமைஞ்சிருக்கு பாரு.

(யோசித்தபடி அமைதியாக அமர்ந்திருக்கும் சுதா)

ஐயங்கார் : (நம்பிக்கையாக) நான் இருக்கேன்னேன்!

(திரும்பி கோபியைப் பார்க்கும் சுதா)

cut to :
காட்சி :13
பல்லவன் பேருந்து. Int.Day

பேருந்தில் சென்றுகொண்டிருக்கும் சுதா மற்றும் கோபி. எதையோ யோசித்தபடி இருவரும் அமர்ந்திருக்கிறார்கள். அப்பொழுது சுதா கோபியின் கையை ஆதரவாகப் பிடித்தபடி...

சுதா : நீங்க என்ன நினைக்கறீங்க?

கோபி : என்னக் கேட்டா, ஐயங்கார் சார் சொன்னது கரெக்டுன்னுதான் தோணுது. என்ன இருந்தாலும் ஒரு சொந்த வீடு இருக்கிறமாதிரி வருமா? என்னையே எடுத்துக்க. வீடு சொந்தங்கிறதால தப்பிச்சேன். இல்லைன்னா மெட்ராஸ்ல எவ்வளோ அவஸ்தப்படணும்.

சுதா : அது சரி, இந்த லோன்லாம் சம்பளத்துல கழிக்க ஆரம்பிச்சிட்டா, அப்பறம் சாப்பாட்டுக்கு என்ன பண்ணறது?

கோபி : அட, சும்மா இருயா. வாடகை வீட்டுக்குப் போனாலும் மாசாமாசம் ஐநூறு ரூபா கொடுக்கணும் இல்ல... it's all the same.

சுதா : (ஆச்சரியமாக) அப்ப கட்டிடலாம்ங்கிறீங்களா?

கோபி : (தீர்மானமாக) யோசனையே பண்ணவேண்டாம். நம்ம ஆபீசுல ஒரு எழுபத்தி ஐயாயிரம் கிடைக்கும்.

சுதா : ஐயங்கார் ஒண்ணேகாலாவது வேணுங்கிறாரே

கோபி : (சற்று யோசித்தபடி) இப்படி பண்ணா என்ன?

சுதா : சொல்லுங்க.

கோபி : சின்னதா, ஒரு வீடு கட்டறதுக்கு இரண்டு கிரவுண்டெல்லாம் எதுக்கு? ஒரு கிரவுண்டே தாராளம். மீதிய வித்துர்ரது..

சுதா : (கோபியை கவனித்தபடி) ம்ம்...

கோபி : அந்த இடத்தில ஒரு அம்பதாவது தேறுமில்ல?

சுதா : நாப்பதுன்னே வச்சுப்போமே (வாய் விட்டுக் கணக்கு போட்டபடி) அது ஒரு எழுபத்தய்யாயிரம். இது ஒரு நாப்பது. ஒண்ணு பதினஞ்சு... பாக்கி?

கோபி : நான் போடுரேன்யா...

சுதா : (செல்லமான கோபத்துடன்) தங்கச்சிங்க கல்யாணத்துக்குன்னு போட்டு வச்சிருக்கிறத. அடிபடுவீங்க. அதுல மட்டும் கை வச்சிறாதீங்க. (என்று சொல்லிவிட்டு முகத்தைத் திருப்பிக் கொள்ளும் சுதா)

cut to :

காட்சி :14

சுதா வீடு படுக்கையறை Int. Night.

ஒரு மேஜை விளக்கின் ஒளியில் அமர்ந்து படித்துக்கொண்டிருக்கும் இந்து. உள்ளே தனது படுக்கையறையில் ஒரு மேஜையில் தனது துணியை இஸ்திரி செய்து கொண்டிருக்கும் சுதா. அதற்கு அருகிலிருக்கும் கட்டிலில் அமர்ந்தபடி சுதாவிடன் பேசிக் கொண்டிருக்கும் தாத்தா.

தாத்தா : வீடு கட்டுறதுன்னா விளையாட்டுன்னு நினைச்சுக்கிட்டு இருக்கியா? லோன் வாங்கிக்கலாம்னு நிலத்தை வித்துரலாம்னு ரொம்ப ஈசியா சொல்லிட்டியே?

தாத்தா கேட்பதற்கு எதுவும் பதில் சொல்லாமல் அமைதியாக இஸ்திரி செய்தபடி இருக்கும் சுதா.

தாத்தா : (சற்று நிதானமாக) இந்த பாரு. எனக்கும் வயசாச்சு. நீயும் பொட்டப் புள்ள, கஷ்டப்படுகிற காசெல்லாம் கண்டவங்க தின்னுட்டுபெ போயிடுவாங்கம்மா . . .

சுதா : (ஆறுதலாக) ஏன் தாத்தா அப்படி சொல்ற? நம்ம கோபிதான் கூட இருக்காரு இல்ல...

தாத்தா : (உதாசீனமாக) ஆமா இருக்காரு. அவன் சுமையே அவனால சுமக்க முடியல. உனக்கு வேற ஒத்தாசை பண்ணப் போறானா..? தேடிப் புடிச்சியே...

(சுதாவின் சத்தம் கேட்டு படிப்பதிலிருந்து கவனம் சிதறி உள்ளே நடப்பதை கவனிக்கும் இந்து)

சுதா : (கோபமாக) ஆமா, இனிமே Bank balance, Black money இதெல்லாம் பாத்துதான் லவ் பண்ணணுமாக்கும். அவருக்குதான் டவுரிகூட

வேண்டான்னு சொல்லிட்டாருல்ல. அதுக்கு மேல என்ன எதிர்பாக்குற?

(கோபமாகப் பேசிக்கொண்டிருக்கும் சுதாவை அதிர்ந்துபோய்ப் பார்த்தபடி இருக்கும் தாத்தா. பிறகு மெல்ல அவளை சமாதானம் செய்யும் வழியாகச் சற்று சிரித்தபடி,

தாத்தா : சரி சரி விடு. ஒரு பேச்சுக்குச் சொன்னேன்மா...

சுதா : (தணியாத கோபத்துடன்) என்ன பேச்சுக்கு சொல்றது!

தாத்தா : (அமைதியாக) சுதா

சுதா : (மூஞ்சியை உர்ரென்று வைத்தபடி) என்ன?

தாத்தா : (செல்லமாக) இங்க வாம்மா... இஸ்திரிப் பெட்டியை மேஜையில் வைத்துவிட்டு தாத்தாவின் அருகில் வந்து அமரும் சுதா.

சுதா : (தாத்தாவைப் பார்க்காமல் கீழே பார்த்தபடி) சொல்லு...

சுதா : இந்த பாரும்மா (ஆறுதலாக சுதாவின் தோளில் கை வைத்தபடி) வீடுங்கறது ரொம்பப் பெரிய விஷயம். ஒப்பேத்திரலாம்னு உனக்கு தைரியம் இருந்தா யோசனை பண்ணாத. ஆரம்பிச்சிடு.

தாத்தாவின் நம்பிக்கையான வார்த்தையைக் கேட்டு கண்கலங்கியபடி இருக்கும் சுதா. மகிழ்ச்சியில் மெல்லிய புன்னகையுடன் தாத்தாவைக் கட்டிக் கொள்கிறாள். இதை கவனிக்கும் இந்து புத்தகத்தை மூடிவிட்டு தாத்தாவிடம் வந்து அவரது கையை எடுத்து தன் மேல் போட்டுக் கொண்டபடி...

இந்து : (செல்லமாக) என்னையும்..

தனது இரு பேத்திகளையும் அணைத்துக் கொண்டபடி மகிழ்ச்சியில் சிரிக்கும் தாத்தா.

Cut to :

காட்சி : 15

சுதாவின் அலுவலகம். கேண்டீன்.Ext.Int.Day

சுதாவின் அலுவலகக் கேண்டீனில் அமர்ந்தபடி பேசிக்கொண்டிருக்கும் கட்டிட காண்ட்ராக்டர், ஐயங்கார் , சுதா மற்றும் கோபி.

காண்ட்ராக்டர் : முதல்ல ஒரு Recognized enginer- ஐக் கூப்பிட்டு நமக்கு என்னென்ன வேணும்னு சொல்லி ஒரு Plan வரையச் சொல்லணும். உங்களுக்குத் தெரிஞ்சவங்க யாராவது இருந்தாலும் ஓ.கே. இல்லைன்னா எனக்கு வேண்டிய ஒருத்தர் இருக்காரு. அவரே க்ளீனா எல்லாம் பண்ணிக் கொடுப்பாரு. அந்த ப்ளான்ல ஏழு காப்பீஸ் எடுத்துக்கிட்டு வளசரவாக்கம் பஞ்சாயத்து ஆபிசுக்குப் போகணும். வீடு கட்டறதுக்கு Sanction பண்ணச் சொல்லி அந்த நிர்வாக அதிகாரிகிட்ட, அதான் E.O.கிட்ட, ஒரு application எழுதிக் கொடுக்கணும். Application, 5 Rupees stamp paper, (contractor சொல்வதை மிகுந்த கவனத்துடன் கேட்டபடி அமர்ந்திருக்கும் சுதா மற்றும் கோபி) ஒரு Affidavit ம் நம்ம நிலத்தோட பத்திரத்தையும் submit பண்ணணும். அப்புறம் அந்த. M.M.D.A sanction. அதுவும் அதே ஆபீசுதான். அதுக்கப்புறம் அவுங்க நிலத்தை Inspect பண்ணுவாங்க. ஏதாவது வில்லங்கம் இருக்கான்னு பாக்கிறதுக்கு எந்த Objectionம் இல்லைன்னு வையுங்க, MMDAக்கும் பஞ்சாயத்துக்கும் கட்ட வேண்டிய பணத்தைக் கட்டச் சொல்லுவாங்க. ரெண்டையுமே அந்தப் பஞ்சாயத்து ஆபீசுலேயே கட்டிடலாம்.

பணம் கட்டினவுடனே நம்ம plan-ல Approval Seal குத்தி E.O கையெழுத்துப் போட்டு கொடுத்திருவாரு. அதுக்கு அப்புறம் நம்ம எப்ப வேணாலும் Constuction தொடங்கலாம்னு வைங்க. வேல நடக்கறப்போ Inspection வருவாங்க. Plan பிரகாரம் நம்ம கட்டுறோமோ இல்லையான்னு பாக்குறதுக்கு. வீடு கட்டி முடிஞ்சதும் பஞ்சாயத்து ஆபீசுக்குத் தகவல் கொடுக்கணும். இந்த வரி அது இதெல்லாம் fix பண்ணறதுக்கு.

ஐயங்கார் : (சட்டென்று ஏதோ ஞாபகம் வந்தபடி) ஆ... before I forget, நம்ம ஆபீசுல லோன் எடுக்கிறதுன்னா நிலம் ஒன் பேருல இருக்கணும். அது ரொம்ப முக்கியம்.

காண்ட்ராக்டர்: yes... yes...

கோபி : That's not a problem. தாத்தாகிட்ட சொல்லி மாத்திக்கலாம்.

(கோபி சொல்வதற்கு ஆம் என்று தலையசைத்து சம்மதம் தெரிவிக்கும் சுதா)

காண்ட்ராக்டர்: அப்போ Land transfer, Plan sanction இதெல்லாம் நீங்க பாத்துக்குவீங்க (சாதாரண தொனியில்) இந்த சிமெண்ட், ஜல்லி, இரும்பு, மண்ணு, ஆளுங்க இதெல்லாம் நான் கவுனிச்சுக்கிறேன். வரட்டுமா? நாளைக்குப் பார்க்கலாம்.

(ஐயங்காரின் கையைத் தொட்டு விடைபெற்றபடி)

காண்ட்ராக்டர்: Sir

ஐயங்கார் : ஆங்... (என்று கையசைத்து விடை கொடுக்கும் ஐயங்கார்)

(அங்கிருந்து வேகமாகக் கிளம்பிச் செல்லும் காண்ட்ராக்டர்)

கோபி : (திகைப்பாக) என்ன சார். காண்ட்ராக்டர் ரொம்ப கராராப் பேசறாரு. நம்பலாமா..?

ஐயங்கார் : அ.. இவா அப்பாதான் என் வீடு கட்டுனது. தங்கமான மனுஷன். அவர் புள்ளையாச்சே..

சுதா : என்னமோ சார். உங்க பேச்சை நம்பி இறங்கியாச்சு. நீங்கதான் கூட இருந்து முடிச்சுக் கொடுக்கணும்.

Cut to :
காட்சி : 16
தாத்தாவின் வளசரவாக்க நிலம். Ext. Day.

இடியுடன் கொட்டிக் கொண்டிருக்கும் மழை, குடை பிடித்தபடி வரும் ஐயங்கார். காண்ட்ராக்டர், கோபி, தாத்தா, இந்து மற்றும் சுதா. தனது குடையிலேயே தாத்தாவைத் தாங்கிப் பிடித்து வரும் கோபி.

ஐயங்கார் : (எச்சரிக்கையாக) பாத்து... பாத்து நடக்கணும். வழுக்கிட்டே போறது...

குண்டும் குழியுமாக நீர்த்தேக்கத்துடன் காட்சியளிக்கும் இடம்.

ஐயங்கார் : கோபி, தாத்தாவைக் கொஞ்சம் பாத்து...

அனைவரையும் பார்த்து எதிரில் காத்துக் கொண்டிருந்த புரோகிதரிடம் வந்து...

புரோகிதர் : நமஸ்காரம்.. வர்ண பகவானின் கடாட்சம் அமோகமா இருக்கு ...

ஐயங்கார் : ஆமா புறப்படறச்சே மப்பும் மந்தாரமுமா இருந்தது.

காண்ட்ராக்டர்: மெட்ராஸ் மழையாச்சே, நம்பவே முடியாது...

புரோகிதர் : (துாரத்தில் காணும் சிறு கூட்டத்தைப் பார்த்து) என்ன நம்ம கிணத்தாண்ட ஒரே கும்பலா இருக்கு?

கோபி : தண்ணிப் பஞ்சம்.

தாத்தா : மழை ஆரம்பிச்சிருச்சு, பாக்கலாம்.

புரோகிதர் : (சுற்றிப் பார்த்தபடி) எப்படி... இது ரெண்டு கிரவுண்டா.. ?

சுதா : ரெண்டுக்கும் கொஞ்சம் மேல இருக்கு..

காண்ட்ராக்டர்: டபுள் சைடு ரோடு வேற அமக்களமா இருக்கு...

புரோகிதர் : ஆமா, அதுல ஒரு போஷன் வித்துடறதாக் கேள்விப்பட்டேன்.

ஐயங்கார் : ஆமா, ஆமா இதைப் பக்கத்துல வச்சுண்டு, அத வித்துரலாம். டபிள் சைடு ரோட்டோன்னோ... நாளைக்கு இம்ப்ருவ்மென்ட் டாக்ஸ், அது இதுன்னு அதிகமா கட்ட வேண்டி இருக்கும்.

கோபி : விலைகூடக் கொஞ்சம் ஜாஸ்தி கிடைக்கும். கார்னர் பிளாட் இல்லை.

புரோகிதர் : அப்படியா.. (சந்தேகமாக) ஆமா, கிழக்கு எந்தப் பக்கம்?

இந்து : (விடுக்கென்று) சூரியன் உதிக்கிற பக்கம்

சுதா : (மெல்லிய குரலில், இந்துவின் துடுக்குத்தனத்தைக் கண்டித்தபடி) இந்து...

தாத்தா : (ஒரு திசையைக் காண்பித்து) இந்தப் பக்கம்.

புரோகிதர் : இது கிழக்கு, இது தெக்கு, பேஷ். பேஷ். தெற்கே பாத்த மனை, அப்போ மெயின் வாசற்படிய இங்க வச்சிருங்கோ...

Cut to :

காட்சி 17

தாத்தா வீடு ஹால் Ext. Day

ஹாலில் ஒரு மேஜை மீது வீட்டின் வரைபடத்தை வைத்து விளக்கிக் கொண்டிருக்கும் காண்ட்ராக்டர்.

காண்ட்ராக்டர்: இது மெயின் Entrance. இது ஹால். (வரைபடத்திலுள்ள விவரங்களைக் காண்பித்தபடி) இது Bedroom. அதுக்கு Attached Bathroom. (காண்ட்ராக்டர் விவரிப்பதை மிகுந்த ஆர்வத்துடன் கேட்டுக் கொண்டிருக்கும் தாத்தா, சுதா, இந்து, கோபி மற்றும் ஐயங்கார்) இது கிச்சன். இங்கே ஒரு சின்ன store room. கிச்சன் வழியாகவும் வரலாம். ஹால் வழியாகவும் போகலாம். main entrance-ல இருந்து நேரா வந்தா ஒரு door. backyard போகறதுக்கு. இது மொட்ட மாடிக்கு போகறதுக்கு steps. simple and neat.

இந்து : (ஏமாற்றமாக) இவ்வளோதான் வீடா ..?

சுதா : (ஆச்சர்யமாக) ஏன்டீ..?

காண்ட்ராக்டர்: ஓ. இன்னொரு ரூம்கூட இருக்கா சொல்லவே இல்லையே...

தாத்தா : (தயக்கத்துடன்) அது... (என்று இந்துவைப் பார்க்கிறார்)

காண்ட்ராக்டர்: வேணா ஒண்ணு பண்ணிக்கலாம். (மறுபடியும் வரைபடத்திலிருக்கும் டிசைனைக் காண்பித்தபடி.) இந்த கிச்சனை பெட்ரூம் ஆக்கிடுவோம். இது வந்து attached bathroom. இந்த ஹால் ஐ Extend பண்ணிக்கலாம். இங்க ஒரு kitchen and store room. (மனதில் கணக்கிட்டபடி) ஆ.. ஒரு முப்பது ரூபா அதிகமாகும். பரவாயில்லையா..?

(உடனே இந்துவைப் பார்க்கும் தாத்தா மற்றும் சுதா. பிறகு கோபியின் பதிலை எதிர்பார்த்து அவனைப் பார்க்கும் சுதா. சரி, செய் என்று கண் அசைத்து தனது பதிலை மௌனமொழியில் தெரிவிக்கும் கோபி.)

சுதா : (மிகுந்த யோசனைக்குப் பிறகு) பரவால பண்ணிடுங்க...

சந்தோஷத்தில் தனது அக்காவைக் கட்டிக்கொள்ளும் இந்து..

குறிப்பு : மேற்கொண்டு சுதாவின் பேரில் இடத்தை மாற்றுவது கம்பெனியில் லோன் பெறுவது போன்றவை வெவ்வேறு மான்டேஜ் காட்சிகளாக விரிகிறது.

cut to :
காட்சி : 18
Sub Registrar's Office. Thyagaraya nagar. Ext.Int.Day.
பதிவாளர் அலுவலகம். தி.நகர் Ext.Int.Day

சுதாவின் பேரில் இடத்தை மாத்திக் கொடுக்க கையெழுத்திடும் தாத்தா மற்றும் சுதா. உடனிருக்கும் ஐயங்கார் மற்றும் கோபி.

காட்சி 18A

சுதா அலுவலகம். Ext.Int.Day. Manager's cabin

பூர்த்தி செய்யப்பட்ட லோனுக்கான மனுவைத் தனது மேனேஜரிடம் கொடுக்கும் சுதா. அதை வாங்கி சரி பார்க்கும் மேனேஜர்.

மேனேஜர் : ம்ம்... எல்லாம் சரியாக இருக்கு இல்ல?

சுதா : இருக்கு சார்

மேனேஜர் : Best of luck

சுதா : Thankyou sir.

மனுவில் Recomended எனக் கையொப்பமிடும் மேனேஜர்.

காட்சி : 18B

பேரூராட்சி அலுவலகம். வளசரவாக்கம் Ext.Int.Day

தனது மேஜையில் அமர்ந்து File ஒன்றை சரிபார்க்கும் E.O. அப்பொழுது அங்கு வரும் கோபி மற்றும் சுதா. அவர்களைப் பார்த்ததும் வணக்கம் வைக்கும் E.O. அவரிடம் பூர்த்தி செய்யப்பட்ட பேப்பர் மற்றும் plan-ஐ கொடுக்கும் சுதா. அதை சரி பார்க்கும் E.O. தனது வீட்டின் வேலை தொடங்கியதை எண்ணி ஒருவித மனநிறைவுடன் அவருக்கு எதிரே இருக்கும் நாற்காலியில் அமர்ந்திருக்கும் சுதா மற்றும் கோபி.

காட்சி : 18C
கடற்கரை. Ext.Int.Day

ஒரு காலைப்பொழுது. சூரிய உதயத்தில் கடற்கரையோரமாக நடந்து கொண்டிருக்கும் தாத்தா மற்றும் ஐயங்கார்.

cut to:

காட்சி : 19

சுதா அலுவலகம். Ext.Int.Day

தனது இருக்கையில் அமர்ந்து வேலை பார்த்துக் கொண்டிருக்கும் சுதா. அப்பொழுது அங்கு வரும் பியூன் சுதாவிடம்...

பியூன் : மேடம்.

சுதா : (நிமிர்ந்து பியூனைப் பார்த்தபடி) ம்ம்...

பியூன் : மேனேஜர் கூப்பிடறார்...

என்று சொல்லிவிட்டுச் செல்கிறான். தனது இருக்கையிலிருந்து எழுந்திருக்கும் சுதா திரும்பித் தனக்குப்பின் இருக்கையிலிருக்கும் கோபியை ஒரு நொடி பார்த்து விட்டுச் செல்கிறாள்.

cut to :

காட்சி : 19 A

மேனேஜரின் கேபின் Int.Day

தனது கேபினில் அமர்ந்தபடி ஒரு பைலைப் பார்த்துக் கொண்டிருக்கும் மேனேஜர். அப்பொழுது அங்கு வரும் சுதா, கேபினுக்கு வெளியே நின்றபடி....

சுதா : May I come in sir?

மேனேஜர் : (நிமிர்ந்து பார்க்காமல்) yes.

மேனேஜர் எதிரே இருக்கும் நாற்காலிக்கு அருகில் வந்து நிற்கும் சுதா.

சுதா : Good morning sir.

சுதாவைப் பார்த்து அசட்டுதனமாகச் சிரித்தபடி பார்த்துக் கொண்டிருக்கும் file-*ஐ மூடும் மேனேஜர்.*

மேனேஜர் : How are you?

சுதா : நல்லாருக்கேன் சார்.

(தனக்கு எதிரேயிருக்கும் இருக்கையைக் காண்பித்தபடி.)

மேனேஜர் : உக்காரு

சுதா : It's ok sir.

மேனேஜர் : *(தெலுங்கு வாடையில்)* பரவாலே கூச்சோம்மா.

மேனேஜருக்கு எதிரே இருக்கும் நாற்காலியில் வந்து அமரும் சுதா. கீழே இருந்து ஒரு *cup and saucer*-ஐ எடுத்து மேஜையில் வைக்கும் மேனேஜர். அடுத்து ஒரு பெரிய *flask*-ஐ எடுக்கிறார். இதை அமைதியாகப் பார்த்தபடி இருக்கும் சுதா. சுதாவைப் பார்த்து மறுபடியும் சிரிக்கும் மேனேஜர். வேறு வழியில்லாமல் தன் பங்குக்குச் செயற்கையாகச் சிரிக்கும் சுதா. *flask* மூடியை மேஜையில் வைத்து கப்பிலும் மூடியிலும் சரி பாதியாக காபியை ஊற்றும் மேனேஜர். கப்பை எடுத்து சுதாவின் பக்கம் வைத்தபடி...

மேனேஜர் : சாப்பிடு.

சுதா : *(சந்தோஷமாக)* ஐயோ எதுக்கு சார்?

மேனேஜர் : *(ஆச்சர்யமாக)* ஏன் நீ காபி சாப்பிடறதில்ல?

சுதா : *(தயக்கமாக...)* ஆ... அதுக்கு இல்ல...

மேனேஜர் : *(தெலுங்கில்)* மார் அயுத்தே தாகு...

தன் பக்கம் இருக்கும் கப்பை சுதாவிடம் நீட்டியபடி..

மேனேஜர் : *(சலிப்பாக)* என்னம்மா, நூவு ரொம்ப பார்மலா இருக்கே..

மேனேஜர் : *(சட்டென்று ஏதோ ஞாபகம் வந்தபடி)* ஆ. உன்னுடைய லோன் சாங்ஷன் ஆயி வந்திருக்கு *(அசட்டுச்சிரிப்புடன்)* அதான் கூப்பிட்டன் *(என்று ஒரு காசோலையை சுதாவிடம் நீட்டும் மேனேஜர்)*

சுதா : *(ஆச்சர்யமாக)* ஐய்யய்யோ, இவ்ளோ சீக்கிரமாவா சார்?

மேனேஜர் : மரி ஏமு? உனக்குச் செய்யலேன்னா வேறு எவருக்கு சேசேதி (பொறுமையாக) Head ஆபீசுக்கு ஒக போனு, செக்கு பறந்து வந்தாச்சு.

சுதா : (மனப்பூர்வமாக) Thank you sir.

மேனேஜர் : (அசட்டுத்தனமான சிரிப்புடன்) ஹே ஹே (சட்டென்று சிரிப்பை நிறுத்தி) but onething, இந்த இருபத்தஞ்சாயிரம் வச்சிக்கிட்டு நூா அஸ்திவாரம் வரைக்கும் செய்யாலா. Amount அஸ்திவாரத்துக்கு கல்லு வாங்கறதுக்குக் கூடப் பத்தாதுன்னு எனக்குத் தெரியும். ஏன் சேசேதி Department rules அலாதி.

(சட்டென்று காபியைக் காண்பித்தபடி) காபி தாகம்மா. சல்லக்கா ஆகி போகுத்துந்தி.

Flask-கப்பில் இருக்கும் காபியை மெல்லப் பருக ஆரம்பிக்கும் சுதா, அவளிடம் மேனேஜர்.....

மேனேஜர் : எப்படி இருக்கு ?

சுதா : நல்லா இருக்கு Sir

மேனேஜர் : (கூச்சத்துடன்) நான் போட்டேன்.

சுதா : ஏன் சார், வீட்ல?

மேனேஜர் : (வருத்தமாகக் கன்னத்தில் கைவைத்தபடி) ஏன் செப்பண்டமா?

சுதா : ஏன் சார்?

மேனேஜர் : சூடம்மா, என் பொண்ணுக்கு முதல் பிரசவம். Wife-அக்கடைக்கு எல்லேந்தி. திரும்பி வர நாலு மாசம் ஆகும். அதி வரைக்கும் ஈ... சமையலு, துவையலு எல்லாம் நான்தான் (ஆர்வமாக) சுதா, நீ மீன் சாப்பிடுவியா?

சுதா	:	இல்ல சார் I am a pure vegetarian.
மேனேஜர்	:	அரே, மீன் வெஜிடேரியன் தானேம்மா, கல்கட்டால (சிரித்தபடி) மே ப்ராமின்ஸ் அந்தரும் மீன் இல்லாம சாப்பிட மாட்டாங்க.
சுதா	:	கேள்விப்பட்டிருக்கேன்
மேனேஜர்	:	ஹே, சரி... சரி... சுதா நீ சீட்டுக்குப் போ. Cheque encash பண்ணணும் இல்ல.
சுதா	:	(மகிழ்ச்சியாக) வரேன் சார்.

என்று சொல்லியபடி அங்கிருந்து செல்லும் சுதா. வெளியே போகும் சுதாவைப் பார்த்தபடி இருக்கும் மேனேஜர். அவளிடம்...

மேனேஜர்	:	அ... அதிகோ பாப்பா. எந்தச் சமயத்துல எந்த சகாயம் வேணும்னாலும் நேனு உன்னானும்மா.
சுதா	:	Thankyou sir.

cut to :
காட்சி : 19 A
சுதாவின் அலுவலக கேண்டீன் Int.Day.

சுதாவும் கோபியும் தங்களது டிபன் பாக்ஸைத் திறந்து ஒருவருக்கொருவர் பரிமாறிக் கொள்கிறார்கள். அப்பொழுது கோபி...

கோபி	:	அஸ்திவாரம் வரைக்கும் contractor budget என்ன?
சுதா	:	நாற்பத்தியஞ்சு சொல்லியிருக்காரு.
கோபி	:	(மனதிற்குள்) நாப்பத்தஞ்சு... இப்ப ஒரு இருபத்தஞ்சு வந்திருக்கு...
சுதா	:	(சாப்பிட்டபடி) நான் ஒரு அஞ்சு வச்சிருக்கேன்.

கோபி : முப்பது, பாக்கி நான் போட்டுறன்யா..

சுதா : அந்த பாருங்க, அந்தப் பணத்துல மட்டும் கை வைக்க வேணான்னு சொல்லி இருக்கேன் இல்ல.

கோபி : அட என்னயா நீ, சும்மா தானே அது பேங்கில கெடக்கு. இப்ப எடுத்து use பண்ணிக்கிறது. பின்னாடி இந்த நெலம் விக்கிறப்போ, லோன் பணம் வரப்போ திருப்பிப் போட்டா போச்சு.

சுதா : Please அது மட்டும் வேணாம்

கோபி : ஏன் எங்கிட்ட இருந்து நீ பணம் வாங்கிக்கக் கூடாதா..?

சுதா : அப்படிலல்லாம் ஒண்ணும் இல்லைங்க.

கோபி : (கோபமாக) அப்புறம் என்ன நான் ஒன் family member கிடையாதா? தாலி கட்டுனதுக்கு அப்புறம் தான் ஒத்துப்பியா...? (கோபத்தில் உரக்கக் கத்தியபடி) எப்பப் பாரு ஒரு வேலிய போட்டுக்கிட்டு. வேலிக்கு அந்தப் பக்கமே நின்னுக்கங்கிற. Why you treat me as an outsider?

கோபி : கத்துவதைக் கேட்டு மற்ற ஊழியர்கள் சுற்றியும் பார்ப்பதைக் கவனிக்கும் சுதா. (கண்கள் கலங்கியபடி) அய்யய்யோ, நான் அப்படி mean பண்ணலங்க.

கோபி : பின்ன எப்படி?

சுதா : அத எப்படி புரியவைக்கிறதுன்னே தெரியல.

கோபி : (சலிப்பாக) ஆமா, கிழிச்சே...

சுதா : (சமாதானமாக) சரி, சரி, சாப்பிடுங்க. (கோபத்தில்

சுதாவின் முகத்தைப் பார்க்காமல்)

கோபி : எங்களுக்குத் தெரியும். நீங்க ஒண்ணும் சொல்ல வேண்டியதில்லை. நான்தான் வெளி ஆளாச்சே.

சுதா : சரி சாப்பிடுங்க.

அப்பொழுது அவர்களது டேபிளை நோக்கி வரும் சர்வர்...

சர்வர் : சார் டீயா காபியா...?

சுதா : காபி என்று டோக்கனை எடுத்து சர்வரிடம் கொடுக்கிறாள்.

டோக்கனை வாங்கி அங்கிருந்து செல்லும் சர்வர். மௌனமாக இருக்கும் கோபியை கவனிக்கும் சுதா.

சுதா : ஒரு இருபது பவுன் நகை இருக்கு. ஏதோ ஒரு ஸ்டேஜில அத அடகு வைத்துதானே ஆகணும். அத இப்பவே பண்ணிட்டாப் போச்சு (சுதாவை நிமிர்ந்து பார்க்கும் கோபி) அதச் சொல்ல வந்தா (என்று பேச்சை இழுக்கும் சுதா)

இதைக் கேட்டதும் கோபத்தின் உச்சியில் சாப்பிடாமல் தனது டிபன் பாக்ஸை மூடும் கோபி.

சுதா : (பதறியபடி) என்ன... என்ன... என்னது...

(அங்கிருந்து கோபமாக எழுந்து செல்லும் கோபி)

சுதா : (அவனைத் தடுக்க முற்பட்டு) என்னங்க,

என்று உரக்கக் கத்தும் சுதா. சுதாவின் சத்தம் கேட்டு சாப்பிட்டுக் கொண்டிருக்கும் மற்ற ஊழியர்கள் திரும்பி சுதாவைப் பார்க்கிறார்கள். இதைக் கவனிக்கும் சுதா. வருத்தம் தாங்காமல் தலை குனிந்தபடி அமர்ந்திருக்கிறாள். அப்பொழுது அங்கு இரண்டு கப் காபியுடன் வரும் சர்வர்.

சர்வர் : அம்மா... காபி...

சுதா : (கண்கள் கலங்கியபடி) அங்க வச்சிருங்க.

காபியை டேபிளில் வைத்துவிட்டுச் செல்லும் சர்வர். சுதா கண்கள் கலங்கியபடி மேற்கொண்டு எதுவும் சாப்பிடாமல் டிபன் பாக்ஸை மூடி எடுத்துக் கொண்டு அங்கிருந்து செல்கிறாள்.

cut to :
காட்சி : 20
அலுவலக Lift.Int.Day

வேலை முடிந்து Liftல் கீழே இறங்கிக் கொண்டிருக்கும் சுதா மற்றும் கோபி. கோபம் தணியாத கோபி தரையைப் பார்த்தபடி அமைதியாக நிற்கிறான். அவனைப் பார்க்கும் சுதா.

cut to :
காட்சி : 21
நகரத்தின் சாலை Ext.Day

ஒரு சாலையில் சிறிய இடைவெளியுடன் மௌனமாக நடந்து போகும் கோபி மற்றும் சுதா.

cut to :
காட்சி : 22
பேருந்து Int.Day

பேருந்தில் ஒருவருக்கொருவர் எதுவும் பேசாமல் அமைதியாக அமர்ந்திருக்கும் சுதா மற்றும் கோபி. கோபியின் கோபம் இன்னும் தணியாததை உணரும் சுதா. மெல்லத் தயங்கியபடி அவனது கையைப் பிடிக்கிறாள். திரும்பி சுதாவைப் பார்க்கும் கோபி. சுதாவின் கையை பிடிக்கும் கோபி. வெட்கத்தில் மெல்லிய சிரிப்புடன் இருக்கும் சுதா.

கோபி : (தனக்குள் இருந்த கோபம் மறைய மெல்லிய சிரிப்புடன்) ஏன்யா...

திரும்பி கோபியைப் பார்க்கும் சுதா.

கோபி : நம்ம plan approval இன்னும் வரலயே?

சுதா : அதான் தெரியல. இரண்டு நாளு கழிச்சு ஒரு தடவை போய்ப் பாத்துட்டு வந்துரலாம்.

cut to :
காட்சி : 23
சுதாவின் வீடு Int.Night.

சுதாவின் வீட்டு வெளிப்புற ஹாலில் அமர்ந்து பேசிக் கொண்டிருக்கும் நாயர், தாத்தா மற்றும் சுதா.

நாயர் : ஏன்மா, ஏதாவது எதிர்பாக்கிறாங்களா..?

சுதா : (சலிப்பாக) என்ன எழவோ? வாய தொறந்து எதும் சொல்ல மாட்டேங்கறாங்க.

நாயர் : (சிரித்தபடி) அது கரெக்டு. ஏயா முருகேசு, நாம சும்மா தானே இருக்கு. நாளைக்கு அந்த unit ஆபீசு வரைக்கும் கொஞ்சம் போயிட்டு வந்தா என்ன?

தாத்தா : Best idea.

சுதா : அட, சும்மா இரு தாத்தா. ஏறி எழுந்து போவ. அப்பறம் மூச்சு உட முடியலன்னு நாலு நாளு படுத்துப்ப, அதெல்லாம் வேண்டாம். நாங்க பாத்துக்கறோம்.

voice overlap

குறிப்பு : மேற்கொண்டு சுதா பேசி முடிக்கும் வசனம். அடுத்த காட்சியின்மேல் voice overlap செய்யப்படுகிறது.

cut to :
காட்சி : 24
பேருந்து Int.Day

பேருந்தில் சென்றுக் கொண்டிருக்கும் தாத்தா மற்றும் நாயர்.

cut to :
காட்சி : 25
வளசரவாக்கம் பேரூராட்சி அலுவலகம். Ext.Int.Day

அலுவலகத்தில் Plan approval officer உடன் பேசிக் கொண்டிருக்கும் தாத்தா மற்றும் நாயர்.

தாத்தா	:	(கோபமாக) என்ன sir இது? application கொடுத்து ஒரு மாசம் ஆகப்போது. இன்னும் sanction ஆகலைன்னா எப்படி...?
Officer	:	அதுக்கு நான் என்ன sir பண்ண முடியும்? Office procedure-னு ஒண்ணு இருக்கு இல்ல.
நாயர்	:	(வேகமாக) அட என்ன sir? எங்களுக்கு தெரியாதா office procedure? ஒரு மாசமா இழுத்தடிப்பீங்க?
Officer	:	நீங்க கொஞ்சம் ஒத்தொழைச்சா பத்தே நாள்ல கெடச்சிருக்கும்.
தாத்தா	:	என்னது நாங்க ஒத்தொழைக்கலயா. என்ன சார் சொல்றீங்க?
Officer	:	(இருவரையும் அமைதிப்படுத்துகிறபடி) சரி சரி கவலைப்படாதீங்க. வந்துரும். (கவலையான முகத்துடன்) இந்தா பாருங்க சார். எட்டு ரூபாயா இருந்த palmoil இன்னிக்குப் பதினஞ்சு ரூபா.

52 வீடு

(அலட்சியமான பாவனையில்) மொளகா... ஆறு ரூபா எங்க? பதினெட்டு ரூபா எங்க? சம்பளம் மட்டும் அப்படியே இருக்குது சார். எப்படி சார் சமாளிக்கறது? வீட்ல வுக்காந்துட்டு கொண்டா கொண்டான்னா, எங்கிருந்து சார் கொண்டு போறது? ஆ... ஏதோ உங்கள மாதிரி நாலு பேரு தயவுல ஓடிக்கிட்டிருக்குன்னு வச்சுகோங்களேன் (அசட்டுத் தனமான சிரிப்புடன்) ஆ... அஹே...

நாயர் : (அலுவலரின் நோக்கம் புரிந்து) ஏதோ பாத்து செய்யுங்க சார்.

Officer : (உற்சாகமாக) sanction தானே? வந்துரும்...

நாயர் : (திரும்பி சுதாவிடம்) முருகேசு.

தாத்தா : ம்ம்...

நாயர் : சொல்லிட்டாருல்ல வந்துரும்.

இருக்கையிலிருந்து எழுந்திருத்தபடி ஆபீசரைப் பார்த்து வணங்கியபடி நாயர்.

நாயர் : வரட்டுமா சார்...

இவ்வளவு பேசியும் தன்னை எதுவும் கண்டுகொள்ளாமல் வெளியே போகும் தாத்தாவையும் ஐயங்காரையும் பரிதாபமாக பார்த்தபடி இருக்கும் Officer. முன்னே தாத்தாவை அனுப்பியபடி திரும்பி Officer இடம் வரும் நாயர்.

நாயர் : இதோ வரேன்

Officer : (மகிழ்ச்சியாக) ஆ...

என்று சிரித்தபடி அமர்ந்திருக்கிறார்.

cut to :
காட்சி : 25A
வளசரவாக்கம் அலுவலகம் Ext.Day

மெல்ல படிக்கட்டில் இறங்கி வரும் தாத்தா. நாயர் தனது கண்ணாடியைக் கழட்டி ஜிப்பா பாக்கெட்டில் வைத்துக்கொண்டு தாத்தாவிடம்...

நாயர் : ஐய்யோ முருகேசு... நான் கண்ணாடியை அங்க வெச்சு மறந்திட்டேன்யா. கொஞ்சம் இரு எடுத்திட்டு வரேன்... என்று சொல்லி அலுவலகத்திற்குள் செல்லும் நாயர்.

cut to :
காட்சி : 25 B
வளசரவாக்கம் அலுவலகம். Int.Day

அலுவலர்களின் அறைக்குத் தனது கண்ணாடியை எடுத்து மாட்டிக் கொண்டு வரும் நாயர். அவருக்கு எதிரே இருக்கும் நாற்காலியில் வந்து அமருகிறார் நாயர். மறுபடியும் நாயரைப் பார்த்து அசட்டுத்தனமாக சிரிக்கும் அலுவலர்கள்.

நாயர் : ஏன்யா, அந்தப் பொண்ணு பாவம் மூணு வாட்டி வந்திருக்கு... அதுகிட்ட சொல்லியிருக்கலாம் இல்லியா?

அலுவலகர் : அட நீங்க ஒண்ணு... எல்லாத்தையும் புட்டு புட்டா சொல்லிக்கிட்டிருக்க முடியும்? ஒரு கோடு காமிச்சா புரிஞ்சிக்க வேண்டாம்?

நாயர் : (அலட்சியமாக) சரி சரி எவ்வளோ..?

அலுவலகர் : உங்களுக்குத் தெரியாததா என்ன? குடிக்கிற தண்ணிகூடக் காசு கொடுத்து இல்ல வாங்கறோம். ஏதோ பாத்து செய்யுங்க.

வீடு

தனது ஜிப்பா pocketலிருந்து பணத்தை எடுத்து எண்ணும் ஐயங்கார். அதை மிகுந்த ஆர்வத்துடன் கவனிக்கும் அலுவலகர். எண்ணிய பணத்தை மேஜைமீது வைக்கும் நாயர். அதைத் திருட்டு முழியுடன் எடுத்து மேஜைக்கு கீழ் வைத்து எண்ணும் அலுவலகர்.

அலுவலகர் : இன்னுமொரு பத்து கொடுங்க. பியூன் இருக்கான் இல்ல?

இன்னுமொரு பத்து ரூபாயை மேஜையில் வைக்கும் நாயர். அவரது கைமேல் தனது கையை வைத்து பணம் வெளியே தெரியாமலே அதை தன் பக்கம் இழுத்துக் கொள்ளும் அலுவலகர்.

அலுவலகர் : நாளைக்கு மதியானத்துக்குள்ளே sanction ரெடி..

நாயர் : மறந்திராதய்யா..

அலுவலகர் : (மறுத்துத் தலையசைத்தபடி) ஆ... என்னைக்கோ முடிஞ்சிருக்கவேண்டியது... பாவம் அந்தப் பொண்ணுக்கு ஒண்ணும் தெரியல.

cut to :
காட்சி : 26
சுதாவின் வளசரவாக்கம் இடம் Ext.Day

சுதாவின் வளசரவாக்க இடத்தில் பூமிபூஜை நடைபெற்றுக் கொண்டிருக்கிறது. புரோகிதர் மந்திரங்கள் சொல்ல, அவரிடமிருந்து தீர்த்தத்தை வாங்கிக்கொள்ளும் சுதா. அதை மகிழ்ச்சியுடன் பார்க்கும் தாத்தா. புரோகிதர் ஒரு தாம்பூலத் தட்டை நீட்டி சுதாவிடம்...

புரோகிதர் : (மந்திரத்தைச் சொல்லியபடி) அம்மா தேங்காயைக் கொடுங்கோ..

தேங்காயைத் தொட்டபடி இருக்கும் சுதா. தொடர்ந்து மந்திரத்தைச் சொல்லும் புரோகிதர். இதைப் பார்த்தபடி இருக்கும் கோபி.

புரோகிதர் : அம்மா நட்சத்திரத்தைச் சொல்லுங்கோ...

சுதா : அனுஷ நட்சத்திரம்...

நட்சத்திரத்துக்கான மந்திரத்தைச் சொல்லும் புரோகிதர்...

புரோகிதர் : பேரு சொல்லுங்கோ...

சுதா : சுதா

இதைப் பார்த்தபடி இருக்கும் இந்து மற்றும் ஐயங்கார். தொடர்ந்து மந்திரத்தைச் சொல்லியபடி இருக்கும் புரோகிதர். பிறகு எழுந்திருந்து ஆரத்தியைக் காண்பிக்கும் சுதா. மந்திரத்தைச் சொன்னபடி புரோகிதர் சுதாவிடம்...

புரோகிதர் : (ஒரு வெத்தலையை சுதாவிடம் நீட்டியபடி) இத கைல வச்சுக்கோம்மா...

வெத்தலையை வாங்கிக் கொள்ளும் சுதா.

புரோகிதர் : இந்த நவரத்தினக்கல்ல இதுக்குள்ள போடறேன். நல்ல பக்தியா பிரார்த்தனை பண்ணிக்கோம்மா...

நவரத்தினங்களை வெத்தலையில் இருக்கும் சந்தனத்தில் போட்டபடி மந்திரங்களைச் சொல்லும் புரோகிதர். சந்தனத்தைப் பிடிக்கும் சுதா.

புரோகிதர் : இத அந்தக் கடக்கால் பள்ளத்துல வச்சிருங்கம்மா.

புரோகிதரின் வார்த்தைபடி கையில் இருக்கும் நவரத்தினங்களைக் கடக்கால் பள்ளத்தில் வைக்கும் சுதா. அவர்களுக்குப் பின்னால் இருக்கும் கிணற்றில் தண்ணீர் இறைப்பதற்காக நிற்கும் நான்கு, ஐந்து பெண்களிடம் இங்கு தண்ணீர் எடுக்கக் கூடாது என்று கடுமையாக நடந்து கொள்ளும் contractor.

புரோகிதர் : (தொடர்ந்து மந்திரத்தைச் சொன்னபடி) நமஸ்காரம் பண்ணும்மா.

புரோகிதரின் வார்த்தைபடி நமஸ்காரம் பண்ணும் சுதா.

புரோகிதர் : மேஸ்திரி யாருங்க?

பின்னாலிருந்து சுமார் 48 வயதுமிக்க ஒரு ஒல்லி ஆசாமி முன்னால் வந்து...

மேஸ்திரி : நான் தாங்க.

புரோகிதர் : வாங்க.

Contractor : (அதிகாரமாக) இறங்குய்யா...

தனது பெட்டியை மடித்துக் கொண்டு கடக்கால் பள்ளத்தில் இறங்கும் மேஸ்திரி. புரோகிதர் ஒரு செங்கல்லை எடுத்து சுதாவிடம் கொடுக்க, அதை வணங்கி மேஸ்திரியிடம் கொடுக்கும் சுதா. பயபக்தியுடன் கல்லை வாங்கி கடக்கால் பள்ளத்தில் வைக்கும் மேஸ்திரி. பிறகு பள்ளத்தில் இருக்கும் நான்கு, ஐந்து கற்களுக்குமேல் சிமெண்ட் பூசும் மேஸ்திரி. பின்னால் தொடர்ந்து நீரை எடுக்கும் பெண்களிடம் சென்று...

Contractor : இந்தா பாரும்மா (தீர்மானமாக) நாளையிலிருந்து இங்க யாரும் தண்ணி எடுக்க வரக்கூடாது.

தண்ணி எடுக்கும் :
பெண்கள்   அப்படி சொன்னா எப்படி? சுத்தி இருக்கற எல்லாக் கிணற்றிலயும் தண்ணி வத்திப் போச்சு. ஏதோ உங்க பேரச் சொல்லி தண்ணி குடிச்சிட்டிருக்கோம்.

கோபி : (கரிசனையாக) பாவம் சார். தண்ணி பஞ்சத்தில, எடுத்துக்கிட்டு போகட்டும்..

Contractor : அது எப்படி சார்? கல்லு, சிமெண்ட் எல்லாம் நாளைக்கு வந்து இறங்கப் போகுது. ஏதாவது ஆச்சுன்னா யாரப் பிடிக்கிறது? கட்டிடம் ஆரம்பிச்சாச்சுன்னா நமக்கே தண்ணி போறாது. அப்புறம் அவங்களுக்கு எங்கேருந்து கொடுக்கிறது? நீங்க போங்கம்மா. நாளையில் இருந்து ஒருத்தரும் வரக் கூடாது. கிளம்புங்க.

வருத்தமாக பிடித்தவரை இருக்கும் தண்ணீர்க் குடத்தைத் தூக்கிக் கொண்டு அங்கிருந்து கிளம்பும் பெண்கள்.

cut to :
காட்சி : 27
M.C.C. Bank Ext.Day

நகையை பேங்கில் அடகு வைத்துவிட்டு வெளியே நடந்து வந்து கொண்டிருக்கும் சுதா மற்றும் கோபி.

கோபி : (பெருமூச்சுடன்) பத்து பவுன் நகை கொடுத்திருக்கே. பத்தாயிரம் ரூபா கொடுத்திருக்காங்க.

சுதா : என்னங்க பண்ணறது? அதான் அவுங்க ரேட்டு. அதாவது கொடுக்கறாங்களே.

cut to :
காட்சி : 28
வளசரவாக்கம் இடம் Ext.Day

அஸ்திவாரம் தோண்டுவதற்குமுன் கட்டிடத் தொழிலாளர்கள் நடத்தும் பூஜை. கற்பூரத்தை ஏத்தி ஆரத்தியைக் காண்பிக்கும் மேஸ்திரி. அதை பக்தியுடன் தொட்டுக் கொள்ளும் கோபி. சுதா மற்றும் **Contractor**. நன்கு கடவுளை வணங்கியபடி மேஸ்திரி.

மேஸ்திரி : (பள்ளம் தோண்டுபவரைப் பார்த்து) போடுய்யா, ஓங்கி...

பள்ளம் தோண்ட ஆரம்பிக்கும் கட்டிடத் தொழிலாளி. அதை மகிழ்ச்சியுடன் பார்த்தபடி இருக்கும் சுதா மற்றும் கோபி.

cut to :
காட்சி : 29
வளசரவாக்கம் இடம் Ext.Day

சுதாவின் வளசரவாக்கம் இடத்தில் அஸ்திவாரத்துக்கான வேலைகள் வேகமாக நடைபெறுகிறது. சிமெண்ட் மூட்டை மற்றும் உபயோகப் பொருட்கள் வைப்பதற்கு ஒரு சிறிய குடிசை போடப்படுகிறது.

cut to :
காட்சி : 29 A
வளசரவாக்கம் இடம். வெளிப்புற தெரு. Ext.Day

மேகமூட்டத்துடன் இருக்கும் வானிலை. வெளிப்புறத் தெருவில் தங்களுக்குள் தண்ணீர் குடத்துடன் பேசியபடி சென்று கொண்டிருக்கும் இரு பெண்கள்.

பெண் 1   :   ஏன்கா, இப்படி இருட்டிக்கிட்டு வருதே...
பெண் 2   :   கொட்டட்டும்டீ, தண்ணீர் பஞ்சமாவது தீரும்ல..
பெண் 1   :   நல்லா சொன்னே போ...

cut to :
காட்சி : 29 B
வளசரவாக்கம் இடம் Ext.Day

சுதாவின் இடத்தில் தொடர்ந்து வேலை நடைபெற்றுக் கொண்டிருக்கிறது. மேகம் சுத்தமாக இருட்ட, பலத்த இடியுடன் மழை பெய்ய ஆரம்பிக்கிறது. அப்பொழுது அங்கு குடையுடன் வரும் மேஸ்திரி. அவரிடம் பெண் கட்டிட தொழிலாளி மங்கா. (சுமார் 35 வயது இருக்கலாம்)

மங்கா   :   இன்னா மேஸ்திரி மழ..?
மேஸ்திரி   :   (நிமிர்ந்து வானத்தைப்

பாலுமகேந்திரா   59

பார்த்தபடி)பொண்ணுங்க எல்லாரும் அப்படி ஒதுங்கி
நில்லுங்க. மழை வுட்டதும் பாக்கலாம்.

மங்கா : ஆ... ஆ... (கையிலிருக்கும் பாணலைக் கீழே போட்டபடி) வாங்கண்ணே.. வா... வள்ளி..

என்று மற்ற தொழிலாளிகளையும் அழைத்துக்கொண்டு மழைக்காக ஒதுங்கப் போகும் மங்கா. அனைவரும் குடிசைக்குள் ஒதுங்கி நிற்க மேஸ்திரி தனது குடையைபெ பிடித்தபடி வெளியே நிற்கிறார். மழையின் குளிரில் நடுங்கியபடியும், குளிருக்கு இதமாக பீடியைப் பற்றவைத்து புகைத்தபடி இருக்கும் தொழிலாளிகள். அப்பொழுது உள்ளே அவர்களுக்குள் பேசிக் கொள்கிறார்கள்.

பெண் தொழிலாளி : இந்தக் கொட்டக போறாது.

ஆண் தொழிலாளி : ஒரு பந்தலும் வேணும்...

குளிரில் நடுங்கியபடி குத்த வைத்து அமர்ந்திருக்கும் மங்கா...

cut to :
காட்சி : 30
பேருந்து Ext.Int.Day

நன்கு மழை பெய்து கொண்டிருக்க, பேருந்தில் ஒருவிதக் கலகத்துடன் பயணம் செய்து கொண்டிருக்கும் சுதா மற்றும் கோபி.

cut to :
காட்சி : 31
வளசரவாக்கம் இடம் Ext.Int.Day

தொழிலாளிகள் மழைக்காக ஒதுங்கி நிற்க, அங்கு ஒரு குடையினுள் சுதாவும் கோபியும் வருகிறார்கள். சுதா குடிசைக்கு வெளியில் நிற்கும் மேஸ்திரியிடம்...

சுதா	:	(கலக்கமாக) என்ன மேஸ்திரி இப்படி இருக்கு..?
மேஸ்திரி	:	(வானத்தைப் பார்த்தபடி) என்னம்மா பண்றது?
கோபி	:	(கவலையாக) இன்னைக்குப் பூராவும் இப்படியேதான் இருக்கும்போல இருக்கே...

நன்கு கொட்டி தீர்க்கும் மழையில் செய்வது அறியாமல் கவலையுடன் நிற்கும் கோபி மற்றும் சுதா..

cut to :
காட்சி : 32
சுதாவின் வீடு. வெளிப்புற ஹால் Int.Day

தனது சாய்வு நாற்காலியில் அமர்ந்தபடி பேப்பர் படித்துக் கொண்டிருக்கும் தாத்தா. பேப்பரில் வங்கக் கடலில் புயல் என்ற தலையங்கம் இருக்கிறது.

குறிப்பு	:	பின் வரும் காட்சிகள் மழையினால் சுதா படும் அவதியும், வேலை தடைபட்டு நிற்பதும் மான்டேஜ் காட்சிகளாக விரிகிறது.

cut to :
காட்சி : 33
பேருந்து நிறுத்தம் Ext.Day

மழையில் பேருந்து கிடைக்காமல் நிறுத்தத்தில் பெருமளவு ஜனங்களுக்கு மத்தியில் குடையுடன் நிற்கும் சுதா மற்றும் கோபி.

cut to :
காட்சி : 33A
சாலை Ext.Day

பேருந்து கிடைக்காததால் மழையில் ஒரு குடையைப் பிடித்தபடி நடந்தே செல்லும் கோபி மற்றும் சுதா.

cut to :
காட்சி : 33 B
சாலை Ext.Day

சாலையெங்கும் தண்ணீர் குளம்போல் காட்சியளிக்க அதில் வாகனங்கள் சிரமத்துடன் நகர்ந்தபடி செல்கிறது.

ut to :
காட்சி : 33C
சாலை Ext.Day

தண்ணீர் நிறைந்த சாலையில் வாகன நெரிசலுக்கு மத்தியில் சிரமப்பட்டு சாலையைக் கடக்கும் கோபி மற்றும் சுதா.

cut to :
காட்சி : 33D
பேருந்து நிறுத்தம் Ext.Day

நன்கு கொட்டிக் கொண்டிருக்கும் மழையில் பேருந்திற்காகத் தனியாகக் காத்துக் கொண்டிருக்கும் சுதா.

cut to :
காட்சி : 33 E
சுதாவின் வீடு Ext.Day

மழையில் குடை இருந்துமே முழுக்க நனைந்தபடி வெளிப்புற கேட்டை வேகமாகத் திறந்துகொண்டு வீட்டினுள் வரும் சுதா.

cut to :

காட்சி : 33 F

சுதாவின் வீடு Int.Day

சுதாவின் வீட்டு வெளிப்புற ஹால். தனது சாய்வு நாற்காலியில் அமர்ந்திருக்கும் தாத்தா. வீட்டினுள் வேகமாக வரும் சுதா. குடையை விரித்தபடியே தண்ணீர் வடிவதற்காக வைக்கிறாள். முழுக்க நனைந்திருக்கும் தனது பேத்தியைப் பார்க்கும் தாத்தா அவளிடம்...

தாத்தா : என்னம்மா, ரொம்ப நனைஞ்சிருக்க... போ... போ... சீக்கிரமா தொவட்டிக்கோ...

cut to :

காட்சி : 34

வளசரவாக்கம். இடம் Ext.Day

மழை பெய்து ஓய்ந்துபோய் நன்கு பிரகாசமாக வெயில் அடிக்கிறது. தேங்கியுள்ள மழைநீர் மோட்டார் பம்பு மூலமாக வெளியேற்றப்பட்டு வருகிறது. இதர வேலைகளைக் கண்காணித்தபடி இருக்கும் காண்டிராக்டர். அப்போது அங்கு வேலைகள் மும்முரமாக நடப்பதைப் பார்த்தபடி வரும் சுதா மற்றும் கோபி. சுதா நிமிர்ந்து வானத்தைப் பார்த்தபடி கோபியிடம்...

சுதா : இனி வராதுன்னு நினைக்கிறேன்..

கோபி : let us hope so

சுதா : (கவலையாக) இரண்டு நாள் வேலை நின்னுபோச்சு. மோட்டருக்கு வேற 150 ரூபா கேக்கறான்.

கோபி : என்ன பண்ணறது? வேலை நடக்கணும்ல...

பெருமூச்சுவிட்டபடி கவலையாக நிற்கும் சுதா.

cut to :

காட்சி : 35
சுதாவின் வீடு. படுக்கையறை Int.Day

சுதா தனது படுக்கையில் அமர்ந்தபடி வரவு செலவு கணக்குகளை ஒரு நோட்டில் எழுதிக் கொண்டிக்கிறாள். வெளியே ஹாலில் தனது சாய்வு நாற்காலியில் அமர்ந்தபடி தனது சங்கீதத்தில் ஆழ்ந்திருக்கும் தாத்தா. அப்பொழுது ஒரு மருந்து பாட்டிலைக் கையில் எடுத்துக் கொண்டு தாத்தாவின் அருகில் வரும் இந்து.

இந்து   :   (மருந்து பாட்டிலில் மூடியைத் திருகியபடி) ஆ...
               சொல்லு... ஆ... சொல்லு...

தாத்தா   :   (கெஞ்சலாக)   இன்னிக்கு   வேண்டாம்டா...

இந்து   :   (அதிகாரமாக) ஏன்?

தாத்தா   :   (குழந்தையைப் போல) ரொம்ப கசக்குதுப்பா...

இந்து   :   (துடுக்காக) மருந்து பின்னே கசக்காம
               இனிக்கவா செய்யும்?

மருந்தை ஒரு பாட்டிலில் ஊற்றி தாத்தாவுக்கு நீட்டியபடி

இந்து   :   ஆ...

வேறு வழியில்லாமல் வாயைத் திறக்கும் தாத்தா. அவருக்கு மருந்தை ஊட்டி விட்டு, கசப்பில் இருமும் தாத்தா. மருந்து பாட்டிலை இருந்த இடத்தில் வைத்துவிட்டு படுக்கையறையில் சுதாவின் அருகில் வந்து அமரும் இந்து.

இந்து   :   ஸ்கூல் பங்ஷனுக்கு பட்டுப் பாவாடை கேட்டேன்
               இல்ல.

கணக்கு எழுதிக் கொண்டிருக்கும் சுதா. நிமிர்ந்து இந்துவைப் பார்த்துவிட்டு மறுபடியும் தனது வேலையைத் தொடர்கிறாள்.

இந்து   :   எப்ப வாங்கி எப்ப தக்கிறது?

சுதா : (நிமிர்ந்து உட்கார்ந்து பொறுமையாக) இப்ப எதுக்குடீ பட்டு பாவாடை. முந்நூறு ரூபாயாவது ஆகும். ஒன்கிட்டதான் ஒண்ணு இருக்கு இல்ல. அதையே கட்டிக்கையேன்.

இந்து : போக்கா, எட்டாம் கிளாசுல ஒண்ணு தச்சுக் கொடுத்த. (தனது முட்டியைக் காண்பித்தபடி) அது இப்ப எங்க நிக்குது.

சுதா : இந்தா பாரு, முன்னே மாதிரியா இப்ப. செலவெல்லாம் ஜாஸ்தி ஆயிருச்சு. உனக்குத் தனியா ஒரு ரூம் வேணும்னு கேட்டப்ப, நான் சரின்னு சொல்லல. நிலைமை தெரியாம பேசறயேடீ?

இந்து : (மூஞ்சியை உம்மென்று வைத்தபடி) தினம் ஒரு சாக்கு சொல்லு போ...

என்று கோபித்துக் கொண்டு அங்கிருந்து எழுந்து செல்கிறாள். அவளையே பார்த்தபடி அமைதியாக அமர்ந்திருக்கும் சுதா.

cut to :

காட்சி : 36

வளசரவாக்கம் இடம்Ext.Day

காங்கிரீட் கம்பியைக் கட்டிக் கொண்டிருக்கும் தொழிலாளி. காங்கிரீட் கம்பியைப் பார்த்தபடி கோபி, சுதாவிடம்...

கோபி : மியூசியத்துல இருக்கிற எலும்பு கூடு மாதிரியில்ல..

சுதா : (ரசித்தபடி) ஆமா...

அப்பொழுது அங்கு ஸ்கூட்டரில் வந்து இறங்கும் கான்டிராக்டர். அங்கிருந்தபடியே கோபி சுதாவை நோக்கி...

Contractor : Good morning

அவரது வணக்கத்தை ஏற்பதைப் போல் அங்கிருந்தபடி கையைத் தூக்கும் கோபி.

செட்டுக்குள் வரும் ***contractor.*** *அடுக்கி வைத்திருக்கும் செங்கல்களுக்கு கீழே இரைந்து கிடக்கும் பொடிக்கற்களைப் பார்த்து கோபமாக மேஸ்திரியிடம்...*

Contractor : ஏன்யா மேஸ்திரி, என்னய்யா இது? இவ்ளோ கல்லு உடைஞ்சு கிடக்கு?

மேஸ்திரி : (மெல்லிய சிரிப்புடன்) என்னங்க, ஒரு பத்து பன்னிரண்டு கல்லு, மிஞ்சிப் போனா ஒரு அஞ்சு ரூபா...

Contractor : (மேஸ்திரியின் அருகில் வந்து நின்றபடி) எப்படி எப்படி? மிஞ்சிப் போன அஞ்சு ரூபாயா... ஆ... ஏ... உங்களுக்கு அஞ்சு ரூபா... பணமாத் தெரியலயா..? (உரக்கக் கத்தியபடி) ஒன் சம்பளத்துல ஒரு ரூபா கம்மியாக் கொடுத்தா நீ வாங்கிக்குவியா ..?

காண்டிராக்டரை அதிர்ந்து போய்ப் பார்த்தபடி இருக்கும் சுதா.

Contractor : பாவம், அவுங்க கஷ்டப்படுற காசு. (சுதாவின் பக்கம் கையைக் காண்பித்தபடி)

தான் இயல்பாகச் சொன்ன விஷயத்தை காண்டிராக்டர் இவ்வளவு பெரிதாக ஆக்கியதை எண்ணி முழித்தபடி இருக்கும் மேஸ்திரி.

மேஸ்திரி : சார் இது ஒண்ணும் வேஸ்ட் இல்லைங்கிலே... மூணு ஜல்லி பொறுக்கி எடுத்துக்கிட்டாப் போச்சு.

Contractor : எனக்கு வேல கத்துக் கொடுக்கற?

மேஸ்திரி : (பதறியபடி) ஐய்யய்யோ...

Contractor : (மேஸ்திரியை மேலே பேசவிடாமல்)இத பாரு,

லாரியில வற்ரப்போ ஒரு கல்லு ஒடையக் கூடாது. ஒழுங்கா கொண்டுவர முடியலைன்னா லாரியவே மாத்திருவேன்னு சொல்லு.

காண்டிராக்டரின் சத்தம் கேட்டு அங்கு வரும் வள்ளி மற்றும் மங்கா...

Contractor : எங்கய்யா உங்க ஆளுங்கலாம். மணி எட்டு ஆவுது.

மேஸ்திரி : டிபன் சாப்பிடப் போயிருக்காங்க சார்.

Contractor : (மேலும் உரக்கக் கத்தியபடி) எட்டு மணிக்கா... என்ன விளையாடறீங்களா... ஆ...

திருதிருவென்று முழித்தபடி இருக்கும் மேஸ்திரி.

வள்ளி : ஏன்கா, இரண்டு கல்லு உடைஞ்சதுக்கு இம்மா கூவு கூவுறானே...

மங்கா : அட அறிவு கெட்டவளே, இரண்டு கல்லு உடைஞ்சதுக்கு இம்மா கூவு கூவுனாத்தான் நாளைக்கு எரநூறு கல்லு திருடரப்போ யாரும் கண்டுக்க மாட்டாங்க. (தனது வாயில் அடித்துக்கொண்டபடி) அவ்வவா இன்னமா நடிக்கிறான்யா.. இந்த ஆளு காண்டி சினிமாவுல ஆக்ட் கொடுத்தான், நம்ம ரெஜினி அவுட்டுபா..

Contractor : நேராக சுதா மற்றும் கோபியிடம் வந்தபடி..

Contractor : பாருங்க சார், என்ன பண்றாங்கன்னு. எதை வேணாலும் பொறுத்துப்பேன். ப்ச் இந்த வேஸ்ட் மட்டும் (தலையசைத்தபடி) (ஊக்கப்) என்று சொல்லிவிட்டு அங்கிருந்து செல்கிறார். அவரையே பார்த்தபடி இருக்கும் கோபி மற்றும் சுதா...

கோபி : (காண்டிராக்டரின் பேச்சில் கவரப்பட்டு He is good) அ...

ஆம் என்று தலையசைத்தபடி சுதா..

cut to :
காட்சி : 37
சுதாவின் அலுவலகம் Int.Day

சக ஊழியர்களுடன் அலுவலக லிப்ட்டில் ஏறும் சுதா மற்றும் கோபி. லிப்ட் மேலே சென்று கொண்டிருக்கும்போது தனது தலையை சரிசெய்யும் சுதா. அப்பொழுது வளையல்கள் சத்தம் கேட்க, அதைக் கவனிக்கும் பங்கஜம்.

பங்கஜம் : ஏய் புதுசா இருக்கே (வளையல்களைப் பிடித்து பார்த்தபடி) எத்தனை பவுனு?

சுதா : (தயங்கியபடி) (ஆ... அது...)

மற்றொரு
பெண்ஊழியர்: (நக்கலாக) கவரிங்கா..?

பதில் ஏதும் சொல்லாமல் தனது கவலையை அடக்கியபடி அமைதியாக இருக்கும் சுதா.

cut to :
காட்சி : 38
சுதாவின் வீடு Ext.Day

சுதாவின் வீட்டுக்கு மேலே குடியிருக்கும் பெண்மணி தனது மகளைக் கூட்டிக்கொண்டு மாடிப்படிகளில் இருந்து இறங்கி வருகிறாள். தனது வீட்டு ஹால் சாய்வு நாற்காலியில் அமர்ந்தபடி வழக்கம் போல் பாடிக்கொண்டிருக்கும் தாத்தா. பெண்மணி படிக்கட்டிலிருந்து இறங்கியதும் குழந்தையை மட்டும் தாத்தாவின் வீட்டுக்கு அனுப்பிவிட்டு

அங்கேயே நிற்கிறாள். கையில் தட்டும், அதில் நிறைய சாக்லேட்களையும் எடுத்துக்கொண்டு தாத்தாவின் அருகில் வரும் சிறுமி. தாத்தா மடியில் சொலகை வைத்து அதில் இருக்கும் உமியைப் பொறுக்கிக் கொண்டிருக்கிறார்.

சிறுமி : (தாத்தாவின் அருகில் வந்த நின்று) தாத்தா... எடுத்துக்கோங்க...

தாத்தா : (தட்டில் இருக்கும் சாக்லேட்டை எடுத்தபடி) என்ன விசேஷம்?

சிறுமி : (செல்லமாக) எனக்கு இன்னிக்கு birthday.

தாத்தா : அடடா... (என்று சிறுமியின் கன்னத்தில் செல்லமாக முத்தமிடுகிறார்)

தனது கன்னத்தில் பதிந்திருக்கும் தாத்தாவின் எச்சத்தைத் துடைத்தபடி நிற்கிறாள்.

தாத்தா : இன்னிக்கு உனக்கு என்ன வயசு?

சிறுமி : தெரியாது.. உனக்கு?

தாத்தா : எனக்கா எம்பத்திமூணு முடிஞ்சு எம்பத்தி நாலு நடக்குது...

சிறுமி : (வியப்பாக) அப்பா...

என்று சொல்லியபடி அங்கிருந்து கிளம்பி அடுத்த குடித்தன வீட்டுக்குச் செல்கிறாள். அப்பொழுது அங்கு கையில் பேப்பருடன் வேகமாக வரும் நாயர். தாத்தாவின் அருகில் வந்து நின்றபடி...

நாயர் : யோ முருகேசு...

நிமிர்ந்து நாயரைப் பார்த்தபடி...

தாத்தா : ம்ம்...

நாயர் : (பதற்றமாக) நம்ம அந்தோணிசாமியில்ல.. அந்தோணிசாமி... போயிட்டான்யா...

சோகத்தில் வாயடைக்கும் தாத்தா. கண்கள் கலங்கியபடி,

தாத்தா : என்னாச்சு?

நாயர் : என்ன ஆச்சு? வயசாச்சு. (அருகிலிருக்கும் பெஞ்சை நோக்கி நடந்தபடி) கடைசி காலத்துல யாருமே கவனிக்கல, அம்போன்னு வுட்டுட்டாங்க. (பெஞ்சில் அமர்ந்தபடி) பாவம் அவனே சமச்சிக்கிட்டு, அவனே துணி தொவச்சிக்கிட்டு, நோக்கணும்... (கோபமாக) இந்தக் காலத்துப் பசங்க இருக்காங்களே, தான் தகப்பனுக்குக் கொஞ்சம் பணத்த அனுப்பிட்டா எல்லாக் கடமையும் தீர்ந்து போச்சின்னு நினைக்கிறாங்க..

(மாடியிலிருந்து நாயரைக் கூப்பிடும் அவரது மனைவி)

நாயர் : தோ, வரேண்டீ..

மெதுவாக நாற்காலியிலிருந்து எழுந்தபடி, தனக்குள் பொலம்பிக் கொண்டுபோகும் நாயர்.

நாயர் : மக்களைப் பெத்து வளர்த்தி ஆளாக்கி ஆ... எந்து கண்டு..?

மாடிப்படிகளுக்கு அருகே மாவாட்டிக் கொண்டிருக்கும் நாயரின் மகள் அவரிடம்,

நாயர் மகள் : அம்ம விளிச்சது கேட்டில்லே..?

ஏதும் பதில் பேசாமல் மாடிப்படிகளில் ஏறும் நாயர். அந்தோணியின் மறைவுச் செய்தி தாத்தாவை மிகவும் பாதிக்கிறது. அவர் ஏதோ யோசித்தவராய் அமைதியாக அமர்ந்திருக்கிறார். பிறகு சொலகுடன் எழுந்திருந்து படுக்கையறைக்குச் செல்லும் தாத்தா, அங்கு ஒரு மேஜை மீது சொலகை வைத்துவிட்டு மற்றொரு அறையில்இருக்கும் மேஜையின் டிராவிலிருந்து ஒரு சாவியை எடுக்கிறார். அதற்கு அருகிலேயே

இருக்கும் பெரிய மரப்பெட்டியை எடுக்கிறார். அதை மற்றுமொரு சாவிமூலம் திறக்கும் தாத்தா. அதனுள் நூறு ரூபாய்க் கத்தை ஒன்று இருக்கிறதைப் பார்த்துவிட்டு அதற்கு அடியிலிருக்கும் தாலிச் சங்கிலியையும் எடுத்துப் பார்க்கிறார். பிறகு அந்தச் சிறிய மரப்பெட்டியை எடுத்துக் கொண்டு எழுதும் மேஜையின்மீது வைக்கிறார். பிறகு மேஜையின் டிராவிலிருந்து ஒரு நோட்டையும் பேனாவையும் எடுத்து எழுத ஆரம்பிக்கிறார். தான் எழுதும்போது அதைக்கூடவே உரக்கப் படித்தபடி இருக்கும் தாத்தா.

தாத்தா : (படிக்கும் தோரணையில்) என் சொந்த சேமிப்பாகிய இந்தப் பணம் ரொக்கம் பன்னிரெண்டாயிரம் ரூபாய். என் பேத்திகள் சுதா, இந்து ஆகிய இருவரின் கல்யாணத்துக்கு சமமாக பிரித்துக் கொள்ளவும். இத்துடன் இருக்கும் என் மனைவியின் தாலிக்கொடி பத்து பவுன். இதுவும் மேற்படி இருவருக்கும் சம பங்கு. இதை என்னுடைய பூரண சம்மதத்துடன் சுய நினைவுடனும் எழுதுகிறேன். சுபம். இப்படிக்கு அ.முருகேசன்.

மேற்படி தாத்தா எழுதிக் கொண்டிருக்கும்பொழுது சுதாவின் வீட்டுக்கு வரும் கோபி. வீட்டுக்கதவு சாத்தப் பட்டிருக்கவும், அதைத் தட்டியபடி..

கோபி : சுதா...

கோபியின் சத்தம் கேட்டு எழுதுவதை நிறுத்தியபடி தாத்தா...

தாத்தா : இதோ வந்துட்டேன்...

எழுதிய காகிதத்தை நோட்டிலிருந்து பிய்த்து, பணமிருக்கும் சிறிய பெட்டியினுள் வைக்கும் தாத்தா. வெளியே பொறுமையாகக் காத்திருக்கும் கோபி. தாத்தா சிறிய பெட்டியைப் பெரிய பெட்டியினுள் வைத்து பூட்டிய பிறகு வந்து வெளிக்கதவைத் திறக்கிறார்.

தாத்தா : (சிரித்தபடி) வா வா...

பாலுமகேந்திரா 71

வீட்டினுள் வரும் கோபி, உள்ளே வரவேற்பறையில் ஒரு நாற்காலியைக் காண்பித்தபடி...

தாத்தா : வுக்காரு...

நாற்காலியில் அமரும் தாத்தா மற்றும் கோபி.

கோபி : என்ன தாத்தா தனியா இருக்கீங்க? எங்க அவுங்க?

தாத்தா : மார்க்கெட்டுக்குப் போயிருக்காங்க...

கோபி : ஓ... சன்டே ஷாப்பிங்.

சிறிது நேரம் மௌனமாக இருக்கும் தாத்தா மற்றும் கோபி.

தாத்தா : (பலத்த யோசனைக்குப் பிறகு) கோபி...

கோபி : (நிமிர்ந்து தாத்தாவைப் பார்த்தபடி) ம்ம்...

தாத்தா : கேக்குறேன்னு தப்பா நினைச்சுக்காதே... கண்டிப்பா எங்க சுதாவை நீ கல்யாணம் பண்ணிக்குவேல்ல..?

கோபி : என்ன தாத்தா இப்டி கேட்டிட்டீங்க?

தாத்தா : பண்ணிப்பே இல்ல?

கோபி : நிச்சயமா...

தாத்தா : சின்னவாகூட உன் தங்கச்சி மாதிரிதான். நீ தான்பா அவள கரை சேக்கணும்...

அவர்களின் பேச்சுக்கு மத்தியில் பேர் இரைச்சலுடன் வேகமாக பின்னால் இருக்கும் தண்டவாளத்தில் செல்லும் ரயில் வண்டி. சிறிய யோசனைக்குப் பிறகு தாத்தா கொடுத்த பொறுப்பை ஏற்றுக் கொண்டவராய் தலையசைக்கும் கோபி.

cut to :

காட்சி : 39
வளசரவாக்கம். இடம் Ext.Day

குறிப்பு : பின்வரும் வெவ்வேறு காட்சிகள். கட்டிடவேலை மும்முரமாக நடப்பதையும் கோபி மற்றும் சுதா இடைவிடாது ஒருத்தொருக்கொருத்தர் மாறி மாறி வேலைகளைக் கண்காணிப்பது போன்று மான்டேஜ் காட்சிகளாக வளர்கிறது.

cut to :
காட்சி : 40
வளசரவாக்கம் தெரு Ext.Day

சுதா வீடு கட்டிக்கொண்டிருக்கும் தெருவில் வீட்டு கேட்டிற்கு வெளியே நின்றபடி தனது பேத்திக்கு சாப்பாடு ஊட்டிக்கொண்டிருக்கும் பெரியவர். அவ்வழியே சுதா போவதைப் பார்த்து அவளைக் கூப்பிடும் பெரியவர்.

பெரியவர் : அம்மா...

தன்னைத்தான் அவர் கூப்பிடுகிறாரா என்று தெரியாமல் முன்னும் பின்னும் பார்க்கும் சுதா...

பெரியவர் : உன்னைத்தான்ம்மா..

அவருக்கு அருகில் வந்து நிற்கும் சுதா.

சுதா : யெஸ்.

பெரியவர் : அந்த கார்னர் ப்ளாட்டுல நீதானே வீடு கட்டிட்டிருக்கே..?

சுதா : ஆமாங்க...

பெரியவர் : வேறு ஒரு நல்ல வாட்ச்மேனாப் பாத்து போடக் கூடாது?

சுதா : ஏன்..?

பெரியவர் : இல்ல நேத்து என்கிட்ட வந்து கம்மி விலைக்கு ஜல்லி வேணுமான்னு கேட்டான். நான் திட்டி அனுப்பிச்சிட்டேன். அதனாலதான் சொன்னேன்.

இதைக் கேட்டுக் குழப்பத்தில் நிற்கும் சுதா. அப்படியா..?

பெரியவர் : இந்தப் பசங்களே இப்படிதான்மா. தெரிஞ்சவங்களை யாராவது வையி.

சுதா : (மனப்பூர்வமாக) Thank you sir

cut to :

காட்சி : 41

வளசரவாக்கம் சுதாவின் இடம் Ext.Day

சுதாவின் இடத்திலுள்ள கிணற்றில் நீர் இரைத்துக் கொண்டிருக்கும் மங்கா. சைட்டுக்குள் வரும் சுதா. அவளைப் பார்த்ததும் மேஸ்திரி.

மேஸ்திரி : (மரியாதையாக) வணக்கம்மா.

சுதா : வணக்கம்

சுதாவின் குரல் கேட்டுத் திரும்பும் மங்கா சுதாவிடம்,

மங்கா : (உரிமையாக) கன்னி வெயிலில நடந்து வந்திருக்கிற... வா கொஞ்சம் தண்ணி குடியா...

சுதா : வரேன்.

என்று மங்காவின் அருகில் வரும் சுதா... மங்கா நீர் இரைத்துக் கொடுக்க, அதைத் தன் கைகளால் வாங்கிக் குடிக்கும் சுதா. அப்பொழுது அவளுக்கு மட்டும் கேட்கும் சப்தத்தில்...

மங்கா : கண்ணு...

சுதா : (தண்ணீர் குடித்தபடி) ம்ம்...

மங்கா : ஒன் கையுல ஒரு முக்கியமான விஷயம் சொல்லணுமே...

சுதா : ம்ம்...

மங்கா : கொஞ்சம் கொட்டாய்க்கு அந்தாண்டைவந்திரு...

சுதா : ம்ம்...

தனது கொட்டாய்க்கு அருகில் தயக்கமாக நிற்கும் மங்கா. அவளுக்கு அருகில் வந்து நின்றபடி சுதா.

சுதா : (ஆர்வமாக) என்ன மங்கா..?

மங்கா : ஒன்மேல ஆணையாச் சொல்றேன். நான் சொன்னேன்னு மட்டும் யார்கையலயும் சொல்லிடாதே...

சுதா : என்ன விஷயம் ?

தனது கொட்டாய்பக்கு அருகில் தயக்கமாக நிற்கும் மங்கா. அவளுக்கு அருகில் வந்து நின்றபடி சுதா...

சுதா : (ஆர்வமாக) என்ன மங்கா?

மங்கா : நம்ம காண்டிராக்டர் இல்ல. அந்த ஆளும் இந்த வாட்ச்மேன் பையனும் சேந்து சிமெண்ட் திருடறானுங்க

சுதா : ஒனக்கு எப்படித் தெரியும்?

மங்கா : என் கண்ணாலப் பாத்தேன். நம்ம சிமெண்ட் லாரி வந்திக்கின்னு இருந்துதா. அடுத்த தெருவுல நிறுத்தி ஒரு ஹூட்ல இரண்டு மூட்டையைத் தள்ளிக்கின்னு துட்டு வாங்கிக்கினாங்க.

சுதா : (அதிர்ச்சியாக) இன்னைக்கா..?

மங்கா : தே இப்ப கண்ணு... நீ வர்ரதுக்கு சத்த முன்னாடி மூட்டைகளை எண்ணிப் பாரு. உனக்கே தெரியும்.

மங்கா சொல்வதைக் கேட்டு அதிர்ந்து போய் நிற்கும் சுதா.

மங்கா : என்னவோ உன் கைல சொல்லணும்னு தோணுச்சு. சொல்லிக்கிண்ணேன். என்னை மட்டும் மாட்டி வுட்ராத கண்ணு. பொய்ப்பு பூடும்

என்று சொல்லிவிட்டு அங்கிருந்து செல்லும் மங்கா.

அடுக்கிய சிமெண்ட் மூட்டைகள்மேல் அமர்ந்தபடி பீடி பிடித்துக் கொண்டிருக்கும் வாட்ச்மேன். அப்பொழுது அந்தப் பக்கம் பாணலில் மணலை எடுத்துக்கொண்டு வரும் பொண்ணைப் பார்த்து வாட்ச்மேன்...

வாட்ச்மேன் : (நக்கலாக) என்னமே, கண்டுக்க மாட்டேங்கிற...

அவனைப் பார்க்கக்கூட இல்லாமல் நேராகப் போகும் பெண் தொழிலாளி. அப்பொழுது அங்கு வரும் சுதா. திரும்பி பீடி பிடித்துக்கொண்டிருக்கும் வாட்ச்மேனிடம்...

சுதா : என்ன வாட்ச்மேன்..?

சுதாவின் குரல் கேட்டு, திடுக்கிட்டு எழுந்திருந்து பீடியைக் கீழே போடும் வாட்ச்மேன்.

வாட்ச்மேன் : வாங்கம்மா...

சுதா : (கீழே இருக்கும் சிமெண்ட் மூட்டைகளைக் காண்பித்து) இதெல்லாம் இன்னைக்கு வந்ததா..?

வாட்ச்மேன் : ஆமாங்க...

சுதா : எத்தனை மூட்டை?

வாட்ச்மேன் : முப்பதுங்க.

சுதா : ஏத்தறப்போ எண்ணித்தானே ஏத்தனீங்க..?

வாட்ச்மேன் : (நக்கலாக) பின்னே...

சுதா : எங்கே இதக் கொஞ்சம் எண்ணு பாக்கலாம்.

வாட்ச்மேன் : எண்ணிதாங்க ஏத்திக்கிட்டு வந்தேன். அதான் முப்பது மூட்டைன்னு சொன்னேனே...

சுதா, வாட்ச்மேன் பேசுவதை கவனிக்கும் காண்டிராக்டர்.

சுதா : சொல்றத செய்யி (தீர்மானமாக) எண்ணு. மூட்டைகளை எண்ண ஆரம்பிக்கும் வாட்ச்மேன்.

வாட்ச்மேன் : ஒண்ணு, ரெண்டு, மூணு, நாலு, அஞ்சு, ஆறு, ஏழு, எட்டு, ஒன்பது, பத்து...

வாட்ச்மேன் மூட்டைகளை எண்ண ஆரம்பிக்கும்போது வேகமாக அங்கு வரும் சுதாவிடம்.. (பதற்றமாக) என்னங்க?

சுதா : ஒண்ணுமில்லை, சிமெண்ட் திருட்டு போகுதுன்னு கேள்விப்பட்டேன். அதான் ஒரு தடவ செக் பண்ணிக்கலாம்னு...

Contractor : என்னது சிமெண்ட் திருட்டு போகுதா..? நம்ம யூனிட்டிலயா..?

சுதா : ஆமா...

Contractor : அப்படீன்னு யாரு சொன்னது?

சுதா : யாரு சொன்னா உங்களுக்கு என்ன? முப்பது மூட்டைதானே இன்னிக்கு வாங்குனீங்க..?

Contractor : ஆமா.

சுதா : எங்க கொஞ்சம் எண்ணச் சொல்லுங்க, பாக்கலாம்.

Contractor : (சமாளித்துச் சிரித்தபடி) என்னங்க இது? நீங்க பேசறத பாத்தா என்னையே சந்தேகப்படுறமாதிரி இருக்கே...

சுதா : அதெல்லாம் அப்புறம் பேசிக்கலாம். முதல்ல இத எண்ணச் சொல்லுங்க.

Contractor : (கடுப்பாக வாட்ச்மேனைப் பாத்து) யோவ் அறிவு கெட்டவனே, சொல்றாங்கல்ல எண்ணேன்.

ஒவ்வொரு மூட்டையாகக் கைவைத்து எண்ண ஆரம்பிக்கும் வாட்ச்மேன்.

வாட்ச்மேன் : ஒண்ணு, ரெண்டு, மூணு, நாலு, அஞ்சு, ஆறு, ஏழு, எட்டு, ஒன்பது, பத்து...

வாட்ச்மேன் எண்ண எண்ண அதை கவனிக்கும் சுதா மற்றும் காண்டிராக்டர். 14,12,13,14, 15, 16, 17, 18, 19, 20, 21 எண்ணிக்கை கூடக் கூட, சுற்றி வேலை பார்த்துக் கொண்டிருக்கும் அனைத்து கட்டிடத் தொழிலாளிகளும் மூட்டையை நெருங்கி வருகிறார்கள். 22, 23, 24, 25 மெல்ல எண்ணிக்கையை இழுத்தபடி சொல்ல ஆரம்பிக்கும் வாட்ச்மேன்... 26, 27, 28... வெடவெடத்துப்போய் நிற்கும் காண்ட்ராக்டர். எண்ணி முடித்துத் திருதிருவென்று முழித்தபடி நிற்கும் வாட்ச்மேன்.

சுதா : (வாட்ச்மேனிடம்) முப்பது வாங்கினதா சொன்ன?

Contractor : (சமாளித்தபடி) ஏன்யா, எத்தனை மூட்டைய்யா வாங்குனோம்?

சுதா : ஏன் உங்களுக்குத் தெரியாதா? முப்பதுன்னு நீங்ககூடதானே சொன்னீங்க?

Contractor : முப்பதுதான் வாங்கச் சொன்னேன். அவன் எவ்வளவு வாங்கிருக்கான்னு தெரிய வேண்டாமா? (திரும்பி வாட்ச்மேனிடம் கோபமாக) சொல்லுய்யா, மரம் மாதிரி நிக்கிறியே, வாயில என்ன கொழுக்கட்டையா வச்சிருக்க?

வாட்ச்மேன் : (கிளிப்பிள்ளையைப் போல் டக்கென்று) 28-ங்க

சுதா : 28 ஆ எண்ணிப் பாத்து முப்பது வாங்கினதா இப்ப சொன்ன?

வாட்ச்மேன் : (திருதிருவென்று காண்டிராக்டரைப் பார்த்து முழித்தபடி) அது வந்து தப்பா சொல்லிட்டேம்மா..

சுதா : (விஷயத்தைப் புரிந்துகொண்டு) ஓஹோ... (திரும்பி காண்டிராக்டரைப் பார்த்து) 30 வாங்கச் சொன்னதா சொன்னீங்க. ஆ... எவ்வளவு வாங்குறாங்க? எவ்வளவு வந்ததுன்னு நீங்க செக் பண்ணமாட்டீங்களா...?

Contractor : (திமிராக) என்ன பேசறீங்க நீங்க? ஒவ்வொரு விஷயத்தையுமா செக் பண்ணிக்கிட்டு இருக்க முடியும்? வேற வேல இல்ல?

சுதா : இதப் பாருங்க, உங்களை நம்பிதான்ங்க நான் பணம் கொடுத்துக்கிட்டிருக்கேன்.நீங்க செக் பண்ணித்தான் ஆகணும்.

Contractor : (சமாளித்தபடி) சரி, சரி, விடுங்களேன். இன்னைக்கு என்னமோ செக் பண்ணல.

சுதா : எங்க, இன்னிக்கு வாங்குன பில்லைக் கொஞ்சம் கொடுங்க?

Contractor : (தனது சட்டையில் தேடுவதைப் போல் பாவனை செய்துவிட்டு) பில்லு. அது வந்து வீட்ல வச்சுட்டேன்னு நினைக்கிறேன்.

சுதா : (கண்கள் கலங்கியபடி வருத்தமாக) இதப் பாருங்க, கஷ்டப்பட்டு சம்பாதிக்கிற காசு. நாலு இடத்துல கடனஒடன வாங்கி இந்த வீட்டைக் கட்டிக்கிட்டிருக்கேன். (கோபமாக) இந்தத் திருட்டு வேலை மட்டும் என்கிட்ட வேண்டாம்

Contractor : என்ன திருட்டு வேலைங்கறீங்க? யாரு இப்ப திருடுனா..?

சுதா : (கண்ணீர் மல்க கோபமாக) நீங்கதான். இதுல இருந்து 2 மூட்டை சிமெண்ட் திருடி நீங்க விக்கல..

Contractor : (நக்கலாக) என்னம்மா? பொம்பளையாச்சேன்னு கொஞ்சம் மரியாதை கொடுத்தா, தலைக்கு மேலே ஏறிக்கிட்டிருக்கே? (மிரட்டலாக) யாருக்கிட்ட பேசுறன்னு நினைச்ச? என்ன, உன்ன மாதிரி நினைச்சியா? ஆபீஸ் சம்பளத்துலயா இவ்வளவு பெரிய வீடு கட்டிக்கிட்டிருக்க? (நக்கலாகச் சிரித்தபடி) ஹே,ஹே, நீங்கல்லாம் எப்படி சம்பாதிக்கறீங்கன்னு எங்களுக்குத் தெரியாதா?

(இதைக் கேட்டு கண்கள் கலங்கியபடி வாயடைத்து, உதவியில்லாமல் நிற்கும் சுதா) பெருசா கண்ணகி வேஷம் போடுறயே...

(காண்ட்ராக்டரின் இந்த வார்த்தைகளைக் கேட்டு இவ்வளவு நேரம் பொறுமையாக இருந்த மங்கா. காண்ட்ராக்டரின் மேல் பாய ஆரம்பிக்கிறாள்.)

மங்கா : (கோபத்தில் குரல் வெடிக்க) யோவ் காண்ட்ராக்டரு, மேற்கொண்டு எதனா பேசுனா (நாக்கை மடித்தபடி) செருப்பு பிஞ்சிடும்...

மங்காவின் இச்செயலைக் கண்டு அதிர்ந்துபோகும் அவளது அம்மா...

மங்காவின் அம்மா : ஏய் மங்கா...

மங்கா : கம்முனுகிட ஆத்தா... (திரும்பி Contractorஐப் பார்த்தபடி) என்ன வார்த்தை பேசிக்கிறான் பாரு... பாவம் பொட்டப்புள்ள, வாயகட்டி வயத்தகட்டி அங்க இங்க கடன் வாங்கி வீடு கட்டிக்கினு இருக்குது. அதப் போயி இன்னா வார்த்த கேட்டுக்கினான் பாரு ...

*(தன்னிடம் கூலி வாங்கும் ஒரு சாதாரண, கட்டடத் தொழிலாளியிடம் இப்பேச்சைச் சற்றும் எதிர்பாராமல் திணறியபடி நிற்கும் **Contractor**) பொட்டச்சின்னா அவ்ளோ எளக்காரமாப் பூடுச்சா உனக்கு? (நக்கலாக **Contractor**-ஐப்போல் பாவனை செய்தபடி) எப்படி சம்பாதிக்கறன்னா*

80 வீடு

கேக்கற? ஒன் பொஞ்சாதி கைலப் போயி கேளுய்யா. வெலாவரியாச் சொல்லுவா. ஹே... ஒன்னைத் தட்டிக் கேக்கறதுக்கு ஆளு இல்லைன்னு நினைச்சிக்கின்னு இருக்கியா? யோவ், ஒன்ன நான் கவுனுச்சிக்கினுதான் வர்றேன். எப்ப எவ குனியுறா? எங்கே தெரியுதுன்னே அலையற கசமாலம் நீ, நீ பேசற..?

சுதா : மங்கா...

மங்கா : நீ கம்முன்னு கட கண்ணு. யாரு இவன்? இல்ல கேக்குறேன் யார் இவன்? உன் பீ தின்றவன். என்னவோ அரிச்சந்திரனாட்டம் ஆடறானே...

இதைக் கேட்டுக் கோபத்துல மங்காவை முறைக்கும் Contractor.

மங்கா : ஆ முழிக்கறதப் பாரு. யோவ், ஒரு அப்பனுக்குப் பொறந்தவனா இருந்தா இப்ப வாய்யா. அடுத்த தெருவுல நீ 2 மூட்டை சிமெண்டைத் தள்ளிக்கினு துட்டை வாங்குனுயா? (விரல் விட்டுச் சொடுக்கிட்டபடி) இல்லையான்னு நான் ப்ருவ் பண்ணறேன்... (திரும்பி அருகிலிருக்கும் வாட்ச்மேனைப் பார்த்தபடி... யோ, பேமானி வாட்ச்மேனு. அவன்தான் பணக்காரன். சொரண்டிப் பொழைக்கிற சாதி. அவன் புத்தி அப்படித்தான் போகும். உனக்கு என்னைய்யா ஆச்சு? வாட்ச்மேனா... வாட்ச்மேனு... போ... போயி, மாமா வேல பாரு. தத்தேரி...

Contractor : (சட்டைப் பையிலிருந்து ஒரு சாவியை எடுத்துக் கீழே போட்டபடி வார்த்தைகளில் எந்தவித உணர்ச்சியும் இல்லாமல்) நீங்க வேற ஆளப் பாத்துக்குங்க. கணக்கு வழக்கெல்லாம் நாளைக்கு வீட்டுக்கு வரும் என்று சொல்லிவிட்டு வேகமாக அங்கிருந்து செல்லும் Contractor.

மங்கா : ஆ...அயித்தலக்கடி. அய்யாவுக்கு ரோஷம் பொத்துக்கிச்சா..? அட, போவட்டும் வுடு கண்ணு. இன்னமோ பூச்சி காமிக்கிறான் திருட்டுப்பய. இவரும் பூட்டாருன்னா ஊடு வுக்காந்துக்குமாக்கும். அய்ய, இந்தாக் கண்ணு சாமான் செட்டுல்லாம் வாங்கிப்போடு. பாத்துக்கிறோம். (கான்டிராக்டருக்குப் பின்னால் போகும் வாட்ச்மேன்)

சுதா : முடியுமா மங்கா..?

மங்கா : அட, இன்னா கண்ணு நீ... ஏழு வயசில இருந்து சிமெண்ட் சுமந்திக்கினு இருக்கிறேன். எம்மாம் பெரிய பில்டிங்கெல்லாம் பாத்தாச்சு. இது என்ன இது... தம்மாத்தூண்டு ஊடு...

(திரும்பி அமைதியாக நிற்கும் மேஸ்திரியைப் பார்த்து...)

மங்கா : (அதிகாரமாக) இன்னா மேஸ்திரி இன்னாங்குற? இத நம்மாலக் கட்ட முடியாது?

மேஸ்திரி : (நம்பிக்கையாக) ஏன் முடியாது..? அய்ய...

மங்கா : கேட்டுக்கினியா..? இந்தா கண்ணு, நீ ஒன்னையும் ஓசனை பண்ணாத சாமான் செட்லாம் வாங்கிப் போடு. நானும் ஆத்தாளும் இங்கயே வுயுந்து கிடக்கிறோம். ஒரு பொடி சிமெண்ட் மிஸ் ஆகுதா பாரு. (பொடவையை மடித்துப் பிடித்தபடி சவால் விடும் தோரணையில்) எவனுக்காவது திருட்டுப் புத்தி வந்திருச்சு... பட்டா, கைய கால நறுக்கிடுவேன். (மங்காவின் இச்செய்கையைப் பார்த்து தூரத்தில் இருந்து சிரிக்கும் ஒரு ஆண் தொழிலாளி...)

மங்கா : (அவனது அருகில் வந்து நின்றபடி) தே, என்னய்யா சிரிப்பு? இங்க என்ன அவுத்துப் போட்டா ஆடிக்கினு இருக்காளுங்க? போயா. போய் வேலயப் பாரு (திரும்பி மற்றவங்களைப் பார்த்து) போமா, தே போமா, தே போங்கறேன்ல...

Contractor போட்ட சாவியை எடுத்துக்கொண்டு சுதாவிடம் கரிசனையாக மங்கா...

மங்கா : நீ வா கண்ணு.

என்று கைத்தாங்கலாக சுதாவைக் கூட்டிப் போகும் மங்கா...

cut to :

காட்சி : 42

சுதாவின் வீடு ஹால் Int.Day.

கான்டிராக்டரின் செயலை எண்ணி வருத்தமாக அமர்ந்திருக்கும் கோபி. அவனுக்கு அருகில் அவளைச் சற்று தேற்றும் விதமாக...

ஐயங்கார் : (ஆறுதலாக) சரி கெடக்கிறான் விடு. செருப்பு கடிக்குதுன்னா தூக்கி எறிய வேண்டியதுதானே. நல்ல வேளை, இப்பவே தெரிஞ்சது. இல்லைன்னா சண்டாளன் பாதிப் பணத்தை இல்ல சாவகாசம் பண்ணியிருப்பான். தெரிஞ்சவன்னு சிபாரிசு பண்ணா, படவா பேரக் கெடுத்திட்டானே...

கோபி : (கவலையாக) ப்ச். போனதப் பத்தி என்ன சார்? மேற்கொண்டு என்ன பண்ணறது?

ஐயங்கார் : (சற்று யோசித்தபடி) மேஸ்திரியையும் மங்காவையும் வைச்சு டிரை பண்ணிப் பாப்போம். சரி வந்துடுத்துன்னா அப்படியே கண்டினியூ பண்ணிக்கறது. Satisfactory- இல்லைன்னு வைபி.

அப்புறம் இன்னொருத்தரைப் பாப்போம்.

ஐயங்காரின் ஆலோசனையைக் கேட்டு சற்று யோசித்துவிட்டு அருகில் இருக்கும் சுதாவைப் பார்க்கும் கோபி.

ஐயங்கார் : (சுதாவைப் பார்த்தபடி) But one thing, நீயோ Mr.Gopiயோ ஒருத்தர் எப்போதும் ஸ்பாட்டிலேயே இருக்கணும். மாறி மாறி லீவு போட்டுண்டு அட்ஜஸ்ட் பண்ணிடலாம். நோ ப்ராப்ளம். நான் தான் இருக்கேனே... இந்தாப் பாரு, வேணுங்கிற மெட்டீரியல்ஸ் வாங்கிப் போட்டு வாராவாரம் கூலியக் கொடுத்தா ஒரு மாசத்தில வீடு ரெடின்னேன்...

சுதா : (கவலையாக) முதல்ல அந்த ப்ளாட்ட வித்தாகணும்.

ஐயங்கார் : ஓ... சொல்ல மறந்திட்டேனே... என் பிரண்டு ஒருத்தன் வாங்கிக்கறேங்கிறான். அம்பதாயிரம் (இதைக் கேட்டதும் சற்று தெளிவாகும் தாத்தாவின் முகம்) சொல்லி இருக்கேன். நாப்பதுக்குப் படிஞ்சாக்கூட முடிச்சிடு. (உற்சாகமாக) பிளாட்டு மட்டும் அவனுக்குமெ புடிச்சு போச்சுன்னு வையி. சிங்கிள் பேமெண்ட் கேஷைத் தூக்கிக் கடாசிடுவான். He is very rich.

(பணத்தொல்லை தீர்ந்தது என்று எண்ணி சிரிக்கும் தாத்தா) பள்ளியிலிருந்து வீடு திரும்பும் இந்து... அவளிடம் ஐயங்கார்...

ஐயங்கார் : என்ன இந்து ஸ்கூல்ல இருந்தா?

இந்து : (உள்ளே அறைக்குள் சென்றபடி, நக்கலாக) இல்லை மாமா, ஆபீசுல இருந்து...

ஐயங்கார் : ஆஹா, நன்னா ஜோக் அடிக்கிறாளே... இந்த சமத்து படிப்பிலேயும் இருக்கட்டும். பேப்பர்ல

போட்டோ வரணும் ஞாபகம் வச்சிக்கோ...

(என்று சொல்லிச் சிரித்தபடி இருக்கும் ஐயங்கார்...)

cut to :

காட்சி : 43

வளசரவாக்கம் இடம். Ext.Day

சுதாவின் வளசரவாக்கம் இடம். கிணற்றில் நீர் இறைத்துக் கொண்டிருக்கும் கட்டிடத் தொழிலாளி. சரசு அவளது புடவை முழுவதும் ஈரத்தில நனைந்திருக்க, அவளைப் பின்னாலிருந்து முறைத்துப் பார்த்தபடி இருக்கும் மேஸ்திரி. சரசு ஒரு குடத்திலிருக்கும் நீரை அஸ்திவாரச் சுவற்றில் நன்கு ஈரம் படும்படியாக ஊற்றிச் செல்கிறாள். ஒரு பீடியைப் பிடித்தபடி அவளையே தொடர்ந்து பார்த்துக் கொண்டிருக்கும் மேஸ்திரி. மறுபடியும் தண்ணீர் எடுக்க வரும் சரசு. குடத்தைக் கீழே வைத்துவிட்டு சோம்பல் முறிக்கிறாள். அவளை வெறித்துப் பார்த்துக் கொண்டிருக்கும் மேஸ்திரி. அவளிடம்...

மேஸ்திரி : என்ன சரசு, காலங்காத்தால சோம்பல் முறிக்கிறியே... வூட்டுக்காரன் வூர்ல இருந்து வந்திட்டானா..?

சரசு : (வெட்கத்துடன்) அடப்போ மேஸ்திரி. உனக்கு (திரும்பி நீரை இரைத்தபடி) வேற வேல இல்ல.

மேஸ்திரி : ஆ.. (கிண்டலாக) வெட்கத்தைப் பாரு... இன்னாங்கிறான்?

சரசு : தூ கசமாலம்...

(மேஸ்திரியின் இந்த வேலையை கவனிக்கும் மங்கா...)

மங்கா : (கண்டிப்பாக) இன்னா மேஸ்திரி? வேல செஞ்சிக்கினு இருக்கிற பொட்டச்சி கைல என்ன லொடலொடன்னு பேச்சு.. வேலய கவனி...

மேஸ்திரி : இல்ல, தெரியாமத்தான் கேக்கறன். இங்க நான் மேஸ்திரியா, இல்ல நீ மேஸ்திரியா?

மங்கா : ஆ... சாயங்காலம் வூட்டாண்டே வந்து அண்ணி கைல சொல்றேன்.

மேஸ்திரி : (பயந்தபடி) பாத்தியா, பாத்தியா, இதான வேணாங்கிறது. ஆவூன்னா அங்கே போயிர்ரியே...

(வேடிக்கை பார்த்துக்கொண்டிருக்கும் மற்ற வேலையாட்களைப் பார்த்து)

மேஸ்திரி : (பொறுப்பாக) ஏன்டா..? மசமசன்னு நிக்கிறீங்க. வேலயப் பாருங்கடா...

(அனைவரும் வேலையைத் தொடருகிறார்கள்)

Print

cut to :

காட்சி : 44

சுதா வீடு. படுக்கையறை. Int.Day.

முகம் பார்க்கும் கண்ணாடி முன் அமர்ந்து தனது தலைமுடியைப் பின்னிக் கொண்டிருக்கும் சுதா. கட்டிலுக்கு அடியிலிருக்கும் பெட்டியை வெளியே இழுத்து அதைத் திறக்கும் இந்து, அவளை கவனித்தபடி தொடர்ந்து தனது முடியைப் பின்னிக் கொண்டிருக்கும் சுதா. பெட்டியிலிருந்து தனது பழைய பாவாடை ஒன்றை எடுத்து அளவு சரியாக இருக்கிறதா என்று பார்க்கும் இந்து. அவளிடம் சுதா,

சுதா : இன்னிக்கு தானே உங்க ஸ்கூல் பங்ஷன்?

இந்து : ஆ...

என்று சொல்லியபடி தனது பாவாடை சட்டையை எடுத்து தனியாக வைக்கும் இந்து.

86 வீடு

சுதா : அதுக்கு இஸ்திரி போடல..?

இந்து : (சுதாவைப் பார்க்காமல்) சாயந்திரம் போட்டுக்கிறேன்...

பெட்டியை மறுபடியும் கட்டிலுக்கு அருகில் தள்ளி வைக்கும் இந்து.

சுதா : எத்தனை மணிக்கு பங்ஷன்?

இந்து : ஆறு மணிக்கு நான் வரேன்...

என்று சொல்லியபடி தனது ஸ்கூல் பேக்கை மாட்டிக்கொண்டு வெளியே செல்லும் இந்து.

cut to :
காட்சி : 45
வளசரவாக்கம் இடம் Ext.Day

சுதாவின் வளசரவாக்கம் இடத்திற்கு வெளியே வந்து கொண்டிருக்கும் கார். அதற்குள்ளிருந்து கேட்கும் ஐயங்காரின் குரல்.

ஐயங்கார் : டிரைவர், இங்கேதான்.

காரின் சத்தம் கேட்டு குடிசைக்குள்ளிருந்து வெளியே வந்து பார்க்கும் மங்கா. காரினுள்ளிருந்து வெளியே வரும் ஐயங்கார். அவரது நண்பர் மற்றும் அவரது மகள்.

ஐயங்கார் : (காரின் கதவை மூடியபடி) வாங்கோ...

ஐயங்காரைப் பின் தொடர்ந்து வரும் அவரது நண்பர் மற்றும் அவரது மகள். வருவது யாரென்று தெரியாமல் குழப்பத்திலிருக்கும் மங்கா ஐயங்காரிடம்...

மங்கா : யாருங்க?

ஐயங்கார் : நீ மங்கா இல்ல..?

மங்கா : (ஆச்சர்யமாக) ஆமா... நீங்க..?

ஐயங்கார் : நான் சுதா ஆபீசுல வேல பாக்குறேன்.

(சிரித்தபடி மகிழ்ச்சியாக)

மங்கா : ஆ... ஐயங்கார் சாரு... (குழந்தையைப் போல் நெத்தியில் கைவைத்து) குட் மார்னிங் சார்... சுதாம்மா உங்களப் பத்தி அடிக்கடி பேசும்.

ஐயங்கார் : அது சரி, இந்தப் பாதிய விக்கிரதா இருக்கோல்லயோ... அதான் பாக்க வந்திருக்கா...

மங்கா : பாருங்க, பாருங்க.

என்று சொல்லிவிட்டு அங்கிருந்து கிளம்புகிறாள். விற்க இருக்கும் இடத்தைக் காண்பித்தபடி ஐயங்கார்

ஐயங்கார் : இதான் 40/40 டிபுள் சைடு ரோடு (சுதாவின் கட்டிடத்தைக் காட்டியபடி) அப்கோர்ஸ் இந்தப் பக்கம் அவாளோட ப்ரண்ட் சைடு வந்திடும். இந்தப் பிக்கல் புடுங்கல் கிடையாது. clean document.

ஐயங்காரின் நண்பர்: (ஆர்வமாக) அப்படியா? (சுற்றிமுற்றிப் பார்த்தபடி) Can have a glass water please friend?

ஐயங்கார் : Oh sure... மங்கா....

என்று மங்காவைக் கூப்பிட அங்கிருந்து செல்லும் ஐயங்கார்.

நண்பரின் மகள்: ஏன்பா இத்துனூண்டு இந்த கிரவுண்ட வாங்கி என்ன பண்ணப் போறீங்க?

நண்பர் : இந்த ஏரியாவுல தண்ணி First Class - ஆ இருக்காம். நம்ம shipping agent George இல்ல...

மகள் : ஆமா,

நண்பர்	:	இந்த மூணாவது ப்ளாட்டு அவனதுதான்.
மகள்	:	(ஆச்சர்யமாக) அப்படியா?
நண்பர்	:	பெருசா ஒரு கிணறு வெட்டிப் போட்டிருக்கான். எந்தக் கொறையும் இல்லையாம்.
மகள்	:	ம்ம்...ஹ்ம்...
நண்பர்	:	ரெண்டு பைவ் ஸ்டார் ஹோட்டலுக்கு அவன்தான் water supply. The guy is making a lot of money you know?
மகள்	:	(ஆச்சர்யமாக) தண்ணியையுமா விக்கிறாங்க?
நண்பர்	:	(சிரித்தபடி) உனக்கு என்னடா தெரியும்? போற போக்கைப் பார்த்தா காத்தையே விப்பாங்க...

என்று சொல்லித் தங்களுக்குள் சிரித்துக்கொள்கிறார்கள். அவர்களுக்கு ஒரு சொம்பில் தண்ணீர் எடுத்துக் கொண்டு வரும் மங்கா. அவளுக்குமுன் வரும் ஐயங்கார்.

ஐயங்கார்	:	மங்கா (அவர்களிடம் தண்ணீர் கொடு என்று கையைக் காட்டியபடி) மங்காவிடம் சொம்பை வாங்கி அதிலிருக்கும் தண்ணீரைக் குடித்தபடி ஐயங்காரின் நண்பர், குடிச்சுப் பாரு

என்று தனது மகளிடம் சொம்பைக் கொடுக்கிறார். அதை வாங்கி ஒரு வாய் குடித்தவுடன் அவரது மகள்,

மகள்	:	(நன்றாக இருக்கிறது என்று தலையசைத்தபடி) வெரி ஸ்வீட்.

(சொம்பை மங்காவிடம் கொடுத்தபடி நிற்கும் ஐயங்கார்)

நண்பர்	:	அப்போ கிளம்புவோமா..?
ஐயங்கார்	:	ஓயெஸ். மங்காவைப் பார்த்து வரேன்மா...

என்று அங்கிருந்து காரை நோக்கிக் கிளம்புகிறார்கள்.

ஐயங்கார் : (போகும் வழியில்) என்ன சொல்றேள்..?

நண்பர் : அம்பதெல்லாம் இந்த இடத்தில ரொம்ப ஜாஸ்தி. முப்பதுன்னா எடுத்துக்கிறேன்.

ஐயங்கார் : என்னா சார் நீங்க? பாவம் அந்தப் பொண்ணுக்குக் கொஞ்சம் பினான்சியல் ஸ்டிரெய்ன் அதான். பாத்துச் சொல்லுங்கோ...

ஐயங்காரின் நண்பர் : (காரில் ஏறியபடி) ஏதோ நீங்க கேக்காதவங்க கேட்டிட்டீங்க. உங்களுக்காக ஒரு முப்பது ரூபா ஸ்பெண்ட் பண்றதுல ஆட்சேபணை இல்ல. நீங்களே யோசிச்சுச் சொல்லுங்கோ..

cut to :
காட்சி : 46
சுதாவின் வீடு. ஹால் Ext. Day.

தனது சாய்வு நாற்காலியில் அமர்ந்துகொண்டு வழக்கம்போல் கர்னாடக சங்கீதத்தில் பாடிக் கொண்டிருக்கும் தாத்தா. அவருக்கு முன்னால் டீப்பாயில் அமர்ந்தபடி பாட்டைக் கேட்டுக் கொண்டிருக்கும் நான்கு வயது சிறுமி. அவர்களுக்கு அருகில் வேறொரு பெஞ்சில் அமர்ந்தபடி தனது துணியைத் தைத்துக் கொண்டிருக்கும் சுதா. தாத்தாவை உற்று பார்த்துக் கொண்டிருக்கும் சிறுமி. தாத்தா பாடி முடித்துவிட்டு சிறுமியிடம் ஆர்வத்துடன்...

தாத்தா : எப்படி..?

சிறுமி : (அலுப்பாக) என்ன தாத்தா? எப்பப் பாரு பாட்டு பாடச் சொன்னா ஆ..ஆஅஅ ஆன்றே...

தாத்தா : வேற என்னப் பாட்டு பாடச் சொல்றே..?

சிறுமி	:	(பாடிக் காட்டியபடி) பொன்மேனி உருகுதே. உ ஊ...
தாத்தா	:	இந்த மாதிரி பாட்டெல்லாம் எனக்கு வராதுடா கண்ணா.
சிறுமி	:	போ தாத்தா... என்ன பாட்டு வாத்தியார் நீ...

இதைப் பார்த்துத் தனக்குள் சிரித்துக் கொள்ளும் சுதா. அப்பொழுது பள்ளியிலிருந்து வரும் இந்து. நேராகத் தனது அக்காவின் மடியில் பேக்கைக் கழட்டி வைத்துவிட்டு அவளுக்கு அருகில் வந்து அமருகிறாள்.

இந்து	:	(சுதாவிடம்) நீ ஆபீசு போல?
சுதா	:	ப்ச்...
இந்து	:	ஏன்?
சுதா	:	போல... ப்ளாஸ்க்கில காபி வச்சிருக்கேன். போய் சாப்பிடு. ஆறு மணிக்கு பங்ஷன்னா, அஞ்சரை மணிக்காவது ஸ்கூல்ல இருக்க வேண்டாம். போ, போய் ஆவறதப் பாரு...
இந்து	:	தோ, அஞ்சே நிமிஷம். அம்மா ரெடி.

என்று ஸ்கூல் பேக்கை எடுத்துக்கொண்டு படுக்கையறைக்கு வரும் இந்து. படுக்கையில் தனது பேக்கை வைக்கும் இந்து அப்பொழுது அவளது பழைய பாவாடை சட்டை இருந்த இடத்தில் புது பாவாடை சட்டையைப் பார்க்கிறாள். அதை ஆசைஆசையாக எடுத்து அளவு வைத்துப் பார்க்கிறாள். அப்பொழுது அவளுக்குப் பின்னாலிருந்து வரும் சுதா அவளிடம்...

சுதா	:	எப்படி இருக்கு..?
இந்து	:	(திடுக்கிட்டுத் திரும்பி) ம்ம்...

தனது அக்காவைப் பார்க்கமுடியாமல் தலை குனிகிறாள்.

சுதா : (ஆசையாக) பிடிச்சிருக்கா?

சந்தோஷத்துல கண்கலங்கும் இந்து. இதைப் பார்த்து

சுதா : (அதிர்ச்சியில்) ஏய், என்ன இது, சே... என்று தனது தங்கையைக் கட்டிக் கொண்டபடி...

சுதா : (ஆறுதலாக) சும்மா இரு...

சுதா : (தனது தங்கையை நிமிர்த்தி அவளைப் பார்த்துச் செல்லமாக) என்னடி...?

மறுபடியும் அவளைக் கட்டிக்கொண்டு இந்துவை சமாதானம் செய்தபடி...

cut to :
காட்சி : 46 A
சுதாவின் வீடு. படுக்கையறை Int.Ext.Day

பாவாடை சட்டையைப் போட்டு அழகாக அமர்ந்திருக்கும் இந்துவிற்குத் தலையில் பூச்சூட்டி அவளைத் தயார் செய்தபடி...

சுதா : தாத்தாவுக்கு நமஸ்காரம் பண்ணிட்டு போ...

இந்து : (பிடிவாதமாக) முதல்ல நீ நில்லு...

சுதா : ச்சீ, எனக்கு எதுக்குடி..?

இந்து : என் இஷ்டம் (என்று கட்டிலில் அமர்ந்திருக்கும் சுதாவின் காலில் நமஸ்காரம் செய்து கொள்ளும் இந்து)

சுதா : ஏய்... (என்று அவளைத் தூக்கிவிட்டு ஒரு நொடி பார்த்தபடி) போ... என்று சந்தோஷமாக வழி அனுப்பும் சுதா. வெளியே ஹாலில் ஒரு புத்தகத்தை வாசித்துக் கொண்டிருக்கும் தாத்தா. அவரிடம் வந்து நமஸ்காரம் வாங்கியபடி...

இந்து : தாத்தா, ஆசீர்வாதம் பண்ணு...

தாத்தா : (அவளைத் தூக்கிவிட்டபடி) மகராசியா இரும்மா...

இந்து : (ஆவலாக) எப்படியிருக்கு..?

இந்துவை வியந்துபோய்ப் பார்த்தபடியே இருக்கும் தாத்தா.

இந்து : என்ன தாத்தா..?

தாத்தா : ஒண்ணுமில்லை... எங்க அம்மா ஞாபகம்...

இந்து : சரியாப் போச்சு. நான் வரேன்...

என்று சொல்லியபடி பள்ளிக்குக் கிளம்பும் இந்து.

சுதா : வர்றப்ப எல்லாரோடயும் சேந்து வா, என்ன..?

இந்து : சரி.

cut to :

காட்சி : 47

சுதாவின் அலுவலகம் கேண்டீன் Int.Day.

கேண்டீனில் அமர்ந்து பேசிக் கொண்டிருக்கும் சுதா மற்றும் கோபி.

கோபி : (கவலையாக) என்ன சுதா? கிரவுண்டுக்கு முப்பது தான் சொல்றாங்க. நாப்பது கணக்கு வெச்சுதானே நாம செலவெல்லாம் போட்டிருக்கோம். இப்ப, பத்துரூபா கம்மின்னா என்ன பண்ணறது? (சிறிது யோசித்தபடி) மீதி நகையெல்லாம் வேற வச்சாச்சு...

சுதா : நாமளா போனா அப்படித்தான் அடிமாடு வெல சொல்வாங்க. ஒரே அட்வான்டேஜ் சிங்கிள் பேமெண்டாக் கொடுத்திடறேங்கிறான்.

கோபி	:	இன்னும் கொஞ்சம் பொறுத்துப் பார்த்தா என்ன? **You will make better offers.**
சுதா	:	(யோசனையை மறுத்துத் தலையசைத்தபடி) முப்பதுன்னாகூடப் பரவால்ல. அப்புறம் யாருமே வரலைன்னா... லோன் இன்ஸ்டால்மென்ட் இந்த வாரம் வந்துரும்னாங்க. அத வச்சுத்தான் தளம் வரைக்கும் போகணும்.
கோபி	:	(யோசித்தபடி) எப்படி சுதா...?

பதில் ஏதும் சொல்லமுடியாமல் அமைதியாக இருக்கும் சுதா.

cut to :
காட்சி : 58
சுதாவின் வீடு. ஹால் Ext.Day

தனது சாய்வு நாற்காலியில் அமர்ந்து உரக்க வாய்விட்டுப் பேப்பரைப் படிக்கும் தாத்தா.

தாத்தா	:	கல்லூரி மாணவியின் புரட்சித்திருமணம்... பெற்றோர் பார்த்த மாப்பிள்ளையை உதறிவிட்டு காதலனை மணந்தாள். சென்னை செப்டம்பர் - 27..

அந்நேரம் ஒரு டம்ளருடன் அங்கு வரும் சுதா. தாத்தாவின் தோளில் தட்டியபடி...

சுதா	:	கொஞ்சம் மெதுவாத்தான் படியேன். என்ன டிவி நியூசா வாசிக்கிறே..?

என்று சொல்லியபடி கையில் இருக்கும் டீ டம்ளரைத் தாத்தாவுக்கு முன்னால் இருக்கும் டீபாயில் வைத்துவிட்டுச் செல்கிறாள். எதையோ யோசித்து மெல்லிய சிரிப்புடன் அமர்ந்திருக்கும் தாத்தா. உள்ளே தனது கட்டிலில் அமர்ந்தபடி தலைவாரிக் கொண்டிருக்கும் சுதா. வெளியே ஹாலில் குளித்துவிட்டு உள்ளே வரும் இந்துவிடம் தாத்தா

தாத்தா	:	(ரகசியமாக) இந்து...

தாத்தாவின் குரல் கேட்டுத் திரும்பி அவரிடம் வந்து...

இந்து	:	என்ன?
தாத்தா	:	இன்னிக்கு உங்க அக்காவோட பிறந்தநாள்...
இந்து	:	(மகிழ்ச்சியாக) ஐ...

என்று சந்தோஷமாகத் தலைவாரிக் கொண்டிருக்கும் சுதாவிடம் சென்று அவளின் கன்னத்தில் முத்தமிட்டு அவளைக் கட்டிக் கொள்கிறாள்.

சுதா	:	(இந்துவின் தலையை வருடியபடி) என்ன பாசம் கொட்டுது?
இந்து	:	ஹாப்பி பர்த்டே...
சுதா	:	(உற்சாகமில்லாமல்) ஓ... இன்னிக்கா..? ஆமா இருக்கிற நிலைமையில இது ஒண்ணுதான் கொறச்சல்...
இந்து	:	ந்தா... அதெல்லாம் சொல்லக் கூடாது... மத்தியானம் பாயாசம் சாயந்திரம் வடை ம்ம்... (இந்துவிற்காகச் சிரித்தபடி)
சுதா	:	ஓகே...

cut to :

கையில் ஒரு பேக்குடன் வெளியே வரும் சுதா. ஹாலில் பேப்பர் படித்துக் கொண்டிருக்கும் தாத்தாவிடம் வந்து ஆசீர்வாதம் வாங்கியபடி...

சுதா	:	இன்னிக்கு என் பிறந்த நாள் தாத்தா...

பேப்பரை டீப்பாயில் வைத்துவிட்டு சுதாவின் கையைப் பிடித்து தாத்தா...

தாத்தா	:	நல்லாரும்மா...

என்று சொல்லிவிட்டுத் தனது இடுப்பு வேஷ்டி மடிப்பிலிருந்து முடிந்து வைத்திருந்த ஒரு நாணயத்தை எடுத்து சுதாவிடம் கொடுக்கிறார். அதை வாங்கித் தாத்தாவின் கையைத் தொட்டபடி

சுதா : தோ, பங்கஜம் வீடு வரைக்கும் போயிட்டு வந்திர்ரேன்...

தாத்தா : சீக்கிரம் வந்திடு...

சுதா வெளியே சென்றதும் மறுபடியும் பேப்பரை எடுத்துப் படிக்க ஆரம்பிக்கும் தாத்தா.

cut to :
காட்சி : 49
பங்கஜத்தின் வீடு Int.Day

தனது வீட்டு ஹாலில் சோபாவில் அமர்ந்து பேப்பர் படித்துக் கொண்டிருக்கும் பங்கஜம் வெளியே காலிங்பெல் சத்தம் கேட்டு எழுந்துபோய்க் கதவைத் திறக்கிறாள். வெளியே நிற்கும் சுதாவைப் பார்த்ததும்...

பங்கஜம் : (உற்சாகமாக) ஏய் சுதா... வா வா வா...

உள்ளே வரும் சுதா மற்றும் பங்கஜம். ஒரு சோபாவைக் காண்பித்து,

பங்கஜம் : உக்காரு...

கதவை மூடிவிட்டு உள்ளே வந்து சோபாவில் அமரும் பங்கஜம் மற்றும் சுதா...

பங்கஜம் : என்ன இப்படி காலங்காத்தால..?

சுதா : (தயக்கமாக) ஒண்ணுமில்ல, இந்த லோன் இன்ஸ்டால்மென்ட் கொஞ்சம் தள்ளுது. அதான் ஒரு சின்ன அட்ஜஸ்ட்மென்ட் கேக்கலாம்னு...

பங்கஜம் : ஓ ஹோ...

சுதா : இல்லைன்னா வீட்டு வேலைல்லாம் நின்னு போயிடும்...

பங்கஜம் : எவ்வளோ வேணும்..?

சுதா : கூலி கொடுக்கணும். ஒரு ரெண்டாயிரம் ரூபா இருந்தா நல்லா இருக்கும்...

பங்கஜம் : (அதிர்ச்சியாக) Two Thousand...?

(சற்று யோசித்துவிட்டு) இரு, அவருகிட்ட கேட்டிட்டு வந்திர்ரேன்.

என்று சொல்லிவிட்டு சோபாவில் இருந்து எழுந்திருந்து செல்லும் பங்கஜம். உள்ளே குளியலறையில் குளித்துக்கொண்டிருக்கும் பங்கஜத்தின் கணவர்.

குளியலறையின் கதவைத் தட்டியபடி.

பங்கஜம் : என்னங்க?

பங்கஜத்தின்
கணவர் : (குளியலறையிலிருந்து) என்ன..?

பங்கஜம் : நம்ம சுதா வந்திருக்கா.

கணவர் : (ஆச்சர்யமாக) சுதாவா..?

பங்கஜம் : என் ப்ரண்டுங்ககூட வேல செய்றவ...

கணவர் : ஓ இந்த வீடு கட்றான்னு சொன்னியே, அந்தப் பொண்ணா... என்னவாம்?

பங்கஜம் : இல்ல, லோன் இன்ஸ்டால்மென்ட் கொஞ்சம் தள்ளுதாம். அதான் கைமாத்தா ஒரு ரெண்டாயிரம் ரூபா வேணும்ங்கிறா...

வெளியே ஹாலில் அமர்ந்தபடி உள்ளே பங்கஜம் தனக்காகப் பேசுவதைக் கேட்டபடி அமர்ந்திருக்கும் சுதா.

பங்கஜம்

கணவர் : (அதிர்ச்சியாக) ரெண்டாயிரமா... என்ன விளையாடுறயா..? ரெண்டாயிரத்தத் தூக்கி அவ கையில கொடுத்திட்டு அப்புறம் பின்னாடி அலையிறது யாரு..?

(பங்கஜத்தின் கணவர் பேசுவதைக் கேட்டு மனம் நொந்துபோய் அமர்ந்திருக்கும் சுதா)

பங்கஜம் : இல்லைங்க, கூலி கொடுக்கணுமாம். அதான் பாவம் ஓடியாந்திருக்கா...

பங்கஜம்

கணவர் : தே, இல்லைன்னு சொல்லி அனுப்புடி. பெருசா சிபாரிசு பண்ணிட்டு. வேற வேலை இல்ல (அலட்சியமாக) போ... போ...

வெளியே ஹாலுக்கு சுதாவிடம் வரும் பங்கஜம்

பங்கஜம் : சாரி சுதா. நேத்துதான் ஒரு பத்தாயிரம் ரூபா யாருக்கோ கொடுத்தாராம். ரொம்ப வருத்தப்பட்டாரு... (எதுவும் நடக்காததைப் போல பங்கஜம் வந்ததும் சோபாவிலிருந்து எழுந்து நிற்கும் சுதா) நேத்து வந்திருக்கக் கூடாது?

சுதா : (நடந்ததைப் புரிந்துகொண்டு) பரவால்லை.

என்று சொல்லியபடி வெளியே கிளம்பும் சுதா.

பங்கஜம் : ஏதாவது சாப்பிட்டுப் போ.

சுதா : வேண்டாம்.

என்று சொல்லிவிட்டு வெளிக் கதவைத் திறக்கிறாள். பின்னால் இருக்கும் பங்கஜம் சுதாவிடம்

பங்கஜம் : எதுவும் நினைச்சுக்காதே.

சுதா : நோ நோ...

என்று சொல்லிவிட்டு வெளியே கிளம்பும் சுதா. கதவைச் சாத்திவிட்டு வருத்தமாக வந்து சோபாவில் அமரும் பங்கஜம்.

cut to :
காட்சி : 50
மார்க்கெட் தெரு Ext.Day

மார்க்கெட் தெரு வழியாகத் தனது வீட்டுக்குத் திரும்பி நடந்து செல்லும் சுதா.

cut to :
காட்சி : 51
சுதாவின் வீடு Ext.Int.Day

மிகவும் களைப்பாகத் தனது வீட்டுப் போர்ஷனை நோக்கி வரும் சுதா. வீட்டினுள்ளிருந்து பாய்ந்து வந்து சுதாவைப் பிடித்தபடி

இந்து : (உற்சாகமாக) அக்கா...

சுதா : (கோபமாகக் கையை உதறியபடி) ஏய் இந்து, எத்தனை தடவை சொல்றது இப்படிப் பாயாதன்னு?

இந்து : (வருத்தத்தில் தலை குனிந்தபடி) சரி இனி பாயல. அவுங்க வந்திருக்காங்க.

சுதா : எவுங்க..?

இந்து : அதான், உங்க அவுங்க.

சுதா : (வந்தது கோபி என்று புரிந்துகொண்டு) ம்ம் ரொம்ப நேரம் ஆச்சா..?

இந்து : ம்ம்...

வீட்டை நோக்கி நடக்க ஆரம்பிக்கும் சுதா மற்றும் இந்து. வீட்டினுள் போடப்பட்டிருக்கும் மர நாற்காலியில் வந்து அமர்ந்து தலைப் பின்னலை அவிழ்க்கும் சுதா. சுதாவிற்காகக் காத்திருக்கும் நேரத்தில் படித்துக் கொண்டிருந்த புத்தகத்துடன் அமர்ந்திருக்கும் கோபி

சுதா : ஏதாவது கொடுத்தாளா?

கோபி : ம்ம்... ஜூஸ் சாப்பிட்டேன்.

என்று கையிலிருக்கும் புத்தகத்தை டீபாயில் போட்டுவிட்டுப் பின் தனக்கு அருகிலிருந்து ஒரு புடவை பாக்ஸ் எடுத்து சுதாவிடம் கொடுத்தபடி....

கோபி : Happy returns of the day

சுதா : Thank you.

கோபி : Open it.

கோபியின் ஆசைப்படி பார்சலைத் திறந்து அதனுள் இருக்கும் புடவையைப் பார்க்கும் சுதா.

கோபி : (ஆவலாக) புடிச்சிருக்கா..?

கோபியைப் பார்த்து ஒரு மெல்லிய சிரிப்புடன் புடவையின் ஜரிகையைப் பார்க்கும் சுதா. அப்பொழுது புடவையின் விலை ஒரு அட்டையில் பின் செய்யப்பட்டிருந்தது. அதில் புடவையின் விலை 1243.00 ரூபாய் என்று இருக்கிறது. இதைப் பார்க்கும் சுதா கோபத்தில்...

சுதா : அறிவு இருக்கா உங்களுக்கு? கூலி கொடுக்க இல்லாம நான் தவிச்சிட்டு இருக்கேன். ஆயிரத்தி முந்நூறு ரூபாயில ஒரு புடவை வாங்கிட்டு வந்திருக்கீங்களே...

கோபி : (சிரித்தபடி செல்லமாக) இல்லடா... இன்னைக்கு உன் பிறந்த நாள் இல்ல... அதான்...

100 வீடு

சுதா : (மேலும் கோபமாக) பிறந்த நாளுன்னா... பட்டுப் புடவைதான் வேணுமா..? இருக்கிற நிலைமை தெரியவேண்டாம். உங்களுக்கு என்ன ஒரு ஜிப்பாவை மாட்டிக்கிட்டு சொகுசா சுத்திக்கிட்டு இருப்பீங்க. நான் இல்ல அவஸ்தைப் பட்டுக்கிட்டு இருக்கேன்.

சுதாவின் குரல் கேட்டுத் தனது அறையிலிருந்து வெளியே வந்து அவர்களைப் பார்க்கும் தாத்தா. பிறகு மறுபடியும் தனது அறைக்குத் திரும்பிச் செல்கிறார்.

சுதா : அப்பவே சொன்னேன், இந்த வீடு எழவெல்லாம் எனக்கு வேண்டாம்னு. (ஆவேசமாக) எல்லாருமா சேர்ந்து ஏத்திவிட்டுட்டு இப்ப வெளியே இருந்து வேடிக்கை பாக்கறீங்க.

எதுவும் பேசமுடியாமல் அமைதியாக அமர்ந்திருக்கும் கோபி. சுமை தாங்க முடியாமல் அழ ஆரம்பிக்கும் சுதா. புடவை பாக்ஸை டீபாயில் வைத்துவிட்டு எழுந்திருந்து உள்ளே செல்கிறாள்.

உள்ளே ஜன்னலருகே வைக்கப்பட்டுள்ள பானையிலிருந்து தண்ணீரை எடுத்துக் குடிக்கும் சுதா. அப்படியே அங்கு நின்றபடி விம்மி அழுகிறாள். சிறிது நேரத்தில் தன்னைச் சமாதானம் செய்துகொண்டு வெளியே கோபி இருக்கும் இடத்திற்கு வருகிறாள். கோபி அங்கு இல்லாததைக் கண்டு பதறியடித்துக்கொண்டு வெளியே ஓடிப்போய்ப் பார்க்கும் சுதா. பிறகு சோகமாக வீடு திரும்புகிறாள். அவள் அறைக்கு வருவதற்குள் இந்து அந்தப் புடவையைப் பிரித்துத் தனக்கு வைத்து அழகு பார்த்துக் கொண்டிருக்கிறாள். அதைப் பார்த்ததும் பதறியடித்துக்கொண்டு அவளிடம் ஓடிவரும் சுதா.

சுதா : ஏய் இந்து... இந்து...

இந்து : நல்லாருக்கு அக்கா. அவுங்க கொண்டாந்தாங்களா..?

சுதா : இப்ப யாரு இத ஒன்னப் பிரிக்கச் சொன்னது..?

இந்து : இல்ல பாக்கணும்னு...

சுதா : என்ன பாக்கறது, புடவை பாக்கலே மாடு மாதிரி வளந்துருக்கியே தவிர, மண்டயில ஒரு எழவும் கிடையாது. இப்போ இதை எப்படித் திருப்பிக் கொடுக்கிறது?

சுதாவின் சத்தத்தைக் கேட்டு வெளியே வரும் தாத்தா.

இந்து : (தயக்கமாக) இல்ல. நான் வந்து...

சுதா : (ஆவேசமாக) போடீ...

(அழுதபடி வெளியே போகும் இந்து. அங்கே நிற்கும் தாத்தா மெல்ல அவளைக் கட்டியபடி அழைத்துச் செல்கிறார். சுதா கட்டிலில் புடவையைப் போட்டுவிட்டு அழுதபடி படுத்துக் கொள்கிறாள். வேறொரு அறையில் இந்துவைத் தேத்திக் கொண்டிருக்கும் தாத்தா.)

தாத்தா : அழாத, அழாத, ஏதோ கோபத்துல கத்துறா...

இந்து : (விம்மியபடி) இப்ப நான் என்ன தப்பு தாத்தா பண்ணிட்டேன். பொடவை நல்லா இருக்குன்னு பிரிச்சிப் பாத்தா அதுக்குப்போய்...

தாத்தா : சரி சரி விடு...

cut to :

தாத்தா மெல்லப் படுத்திருக்கும் சுதாவினிடத்தில் வருகிறார். அவள் தொடர்ந்து அழுது கொண்டிருப்பதைப் பார்த்ததும் தனது அறைக்கே திரும்பச் சென்று அவர் பத்திரமாக வைத்திருந்த பணத்தை எடுத்துக்கொண்டு வந்து சுதாவின் அருகில் கட்டிலில் உட்காருகிறார்.

தாத்தா : (ஆறுதலாக) சுதா... அழாத, அழாதம்மா. எந்திரி. (சுதாவின் தலையைத் தட்டிக் கொடுத்தபடி) இங்க பாரு, இது உங்க கல்யாணத்துக்கு வச்சிருந்தேன்.

அத அப்புறம் பாத்துக்கலாம். (சுதாவின் கையில் பணத்தை வைத்தபடி) இத வச்சிக்க.

பணத்தை வைத்துவிட்டு எழுந்துசெல்லும் தாத்தா. கையில் பணத்துடன் எதையோ நினைத்து அழும் சுதா...

cut to :
காட்சி : 52
பல்லவன் பேருந்து Int.Day

சுதா நன்கு தலைசீவிப் பெரிய பொட்டும் பூவுமாக கோபி வாங்கிக் கொடுத்த புடவையைக் கட்டிக் கொண்டு பயணம் செய்கிறாள்.

cut to :
காட்சி : 53
கோபியின் வீடு Int.Day

கோபியின் வீட்டு ஹாலில் நாற்காலியில் அமர்ந்தபடி சதுரங்கம் விளையாடிக்கொண்டிருக்கும் கோபியின் இரு தங்கைகள். அப்போது இங்கு வரும் சுதா. ஒரு தங்கையின் நாற்காலியில் கைவைத்து சாய்ந்தபடி...

சுதா   :   (நட்பாக) ஹலோ...

சுதாவைப் பார்த்ததும் மகிழ்ச்சியில் சிரித்தபடி கோபியின் தங்கைகள்..

தங்கை   :   வாங்க வாங்க...

சுதா சிரித்தபடி வந்து அவர்களுக்கு அருகில் இருக்கும் மற்றொரு நாற்காலியில் அமர்கிறாள். கோபியின் தங்கைகளில் ஒருத்தி உள்ளே பார்த்து...

தங்கை   :   அம்மா...
சுதா   :   (இருவரையும் பார்த்து) எப்படி இருக்கீங்க..?
தங்கை   :   நல்லா இருக்கோம்...

உள்ளே ஒரு அறையிலிருந்து வெளியே வரும் கோபியின் அம்மா. ஹாலில் இருக்கும் சுதாவைப் பார்த்து சிரித்தபடி வருகிறார்கள். கோபியின் அம்மாவைப் பார்த்ததும் மரியாதையாக எழுந்து நிற்கும் சுதா...

கோபியின் அம்மா : எப்பமா வந்தே..?

சுதா : இப்பதான் அத்தை...

என்று சொல்லியபடி அவர்களது காலில் விழுந்து ஆசீர்வாதம் வாங்கிக் கொள்கிறாள். திடீரென்று காலி விழுந்த சுதாவைத் தூக்கியபடி...

கோபியின் அம்மா : ஏம்பா..?

சுதா : இன்னிக்கு என் பிறந்த நாளு...

கோபியின் அம்மா: அப்படியா? இவன் சொல்லவே இல்லையே...

சுதா : அண்ணன் மாடியில இருக்கு...

இன்னொரு தங்கை : இன்னும் சாப்பிடக் கூட இல்ல...

சுதா : ஏன்..?

தங்கை : யாருக்குத் தெரியும்..? காலங்காத்தால எங்கயோ வெளிய போச்சு. திரும்பி வர்ரப்போ மூஞ்சி இவ்ளோ இருக்கு... (கையை விரித்துக் காண்பித்தபடி)

நடந்ததைப் புரிந்துகொள்ளும் சுதா

கோபியின் அம்மா : வந்து அவனைக் கொஞ்சம் சாப்பிடச் சொல்லும்மா...

cut to :

கையில் ஒரு பையுடன் கோபியின் ரூமை நோக்கி மாடிப்படிகளில் ஏறும் சுதா

cut to :

காட்சி : 53a
கோபியின் ரூம். Int.Day

கோபியின் ரூமுக்கு வெளியே வந்து நிற்கும் சுதா. உள்ளே கோபி ஒரு புத்தகத்தைத் திறந்து பார்த்துக்கொண்டு அமர்ந்திருக்கிறான். அவனைப் பார்த்தபடி வெளியே நிற்கும் சுதா. தற்செயலாகத் திரும்பும்போது வாசலில் நிற்கும் சுதாவைப் பார்க்கும் கோபி. சிறிய தயக்கத்துடன் கோபியின் பின்னால் வந்து நிற்கும் சுதா. அவனது தலையில் தனது தலையைப் பரிவுடன் சாய்த்துக்கொள்ளும் சுதா. அவளது கையை ஆறுதலாகப் பிடித்துக் கொள்ளும் கோபி.

cut to :

காட்சி : 54
வளசரவாக்கம் இடம் Ext.Day

சுதாவின் வீட்டு வரைபடத்தைப் பார்த்து ஒவ்வொன்றாக எது எங்கே இருக்கிறதென்று தெரிந்துகொள்ளும் மேஸ்திரி. அதை கவனித்துக் கொண்டிருக்கும் கோபி மற்றும் சுதா.

மேஸ்திரி : ம்ம்... இது கதவு. இது ஜன்னலு, இங்கே என்னமே போட்டிருக்கானே... இது என்ன..?

குழம்பிக் கொண்டிருக்கும் மேஸ்திரியைப் பார்த்து வெற்றிலை போட்டுக் கொண்டிருக்கும் மங்கா, தனது பங்கிற்கு வந்து வரைபடத்தைப் பார்க்கிறாள்.

மங்கா : கப்போர்டு மேஸ்திரி.

மேஸ்திரி : கப்போர்டா இது... ஆமா அப்போ புடிச்சு தலையை பிச்சுட்டிருக்கேன்... (அசட்டுச் சிரிப்புடன்) ஹோ... இங்கிலீசுல வேற போட்டு இருக்கானா அதான்...

மங்கா : கேக்க வேண்டியதுதானே... ஆ... சித்தாள் சிருக்கிக்கி அதலாமா தெரியப்போகுதுனு நினைச்சிருப்பே...

மங்கா : (சுதாவைப் பார்த்து) கண்ணு நம்பளப் பத்தி கொஞ்சம் எடுத்து சொல்லேன்...

சுதா : சரி சரி நேரமாவுது, நாங்க கிளம்பணுமில்ல. முதல்ல சம்பளத்த வாங்கிக்க. எல்லாரையும் வரச் சொல்லு.

cut to :

காட்சி : 54a

வளசரவாக்கம் இடம். Ext.Day

சம்பளத்தை வாங்க நிற்கும் கட்டிடத் தொழிலாளிகள். தனது கையில் கணக்கு நோட்டை வைத்துக்கொண்டு நின்றபடி மங்கா...

மங்கா : சாரே, மொத பொம்பளங்க... சிவகாமி...

கூட்டத்திலிருந்து வந்து மங்காவின் அருகில் நிற்கும் சிவகாமி.

மங்கா : (கணக்கு நோட்டைப் பார்த்தபடி) ஆறு நாளு வந்திருக்கிற ஆறு இருவது. நூத்தி இருபது.

பணத்தை கோபி சுதாவின் கையில் கொடுக்க, அதை வாங்கித் தொழிலாளர்களுக்குத் தரும் சுதா.

மங்கா : மினிமா, அஞ்சு நாள்தான் வந்திருக்கிற. இருபது ரூபா அட்வான்ஸ் வாங்கிக்கிற போனா பாக்கி எம்பது ரூபா. அந்த பேமானி கையில கொடுத்திராத நேரா போயி மளிகை சாமான் வாங்கிப் போடு என்னா...

மங்கா சொல்வதற்கு சரியென்று தலையசைத்தபடி சுதாவின் கையிலிருந்து பணத்தை வாங்கிச் செல்லும் முனியம்மா.

மங்கா : அஞ்சலே...

cut to :

காட்சி : 54b

வளசரவாக்கம் இடம் Ext.Day

அனைத்துத் தொழிலாளர்களுக்கும் சம்பளத்தைக் கொடுத்துவிட்டு திரும்பிச் செல்லும் சுதா மற்றும் கோபி. அப்பொழுது மங்கா தூரத்திலிருந்து

மங்கா : கண்ணு, ஒரு நிமிட்டு..

மங்காவின் குரல் கேட்டு நிற்கும் சுதா மற்றும் கோபி. கை நிறைய பூக்களுடன் ஓடி வரும் மங்கா. சுதாவின் அருகில் வந்து நின்றபடி....

மங்கா : (பூக்களை சுதாவின் கையில் கொடுத்தபடி) இந்தா இத வச்சிக்க...

சுதா : ஏது மங்கா ... வாங்கினியா..?

மங்கா : பக்கத்து வீட்டம்மா கொடுத்தாங்க. நானே கட்டுனேன்.

சுதா : நீ வச்சிக்கலே...

மங்கா : ஆமா, சிமெண்ட் சுமக்கிற தலக்கு மல்லிகைப் பூ கேக்குதாக்கும். (கோபியைப் பார்த்தபடி) சாரு. சொல்றாளேன்னு தப்பா நினைச்சிக்காதே...

சுதாவின் முகத்திற்கு நேராக திருஷ்டி எடுத்தபடி....

மங்கா : இந்த மாதிரி ஒரு பொஞ்சாதி கெடக்கிறதுக்கு நீ கொடுத்து வச்சிருக்கணும்... ஆ...

மங்காவின் பேச்சைக் கேட்டு மெல்லிய சிரிப்புடன் நிற்கும் கோபி.

சுதா : (பாசமாக மங்காவின் தோளில் கைவைத்தபடி) நான் வரேன்.

மங்கா : ம்ம்...

மங்காவிடம் சொல்லிக்கொண்டு தலை நிறைய பூக்கள் வைத்தபடி ஜோடியாக நடந்து போகும் சுதா மற்றும் கோபி.

cut to :
காட்சி : 55
ஐயங்காரின் நண்பர் பங்களா Ext.Int.Day

(தங்கள் வீட்டு பங்களா முன்னே இருக்கும் புல்வெளியில் ஒரு நாற்காலியில் அமர்ந்தபடி தனது வளர்ப்பு நாய்க்கு பிஸ்கெட் கொடுத்தபடி)

நண்பனின் மகள்: பிஸ்கட் மட்டும் சாப்பிட்டுக்கோ. வேற ஒன்னையும் திரும்பிக் கூட பார்க்காதே...

அந்நேரம் அங்கு சுதாவுடன் வரும் ஐயங்கார் தனது நண்பனின் மகளிடம்

ஐயங்கார் : ஹலோ... Good morning.

மகள் : ஹலோ...

ஐயங்கார் : அப்பா இருக்காரா..?

மகள் : இருக்காரு... உள்ள போங்க...

அருகில் இருக்கும் சுதாவின் பக்கம் திரும்பி...

ஐயங்கார் : வாம்மா...

சுதா : ம்ம்...

உள்ளே வரும் ஐயங்கார் வாசலில் நின்றபடி

ஐயங்கார் : Sir

ஐயங்காரின் சத்தம் கேட்டு வெளியே வரும் வேலைக்காரப் பெண்.

பெண் : யாருங்க..?

ஐயங்கார் : சாரப் பாக்கணும்.

பெண் : (உள்ளே சோபாவைக் காண்பித்தபடி) உக்காருங்க.

என்று சொல்லிவிட்டு தனது முதலாளியைக் கூப்பிட உள்ளே செல்கிறாள். ஹாலில் போடப்பட்டுள்ள சோபாவில் வந்த அமரும் ஐயங்கார் மற்றும் சுதா. பங்களா முழுக்க இருந்த இடத்திலிருந்தே சுற்றிப் பார்க்கும் சுதா, ஐயங்காரின் அருகில் வந்தபடி..

சுதா : Sir

ஐயங்கார் : ம்ம்...

சுதா : இந்த வீட்டுக்கு எவ்ளோ ஆகியிருக்கும்?

ஐயங்கார் : மினிமம் ஒரு 35 லட்சம்.

சுதா : (சற்று யோசித்தபடி) நம்ம கிரவுண்டுக்கு இன்னுமொரு ஐயாயிரமாவது மேல கெடச்சா நல்லா இருக்கும்.

ஐயங்கார் : நீ கேளு...

சரியாக அந்நேரம் ஹாலுக்கு வரும் ஐயங்காரின் நண்பர்.

நண்பர் : ஹலோ...

அவரைப் பார்த்ததும் மரியாதைக்காக எழுந்து நிற்கும் ஐயங்கார் மற்றும் சுதா.

ஐயங்கார் : ஹலோ...

நண்பர் : உட்காருங்க...

ஐயங்கார் : Thank you

என்று சொல்லியபடி அமரும் ஐயங்கார் மற்றும் சுதா.

ஐயங்கார் : (அருகிலிருக்கும் சுதாவைக் காண்பித்தபடி) This

is Sudha. எங்க ஆபீசுல work பண்றா. அந்த கிரவுண்டு இவளோடதுதான்...

நண்பர் : I see, so என்ன முடிவு பண்ணியிருக்கீங்க?

திரும்பி சுதாவைப் பார்த்து சொல்லியபடி சைகை காட்டும் ஐயங்கார்.

சுதா : (தயக்கமாக) ஒரு five thousand rupees மேல கொடுத்தீங்கன்னா, ரொம்ப உதவியா இருக்கும்.

நண்பர் : (பெரிதாக யோசிக்காமல்) Ok.

சுதா : Thank you sir

cut to :

காட்சி : 56

சார் பதிவாளரின் அலுவலகம் பங்களா. Ext.Int.Day.

சார்பதிவாளரின் அலுவலகத்தில் தங்களது வளசரவாக்க இடத்தில் இருந்து ஒரு கிரவுண்ட்டை ஐயங்காரின் நண்பருக்கு எழுதிக் கொடுக்கும் சுதா.

cut to :

காட்சி : 57

வளசரவாக்கம் இடம் Ext.Int.Dayl

தனது பையை மாட்டிக்கொண்டு வளசரவாக்கம் இடத்திற்கு வரும் சுதா. அங்கு மங்கா தங்கியிருக்கும் குடிசை முன் நின்றபடி

சுதா : மங்கா...

சுதாவின் குரல் கேட்டு ஆவலுடன் குடிசைக்கு அருகே வரும் மங்கா.

மங்கா : அட, இன்னா கண்ணு, இன்னக்கு வந்து நிக்கிற. ஞாயிற்றுக்கிழமையில்ல. மறந்திட்டியா...?

சுதா : இல்லையே தெரிஞ்சுதான் வந்தேன்...

மங்கா	:	ஏன் கண்ணு..?
சுதா	:	வேற எதுக்கு ஒன்னப் பாக்கத்தான்.
மங்கா	:	(பயந்தபடி) ஏன் கண்ணு...
சுதா	:	(விளையாட்டாக) ஏன் கண்ணுன்னா சும்மாதான். வேல இருந்தாத்தான் வரணுமா... இல்லைன்னா வரக்கூடாதா..? (உள்ளே குடிசையினுள் பார்த்தபடி) அது சரி... ஆத்தா எங்க..?
மங்கா	:	(சந்தோஷமாகச் சிரித்தபடி) அண்ணன் பொண்ணு வயசுக்கு வந்திருச்சாம். அதப் பாத்துட்டு வரலாம்னு போயிக்குது. (தனது தலையில் கொட்டிக் கொண்டபடி) சீ பாரேன், நிக்கவச்சே பேசிக்கினுக்கிறேன். வா குந்திக்கினு பேசலாம்.

சுதாவின் கைப்பிடித்தபடி... குடிசைக்கு வெளியே இருக்கும் கயிற்றுக் கட்டிலில் சுதாவை அமர வைத்தபடி

மங்கா	:	குந்திக்க...

சுதாவை அமர வைத்துவிட்டு அருகில் அடுக்கியிருக்கும் மரப்பலகையில் அமர்ந்து கொள்ளும் மங்கா

மங்கா	:	அம்மாந் தொலவு பசு புடிச்சி வந்திக்கிறன்னா எதனாவது இருக்கும். இன்னா சமாசாரம்?
சுதா	:	(தனது கால்களை மடக்கி சம்மணம் போட்டு வசதியாக அமர்ந்தபடி) வேற எதுக்கு உன்னப் பாக்கத் தான்.
மங்கா	:	(நம்பமுடியாமல்) மெய்யாலுமா?
சுதா	:	ஆமா மங்கா...

என்று சொன்னபடி தனது தோளில் இருக்கும் பையிலிருந்து ஒரு கவரை எடுத்து மங்காவிடம் கொடுக்கிறாள்.

மங்கா	:	என்னிது இது..?
சுதா	:	இந்தா இது உனக்கு...
மங்கா	:	இன்னாது இது..?
சுதா	:	அட பிரிச்சித்தான் பாரேன்.

கவரைப் பிரித்து அதனுள்ளிருந்து இரண்டு புடவைகளை எடுக்கும் மங்கா.

சுதா	:	பழசுதான் தப்பா நினைச்சுக்கமாட்டியே...
மங்கா	:	(கண்கள் கலங்கியபடி) அட இன்னா கண்ணு நீ... நானே ஒண்ண கேக்கனும்னு இருந்தேன். இப்ப நீயா கொண்டாந்து கொடுத்திருக்க. இன்னா சொல்றதுன்னே பிரியல. நீ நல்லா இருக்கணும் கண்ணு.
சுதா	:	சரி சரி விடு. சாப்டாச்சா?
மங்கா	:	இன்னும் இல்ல நீ துன்னியா..?
சுதா	:	இல்லையே...
மங்கா	:	(கவரை மடித்துக் கீழே வைத்தபடி) இரு ஐயங்கார் கடையில பண்ணு கிண்ணு வச்சிருப்பான். போயி வாங்கிக்கினு வரேன்.

எழுந்திருக்கும் மங்காவைத் தடுத்தபடி

சுதா	:	ஏன் நீ சமைக்கல..?
மங்கா	:	ஐய்யே, அதல்லாம் போயி நீ தின்னுவியா கண்ணு?
சுதா	:	(ஆர்வமாக) என்ன கொழம்பு வச்சிருக்க?
மங்கா	:	பக்கத்து வீட்டம்மா ரெண்டு முருங்கக்காய் கொடுத்தாங்க. பருப்பு போட்டு சாம்பார் வச்சிருக்கேன். இன்னைக்கு ஞாயிற்றுக்கிழமை

இல்ல. இரண்டு துண்டு கருவாடு வறுத்து வச்சிருக்கேன். ஏன் கண்ணு இந்த கருவாடு... கிருவாடெல்லாம் நீ துண்ணுவ இல்ல?

சுதா : (சிரித்தபடி) அய்யய்யோ, நான் சைவம் மங்கா...

மங்கா : அட இன்னா கண்ணு நீ... அய்யருங்களே துன்னுறாங்க.

சுதா : ஒண்ணு பண்ணு. இத்துனூண்டு சாதம், கொஞ்சம் சாம்பார். போய் சட்டுன்னு கொண்டா...

மங்கா : (சிரித்தபடி) என் ஊட்லயா சாப்பிடப் போற..?

சுதா : (விளையாட்டாக) நீ போட்டா சாப்பிடறேம்மா...

சுதாவையே அசந்துபோய்ப் பார்த்தபடி இருக்கும் மங்கா.

சுதா : (குழந்தையைப் போல் அடம்பிடிக்கும் தோரணையில்) பசிக்குதுங்கறேன் இல்ல.

உடனே சந்தோஷமாக சுதாவுக்குச் சாப்பாடு கொண்டுவரத் தனது குடிசைக்குள் நுழையும் மங்கா.

மங்கா : (குடிசைக்குள் இருந்தபடி) சாம்பார் கொஞ்சம் ஆறிடுச்சி கண்ணு. சுட வக்கட்டுமா..?

சுதா : வேணாம் மங்கா...

ஒரு தட்டுல சாதமும் டம்ளரில் தண்ணீரும் எடுத்துக்கொண்டு சுதாவிடம் கொடுத்தபடி...

மங்கா : தட்டு கிட்டெல்லாம் கிடையாது... கண்ணு. இதுலயே தின்னு. புதுசுதான்.

சுதா : நீ சாப்பிடல..?

மங்கா : நான் அப்பால சாப்பிட்டுக்கிறேன்.

சுதா : (அதிகாரமாக) போய் எடுத்திக்கிட்டு வா. ரெண்டு பேரும் சேந்தே சாப்பிடலாம்.

சந்தோஷமாகத் தனக்கும் சாப்பாடு கொண்டுவர குடிசைக்குள் போகும் மங்கா. அமர்ந்த இடத்தில் இருந்தபடியே தன் கையைக் கழுவிக்கொள்ளும் சுதா. ஒரு சட்டியில் கொஞ்சம் சாதத்துடன் வெளியே வந்து சுதாவிற்கு அருகில் அமர்ந்துகொள்ளும் மங்கா. இருவரும் சாப்பிட ஆரம்பிக்கிறார்கள். ஒரு வாய் சாப்பிட்டதும் சுதா.

சுதா : (சாப்பாட்டை ரசித்தபடி) அடேங்கப்பா, சாம்பார் ஒரு தூக்கு தூக்குது. ஒன்னக் கட்டிக்கப் போறவன் ரொம்பக் குடுத்துவச்சவன்.

மங்கா : (அலட்சியமாக) அடப்போ கண்ணு. பொயக்கிற பொயப்புக்கு அது ஒண்ணுதான் கொறச்சலு.

சுதா : ஏன் மங்கா..?

மங்கா : வேணாம்னு வுட்டேன்னு வையேன்.

சுதா : ஏன் அப்படி...?

மங்கா : ஒருத்தன் மேல உசுரே வச்சிருந்தேன். படுபாவி ஏமாத்திட்டுப் பூட்டான்.

சுதா : வேற ஒருத்தியைக் கட்டிக்கிட்டானா..?

மங்கா : ஆ... அதெல்லாம் ஒண்ணும் இல்ல.

சுதா : பின்னே...?

மங்கா : நாலாவது மாடியில சாய்ஞ்சிட்டு வெள்ளை அடிச்சிக்கிட்டு இருந்தான். பாவிமக நான் பல்ல காட்டிக்கிட்டே கீழே போயிக்கிட்டிருந்தேனா... கூப்பிடறதுக்குன்னு குனிஞ்சவன்தான் கை வழுக்கிடுச்சி. அம்மா ஒசரத்துல இருந்து கீழே விழுந்தா இன்னா ஆவும். அங்கேயே பூட்டான்.

(இதைக் கேட்ட அதிர்ச்சியில் மலைத்துப் போய் உட்கார்ந்திருக்கும் சுதா)

மங்கா : (வருத்தத்தைச் சற்றும் வெளிக்காட்டாமல்) ஆறு வருஷமாச்சு. ஒருத்தன் நெனப்பு நெஞ்சுக்குள்ள வச்சிக்கினு இன்னொருத்தனுக்கு எப்படி கண்ணு முந்தானை விரிக்கறது. நீயே சொல்லு...

மங்காவின் கதையைக் கேட்டுக் கண்கள் கலங்கியபடி சொல்ல வார்த்தை இல்லாமல் அமர்ந்திருக்கும் சுதா.

cut to :
காட்சி : 58
சுதா வீடு ஹால் Int.Day

சுதாவின் வளசரவாக்கம் வீட்டுக்குத் தளம் போடுவதைப் பற்றிப் பேசுவதற்காக அமர்ந்திருக்கும் மேஸ்திரி மற்றும் மங்கா. தளம் போடும் மேஸ்திரி, தாத்தா, சுதா மற்றும் கோபி.

மேஸ்திரி : கல்யாணம், சமையல்காரங்க மாதிரி இந்தத் தளம் போடுறவங்களும் ரொம்ப பிசிங்க. ஒரு பத்து நாளைக்கு முன்னாடியாவது சொல்லி வச்சாத்தான் வந்து சேருவாங்க.

கோபி : சொல்லிட்டாப் போச்சி...

சுதா : நம்ப தளத்துக்கு சுமாரா எவ்வளவு ஆகும்?

மேஸ்திரி : (தனது சட்டைப் பையிலிருந்து ஒரு பேப்பரை எடுத்தபடி) இதோ, போட்டு வச்சிருக்கேனே...

அவர் ஒரு பேப்பரை எடுத்துக் கொடுக்க, அதை மேஸ்திரி வாங்கி அதிலிருக்கும் பேப்பரை கோபியிடம் கொடுக்கிறார். கோபி அந்த பேப்பரில் இருக்கும் கணக்கைப் பார்த்துவிட்டு அதை சுதாவிடம் கொடுக்கிறான். அதை வாங்கிப் பார்க்கும் சுதா.

மேஸ்திரி : இந்த சாமான்லாம் வாங்கிப் போட்டு ஒரு தேதி சொல்லிட்டீங்கன்னு வைங்க. வந்து ஒரேமூச்சுல

முடிச்சிருவானுங்க.

சுதா : ஒண்ணு பண்ணுங்க மேஸ்திரி. இன்னைக்கு திங்கள், புதன்கிழமை சாயந்திரம் நீங்க ப்ளாட்டுக்கு வந்திருங்க. அங்கே தேதிய சொல்லிடுறேன்.

மேஸ்திரி : தள்ளிடாதீங்கம்மா. பாவம், அவருக்கு நிறைய வேலை இருக்கு. நம்ம கூப்பிட்டோம்கிறதுக்காக வந்திருக்காரு. விட்டீங்க, அப்புறம் நல்ல ஆளு கிடைக்க மாட்டாங்க.

cut to :

காட்சி : 59

சுதாவின் அலுவலகம். மேலாளரின் கேபின் Int.Day.

தனது மேஜையில் அமர்ந்தபடி அலுவலகப் பேப்பரை சரி பார்த்துக் கொண்டிருக்கும் மேனேஜர். அப்பொழுது அவரது கேபினுக்கு வரும் சுதா. அவருக்கு எதிரே நின்றபடி

சுதா : Good morning sir.

மேனேஜர் : (ஆர்வமாக) வா வா வா கூச்சோ. (இருக்கையில் அமரும் சுதா)

மேனேஜர் : பார்த்துக்கொண்டிருந்த பைலைத் தள்ளி வைத்துவிட்டு) அப்புறம் ஒன் கட்டட வேலையெல்லாம் எப்படி நடக்குது..?

சுதா : (தயங்கியபடி) அது விஷயமாத்தான் சார். ஒரு சின்ன ஹெல்ப்.

மேனேஜர் : ஏன்டீமா..?

சுதா : உடனடியா ரூப் போடணுமாம். மழை வந்துட்டா

workers வேற கிடைக்க மாட்டாங்களாம்.

மேனேஜர் : ப்ச்... என்ன செய்யோணும்னு சொல்லு...

சுதா : Loan Final Installment அடுத்த மாசம் தான் வரும். நீங்க கொஞ்சம் சொல்லி அத இந்த வாரத்துக்குள்ளேயே வாங்கிக் கொடுத்திட்டா ரொம்ப உதவியா இருக்கும்.

மேனேஜர் : (சிரித்தபடி) ஓ... ஓ... ஹோ இதிதானேமா..? don't worry. நான் செஞ்சித் தரேன்.

சுதா : Thank you sir.

மேனேஜர் : சும்மாவா வீடு கட்டிப் பாரு கல்யாணம் பண்ணிப் பாரு நரவாலி செப்பிண்டி. கஷ்டம்தான். அதி சரி சுதா. week end-நீ என்ன பண்ணுவே..?

சுதா : எங்களுக்கெல்லாம் என்ன sir week end. வீட்டு வேலையே சரியா இருக்கும்...

மேனேஜர் : (பலமாக சிரித்தபடி) You are talking like a old women. மாரோ ஒஹ பணி சேச்தாவா? இந்த மகாபலிபுரம் வரைக்கும் நாம ரெண்டு பேரு போயிட்டு வந்தா என்ன?

இதைக் கேட்டதும் சுதாவின் முகம் மாறுகிறது.

மேனேஜர் : அக்கடா Hotel Sea breeze உந்தி. first class Hide out, மஞ்சி privacy, best சாப்பாடு..

அதற்குமேல் மேனேஜரின் குரல் அடுத்த காட்சியின் மேல் over - lap செய்யப்படுகிறது.

cut to :

காட்சி : 60
பல்லவன் பேருந்து Int.Day

பஸ்ஸில் அலுவலகத்தில் மேனேஜர் பேசியதை நினைத்தபடி சோகமாக அமர்ந்திருக்கும் சுதா. Voice over - lap

மேனேஜர் : best சாப்பாடு, இரண்டு நாளைக்கு இந்த வீட்டு Problem எல்லாத்தையும் உடு நீ...

அவளைக் கவனித்தபடி அருகில் அமர்ந்திருக்கும் கோபி.

கோபி : யோ.. என்னய்யா நீ காலைல இருந்து பாக்கறேன் என்னமோ மாதிரி இருக்க. என்னாச்சு..?

சுதா : ப்ச்...

கோபி : என்னய்யா ஆச்சு..?

சுதா : (கோபமாக) ஒண்ணும் இல்லைன்னு சொன்னேன் இல்ல...

(சுதாவின் அமைதிக்குக் காரணம் புரியாமல் குழப்பத்துடன் அமர்ந்திருக்கும் கோபி. சுதா சோகம் தாங்க முடியாமல் வெடித்து அழ ஆரம்பிக்கிறாள்)

கோபி : (சுதாவைத் தேற்றியபடி) ஏய் சுதா என்னய்யா ஆச்சு உனக்கு? இந்த பாரு பஸ்ல எல்லாரும் பாத்துக்கிட்டு இருக்காங்க. சும்மா இருயா...

தன்னைத்தானே தேத்தியபடி அழுகையை நிறுத்தும் சுதா.

cut to :
காட்சி : 61
சுதா வீடு. படுக்கையறை. Int.Night

கட்டிலில் அமர்ந்தபடி பேசிக் கொண்டிருக்கும் தாத்தா மற்றும் சுதா

தாத்தா : (கோபமாக) தளம் போடுறத லோன் வந்ததுக்கு அப்புறம் வச்சிக்க.

சுதா : ப்ச்.. ஆளுங்க கிடைக்க மாட்டாங்கன்னு சொல்றேன் இல்ல...

தாத்தா : அடுத்த வருஷம் வச்சிக்க. ஏதோ அடகு வைக்கறேன்னு பாத்தா இப்ப விக்கிறேன்னு நிக்கிறியே...

சுதா : தாத்தா நான் சொல்றத...

தாத்தா : (சுதாவை மேலே பேசவிடாமல் அதட்டியபடி) சு... பேசுன...

(வாயடைத்துப் போகும் சுதா. அங்கிருந்து எழுந்து போகும் தாத்தா. செய்வது அறியாமல் கண்கள் கலங்கியபடி அமர்ந்திருக்கும் சுதா.)

cut to :

காட்சி : 62

வளசரவாக்கம் இடம் Ext.Day

வளசரவாக்கம் இடத்தில் மங்காவின் குடிசைக்கு வெளியே அமர்ந்திருக்கும் தளம் போட வரும் மேஸ்திரி. அவருக்கு ஒரு சொம்பில் தண்ணிக் கொடுக்கும் மங்கா. அதை வாங்கிக் குடிக்கும் மேஸ்திரி. அப்பொழுது அங்கு வாடிய முகத்துடன் வரும் சுதா. சுதாவைப் பார்த்ததும் கயிற்றுக் கட்டிலிலிருந்து எழுந்திருக்கும் மேஸ்திரி அவளிடம்...

மேஸ்திரி : வாங்கம்மா... அப்ப என்னைக்கு ஆரம்பிக்கலாம்..?

சுதா : (குனிந்த தலையுடன்) சாவகாசமாப் பாத்துக்கலாம் மேஸ்திரி...

மங்கா : (அதிர்ச்சியாக) ஏன் கண்ணு..?

சுதா : பணம் பெரட்ட முடியல மங்கா.

மேஸ்திரி : அப்புறம் மழை ஆரம்பிச்சுடுமேம்மா... வேலை நடக்காது.

சுதா : (வருத்தமாக) என்ன பண்ணறது? எவ்வளவோ டிரை பண்ணேன் பணம் கிடைக்கலே...

மேஸ்திரி : அப்ப சரிமா... அப்புறம் பாத்துக்கலாம். (மங்காவைப் பார்த்தபடி) வரேன் புள்ள.

என்று சொல்லிவிட்டு அங்கிருந்து கிளம்பும் மேஸ்திரி. மிகுந்த அலுப்புடன் கட்டிலில் அமரும் சுதா. அவளுக்கு அருகில் கீழே குத்த வைத்து உட்கார்ந்தபடி மங்கா

மங்கா : ஏன் கண்ணு, அடமானம் வச்சிருக்கிற நகையெல்லாம் விக்கிறதாச் சொன்னியே...

சுதா : (விரக்தியாக) ப்ச்... தாத்தா கத்தினாரு. மங்கா

மங்கா : சார் வரல..?

சுதா : (பின்னால் பார்த்துவிட்டு) ஐயங்கார் கடையில சோடா குடிக்கிறதுக்கு நின்னாரு. பத்திரிகை ஏதாவது கண்ணில பட்டிருக்கும். (மங்காவின் கையைப் பற்றியபடி) அப்ப நான் வரேன் மங்கா..

தனது ப்ளாட்டிற்கு வெளியே வரும் சுதா. அப்பொழுது சற்று தூரத்தில் தளம் போடும் மேஸ்திரியிடம் பேசிக் கொண்டிருக்கும் கோபி சுதாவைப் பார்த்து

கோபி : அப்ப நீங்க கிளம்புங்க.

கோபிக்கு வணக்கம் வைத்துவிட்டுக் கிளம்பும் மேஸ்திரி. தனக்கு அருகில் வரும் கோபியிடம் சுதா

சுதா : (நக்கலாக) என்ன பத்திரிகை எல்லாம் மேஞ்சாச்சா..?

சிரித்தபடி சுதாவுடன் இணைந்து நடக்கும் கோபி.

cut to :
காட்சி : 63
கடற்கரை Ext.Day

கடற்கரையில் காத்தாட நடந்துவரும் நாயர் மற்றும் தாத்தா.

cut to :
காட்சி : 64
சுதாவின் அலுவலகம் Int.Day

தனது இருக்கையில் அமர்ந்தபடி அலுவலக வேலைகளைப் பார்த்துக்கொண்டிருக்கும் சுதா. தனது கைக்கடிகாரத்தில் நேரத்தைப் பார்த்து இன்னமும் கோபி அலுவலகத்திற்கு வராததை நினைத்துக் கவலையாக அமர்ந்திருக்கிறாள். அப்பொழுது செல்போன் ரிங் ஆகும் சத்தம் கேட்கிறது. தனது மேஜையில் இருக்கும் டெலிபோனை எடுக்கும் ஐயங்கார்.

ஐயங்கார் : யெஸ்

ஐயங்கார் பேசுவதைத் தனது இருக்கையிலமர்ந்து கவனித்தபடி இருக்கும் சுதா.

ஐயங்கார் : just a minute

ரிசீவரை மேலே ஏந்தியபடி, தனது இருக்கையின் பின்னால் சாய்ந்து சுதாவின் பக்கம் பார்த்து...

ஐயங்கார் : சுதா

சுதா ஆர்வத்துடன் வேகமாக ஐயங்காரின் மேஜைக்கு வந்து ரிசீவரைத் தன் காதில் வைத்தபடி

சுதா : சுதா here...

போனில் மறுபக்கம் பேசுபவர்களை கவனித்தபடி

சுதா : (குழப்பமாக) ப்ளாட்டுக்கா..? எதுக்கு..?

மறுபக்கம் போனில் இருப்பவர் ஏதோ சொல்ல, போன் ரிசீவரை மெதுவாக வைக்கும் சுதா. இதை கவனித்தபடி இருக்கும் ஐயங்கார் சுதாவிடம்...

ஐயங்கார் : என்னம்மா..?

சுதா : (தயங்கியபடி) சர் அது வந்து..

cut to :

காட்சி : 65

வளசரவாக்கம் இடம் Ext.Day

சுதாவின் வளசரவாக்கம் இடத்தில் தளம் போடும் மேஸ்திரியின் மேற்பார்வையில் சுதாவின் வீட்டிற்குத் தளம் போடும் வேலை பல தொழிலாளர்களுடன் மும்முரமாக நடைபெறுகிறது. இதைப் பார்த்தபடி இருக்கும் கோபி அப்பொழுது அங்கு நடைபெறுவதைச் சற்றும் எதிர்பாராமல் கலவரத்துடன் அங்கு வரும் சுதா கோபியிடம்

சுதா : என்னங்க இதெல்லாம்..?

கோபி : என்னதுன்னா... தளம் போட்டுக்கிட்டு இருக்கோம்.

சுதா : (முறைத்தபடி) தங்கச்சிங்க கல்யாணப் பணத்துல..

கோபி : இந்தப் பாரு... ஏதாவது பேசுனே, ஒத கிடைக்கும் ஓரமா ஒரு இடத்துல ஒதுங்கி நின்னு பாத்துக்கிட்டிரு. எல்லாம் எங்களுக்குத் தெரியும்.

என்று சொல்லிவிட்டு அங்கிருந்து செல்லும் கோபி. தளம் போடும் வேலையை ரசித்து பார்க்கும் சுதா. பிறகு செங்கல் அடுக்குகளுக்கு மேல் சாய்ந்தபடி நிற்கும் கோபியின் அருகில் சென்று அவன் கைகளை ஆசையாகப் பிடித்தபடி வேலைகளைப் பூரித்துபோய் நின்று பார்க்கும் சுதா.

cut to :
காட்சி : 66
சுதா வீடு. படுக்கையறை Int.Day

தாத்தா பார்த்துக் கொண்டிருந்த நாளிதழை டீப்பாயில் போட்டுவிட்டு வந்து கட்டிலில் அமர்கிறார். பிறகு அறையில் இருக்கும் சுவாமிப் படம் சாய்வாக இருப்பதைக் கவனிக்கும் தாத்தா. எழுந்திருந்து படத்தை நேராக வைத்துவிட்டு அடுத்த அறைக்குச் செல்கிறார். எழுதும் டேபிள் டிராவிலிருந்து ஒரு சாவியை எடுக்கும் தாத்தா. அறையின் ஓரத்தில் இருக்கும் தனது பெட்டியைத் திறக்கிறார்.

cut to :
காட்சி : 66a

ஒரு வெள்ளைச் சட்டையைப் போட்டுக் கொண்டு கையில் குடையுடன் அறையிலிருந்து வெளியே வரும் தாத்தா. வெளி அறையில் இருக்கும் ஜன்னல்களை மூடிவிட்டு வீட்டின் வெளியே வருகிறார். அங்கு தனது வீட்டுப் படிக்கட்டுகளில் அமர்ந்து நாளிதழைப் படித்துக்கொண்டிருக்கும் நாயர். படிக்கட்டில் ஏறி அவரிடம் வந்து ஒரு சாவியைக் கொடுத்தபடி.

தாத்தா	:	இந்தா...
நாயர்	:	என்ன முருகேசு..?
தாத்தா	:	(சந்தோஷமாக) நம்ம வீட்டப் போய்ப் பார்த்துட்டு வந்திர்ரேன்.
நாயர்	:	தனியாவா..?
தாத்தா	:	(மகிழ்ச்சியில் சிரித்த முகத்துடன்) தளம் கூடப் போட்டாச்சாம். எப்படி இருக்குன்னு பாத்துட்டு வரேன்.

மெல்லப் படிக்கட்டுகளில் இருந்து இறங்கும் தாத்தா. அவரையே பார்த்தபடி இருக்கும் நாயர்.

நாயர்   :   (அக்கறையுடன்) பாத்துப் போ...

cut to :
காட்சி : 66b
மார்கெட் வீதி Ext.Day

வெளியே மார்க்கெட் வீதியில் குடைபிடித்துக் கொண்டு நடந்துவரும் தாத்தா.

காட்சி : 66 c
பல்லவன் பேருந்து Int.Day

மெல்ல பேருந்தில் ஏறும் தாத்தா. அவரைக் கவனமாகப் பார்த்தபடி இருக்கும் நடத்துநர்.

நடத்துநர்   :   வாங்க (கம்பியைக் காண்பித்தபடி)
                      புடிச்சிக்குங்க..

பேருந்தில் இருக்கும் கம்பியைப் பிடித்தபடி நிற்கும் தாத்தா

பேருந்து இருக்கையில் அமர்ந்துள்ள ஆட்கள் தாத்தாவைச் சற்று திரும்பிப் பார்த்துவிட்டு அப்படியே அமர்ந்திருக்கிறார்கள். தாத்தாவுக்கு இடது பக்கத்திலிருக்கும் இருக்கையில் அமர்ந்துள்ள பள்ளி மாணவி ஒருத்தி தாத்தாவின் நிலையை உணர்ந்து

பள்ளி மாணவி:   (அக்கறையாக) தாத்தா... (இருக்கையிலிருந்து எழுந்திருத்தபடி) இங்க உக்காருங்க...

தாத்தா அச்சிறுமிக்கு நன்றி சொல்லும்விதமாக அவளைப் பார்த்து புன்னகைத்தபடி இருக்கையில் உட்காருகிறார்.

நடத்துநர்   :   (தாத்தாவிடம்) பெரியவரே... எங்க போகணும்...?
தாத்தா   :   (சற்று உரத்த குரலில்) வளசரவாக்கம்...

பேருந்து தொடர்ந்து செல்ல, ஒரு நிறுத்தத்தில் தாத்தாவிற்கு இடதுபுறம் இருக்கும் மற்றொரு மாணவி இறங்கிக் கொள்ள தாத்தா ஜன்னல்

கம்பிகளில் குடையை மாட்டிவைத்துவிட்டு அவரும் ஜன்னல் கம்பிகளைப் பற்றியபடி அயர்ந்து தூங்குகிறார். பேருந்து வளசரவாக்கம் நிறுத்தத்தை நோக்கி வருகிறது.

நடத்துநர் பயணிகளுக்காக விசில் அடித்தபடி....

நடத்துநர் : வளசரவாக்கம் (தூங்கிக் கொண்டிருந்த தாத்தாவைப் பார்த்து) என்ன பெரியவரே, இந்தப் பக்கம் இல்ல, அப்படி முன்னாடி போய் இறங்குங்க...

பேருந்தின் முன் வாசலில் தூக்கக் கலக்கத்தில் இறங்கும் தாத்தா. வளசரவாக்கம் நிறுத்தத்திலிருந்து புறப்படும்படி நடத்துநர் விசில் அடிக்க பேருந்து அங்கிருந்து புறப்படுகிறது. அப்பொழுதுதான் குடையைக் பேருந்திலேயே விட்டது ஞாபகம் வந்து அதன் பின்னால் ஓடியபடி....

தாத்தா : குடை குடை....

வேகமாகச் செல்லும் பேருந்து...

cut to :

காட்சி : 67

தெரு Ext.Day

குடையை பஸ்ஸிலேயே வைத்துவிட்டதால் நன்கு அடிக்கும் வெயிலில் நடக்கும் தாத்தா. சற்று தூரத்தில் ஒரு பெரிய மெட்ரோ வாட்டர் டேங்க் அருகில் செல்லும்போது மூச்சு திணறும் தாத்தா. அங்கு இருக்கும் விளக்குக் கம்பத்தைப் பிடித்தபடி சற்று ஓய்வாக நின்றுகொள்கிறார். மறுபடியும் நடக்க ஆரம்பிக்கிறார். ஒரு வழியாக வளசரவாக்கம் இடத்தை வந்து சேருகிறார்

cut to :

காட்சி : 68

வளசரவாக்கம் இடம். Ext.Day

மங்காவின் குடிசைக்கு அருகில் வந்து நின்றபடி சுதா புதிதாகக் கட்டிக் கொண்டிருக்கும் வீட்டைப் பார்க்கும் தாத்தா. மெதுவாக வீட்டாருகே வந்து வாசலில் தனது செருப்பைக் கழட்டிவிட்டு ஏதோ ஞாபகத்தில் இடது காலை முன்வைத்தார். பிறகு வலது காலை எடுத்து முன்வைத்து வீட்டினுள் நுழைகிறார். வீட்டிற்குள் ஒவ்வொரு அறையுமாக சந்தோஷமாகச் சுற்றிப் பார்க்கும் தாத்தா. ஒரு ஜன்னல் வெளி அருகே வந்து நின்றபடி மிகுந்த சந்தோஷத்துடன் வெளியே பார்க்கும் தாத்தா. பிறகு ஒரு சுவரருகே வந்துநின்று சுவற்றைக் குழந்தையைத் தொடுவதைப் போல் ஆசையாகத் தடவிப் பார்க்கும் தாத்தா. மெதுவாக மாடிப் படிகளில் ஏறி மாடிக்குச் செல்லும் தாத்தா. அப்பொழுது பின்னாலிருந்து வரும் மங்கா... மாடியில் சந்தோஷமாகச் சுற்றிப் பார்க்கும் தாத்தாவைப் பார்க்கிறாள். தாத்தாவிடம் மங்கா...

மங்கா : (மரியாதையுடன்) பெரியய்யா...

மங்காவின் குரல் கேட்டுக் கனவிலிருந்து விடுபவரைப்போல்...

தாத்தா : (தனது கண்களில் வடியும் கண்ணீரைத் துடைத்தபடி) ஆ... என்றபடி மங்காவின் பக்கம் திரும்பும் தாத்தா...

தாத்தா : (மங்காவைப் பார்த்துச் சிரித்தபடி) மங்கா...

மங்கா : ஆமாங்க... தனியாவா வந்திருக்கீங்க...?

தாத்தா : ஆமா... குடிக்கக் கொஞ்சம் தண்ணி கொடேன்...

மங்கா : சோடா எதனா வாங்கியாரவா..?

தாத்தா : தண்ணியே போதும்.

தாத்தாவிற்குத் தண்ணீர் எடுத்துக் கொண்டுவரப் போகும் மங்கா... வாசற்படியில் வந்து அயர்ந்துபோய் உட்காரும் தாத்தா. ஒரு சொம்பு தண்ணீருடன் தனது குடிசையிலிருந்து வெளிவரும் மங்கா... தாத்தாவிடம்

தண்ணீர் சொம்பைக் கொடுக்கும் மங்கா. அதை வாங்கி ஒரு வாய் குடித்துவிட்டு சொம்பைத் திரும்ப மங்காவிடம் கொடுக்கும் தாத்தா.

மங்கா : (சொம்பை வாங்கியபடி) வூடு நல்லாருக்காய்யா...?

தாத்தா : நல்லயிருக்கு. (நிறைவாக) யாரு பெத்த புள்ளையோ... ஒத்தாசையா நின்னு வூடு கட்டிக் கொடுத்திருக்க...

மங்கா : அட போங்க பெரிய அய்யா. நான் என்னத்தப் பெரிசாக் கிளிச்சிட்டேன்.

தாத்தா : (சுவரைப் பிடித்து மெதுவாக எழுந்தபடி) அப்ப வரட்டுமா மங்கா...

தாத்தாவிற்கு எழுந்திருக்க உதவும் மங்கா. மெதுவாக பிளாட்டிற்கு வெளியே வந்து தெருவை அடையும் தாத்தா. கொஞ்ச தூரத்திலேயே தனது நெஞ்சைப் பிடித்தபடி நடக்க முடியாமல் நடக்கும் தாத்தா. இரண்டு அடியில் வழியில் துடித்தபடி பொத்தென்று தெருவில் விழுகிறார். இதைக் கவனிக்கும் எதிரே வரும் இளைஞன், தாத்தாவின் அருகே ஓடி வந்து அவரைப் பார்க்கிறான்.

cut to :

காட்சி : 69

சுதாவின் அலுவலகம். Int.Day.

அவரவர் இருக்கையில் அமர்ந்தபடி தங்களது வேலைகளைப் பார்க்கும் ஐயங்கார், சுதா, கோபி மற்றும் வேறு ஊழியர்கள். அப்பொழுது ஐயங்காரின் மேஜையில் இருக்கும் போன் ரிங் ஆகிறது.

ஐயங்கார் : (ரிஸிவரை எடுத்துக் காதில் வைத்தபடி)

(தனது இருக்கையின் பின்னால் சாய்ந்தபடி தூரத்திலிருந்தும் சுதாவிற்குக் கேட்கும்படி)

ஐயங்கார் : சுதா...

ஐயங்காரின் குரல் கேட்டுத் தனது இருக்கையிலிருந்து எழுந்துவரும் சுதா.

ஐயங்கார் : (போனில்) வந்துக்கிட்டு இருக்காங்க...

ஐயங்காரிடம் ஃபோனை வாங்கி...

சுதா : ஹலோ...

போனில் பேசும் சுதாவைத் தனது இருக்கையிலிருந்தபடியே கவனிக்கும் கோபி.

சுதா : (அதிர்ச்சியாக) என்னது...?

சோகத்தில் சுதா கண்கள் கலங்கியபடி நிமிர்ந்து கோபியைப்பார்க்கிறாள்.

cut to :

காடீட்சி : 70

மார்க்கெட் வீதி Ext.Day

மயானக்காட்டில் தாத்தாவின் உடல் சிதையூட்டப்பட்ட நிலையில் இருக்கிறது. அவருக்கு மரியாதை செலுத்தும் விதமாகக் கைகட்டியபடி நிற்கும் கோபி மற்றும் பலர்.

cut to :

காட்சி : 71

சுதா வீடு. Int.Day

தாத்தாவின் புகைப்படத்தில் அவரது நெற்றியில் குங்குமப் பொட்டு வைக்கப்பட்டிருக்கிறது. வெளிநாற்காலி காலியாக இருக்க அதற்கு அருகில் சோகமாக அமர்ந்திருக்கும் கோபி. வீட்டினுள் ஒரு ஜன்னலருகே சோகமாக அமர்ந்திருக்கும் இந்து. தாத்தாவின் அறையில் அவரது பெட்டியில் இருக்கும் அவரது பொருட்களை ஒவ்வொன்றாக எடுத்துப்

பார்க்கும் சுதா. அப்பொழுது அதில் இருக்கும் தாத்தாவின் கல்யாணப் புகைப்படத்தை எடுத்துப் பார்க்கும் சுதா. பிறகு உள்ளே இருந்து தாத்தா வைத்திருந்த ஒரு சிறிய நகைப் பெட்டியை எடுக்கிறாள். தனது புடவை மூலம் அதிலிருக்கும் தூசியைத் துடைத்துத் துடைத்து அதைத் திறக்கும் சுதா. அதனுள் தாத்தா ஏற்கனவே தனது சுயநினைவுடன் எழுதிய குறிப்பும் பாட்டியின் தாலிச் சங்கிலி மற்றும் சில்லறைக் காசுகள் இருக்கின்றன. தாத்தா இதைப் பத்திரமாக வைத்திருப்பது தெரியாததால் குழப்பமடையும் சுதா. பெட்டியிலிருந்து தாலிச் சங்கிலியைத் தனியாக எடுத்து வைக்கிறாள். பிறகு அதனுள்ளிருக்கும் தாத்தாவின் குறிப்பை எடுத்துப் படிக்கும் சுதா. அக்குறிப்பில் தாத்தா ஏற்கனவே தனது பேத்திகளுக்காக வைத்திருந்த பத்தாயிரம் ரூபாயை சுதாவிடம் கொடுத்தாள். அவ்வரிகளை அடித்து உள்ளார். மேற்படி இருக்கும் குறிப்பு முழுவதையும் படிக்கும் சுதா. தாத்தாவின் நினைவால் சோகத்தில் வெடித்து அழ ஆரம்பிக்கிறாள். அவளது அழுகைச் சத்தம் கேட்டு வெளியிலிருக்கும் கோபி அவளருகே வந்து சமாதானம் செய்ய முயல்கிறான்.

கோபி : ஏய் சுதா... சுதா... (சுதாவின் அழுகுரல் கேட்டு அங்கு ஓடி வரும் இந்து அவளைக் கட்டிக் கொள்கிறாள்)

இந்து : அக்கா...

இந்துவைக் கட்டி அழும் சுதா. சுதாவின் அருகே வந்து அமர்ந்தபடி கோபியின் அம்மா...

கோபியின் அம்மா : (ஆறுதலாக) சுதா... அழாதேம்மா... அழாத கண்ணு.. அழாத...

தொடர்ந்து கதறி அழுதபடி இருக்கும் சுதா

cut to :

காட்சி : 72

சுதாவின் வளசரவாக்கம் இடம். Ext. Day.

மங்காவின் குடிசைக்கு வெளியே கயிற்றுக் கட்டிலில் சோகமாக அமர்ந்திருக்கும் கோபி மற்றும் சுதா. அவர்களுக்கு அருகிலேயே கன்னத்தில் கை வைத்தபடி தரையில் அமர்ந்திருக்கும் மங்கா. ஏதும் பேசாமல் தலைகுனிந்தபடி உம்மென்று இருக்கும் கோபி மற்றும் சுதாவை மாறி மாறிப் பார்க்கும் மங்கா.

மங்கா : (ஆறுதலாக) அட இன்னா கண்ணு நீ, இப்படியே குந்திக்கிட்டு இருந்தா எப்படீ..? சரி எல்லாரும் ஒருநாளுக்குப் போக வேண்டியது தானே மேற்கொண்டு நடக்க வேண்டியதைப் பாப்பியா...

கோபி : தோ பாரு தாத்தாக்கு எம்பத்திநாலு வயசாச்சு. எப்ப வேணாலும் ஆளு போயிருக்கலாம் இல்லையா... கட்டின வீட்டை வந்து பாத்திட்டு நிறைஞ்ச மனசோட போயிருக்காரு. இதுக்கு மேல என்னயா வேணும். கோபி பேசிக்கொண்டிருக்கும் போது அங்கு வந்து நிற்கும் metro water jeep அதிலிருந்து இறங்கி மங்காவின் குடிசையை நோக்கி வரும் இரண்டு அலுவலர்கள்.

ஆபீசர் 1 : சுதாவைப் பார்த்து. இந்த வீடு கட்டறது யாருங்க...?

(அலுவலர்களைப் பார்த்ததும் கட்டிலிலிருந்து எழுந்திருக்கும் கோபி மற்றும் சுதா)

கோபி : நாங்க தான் எதுக்கு...?

ஆபீசர் 2 : நாங்க மெட்ரோ வாட்டர்ல இருந்து வர்ரோம். எப்படி வீடு கட்டறீங்க?

கோபி : சார். கோபி பதிலளிப்பதற்குள் சுதா கோபமாக

சுதா : என்ன கேக்கறீங்க?

ஆபீசர் 2 : வீடு கட்டரதுக்குப் பஞ்சாயத்து ஆபீசுல Sanction வாங்கியிருக்கீங்களான்னு கேக்கறாரு...

கோபி : oh yes... sanction (கோபமாக) Sanction வாங்காம யாராவது வீடு கட்டுவாங்களா..? அது சரி எதுக்கு இதெல்லாம் கேக்கறீங்க..?

ஆபீசர் 1 : இல்ல, இந்த கிரவுண்ட் metro water acquire பண்றதா இருக்கோம்.

சுதா : (குழப்பமாக) acquire பண்றதுன்னா...

ஆபீசர் 1 : உங்களுக்கு ஒரு தொகையைக் கொடுத்துட்டு அரசாங்கம் இதை எடுத்துக்கும்.

சுதா : (அதிர்ச்சியில்) எதுக்கு ?

ஆபீசர் 1 : இங்க பெருசா இரண்டு கிணறு வெட்டி இந்த ஏரியாவுக்கே இங்கு இருந்து தான் Water supply.

அதிர்ச்சியில் வாயடைத்து நிற்கும் சுதா மற்றும் கோபி.

ஆபீசர் 1 : இந்த இடத்த விக்கவோ இதுல வீடு கட்டவோ கூடாதுன்னு Inform பண்ணி ஒரு வருஷத்துக்கும் மேல ஆவுது.

சுதா : யாருக்கு Inform பண்ணீங்க?

ஆபீசர் 2 : MMDA, அவுங்க மூலமா வளசரவாக்கம் பஞ்சாயத்து ஆபீசுக்கு.

கோபி : (அதிர்ச்சியாக) பஞ்சாயத்து ஆபீசுல ஒண்ணுமே சொல்லலயே...

ஆபீசர் 1 : (சந்தேகமான பார்வையுடன்) உண்மைய சொல்லுங்க. இந்த வீடு கட்டுறதுக்கு Actual அ

நீங்க sanction வாங்கியிருக்கீங்களா இல்லையா?

கோபி : சார் வாங்கியிருக்கோம் சார்.

ஆபீசர் 2 : பஞ்சாயத்து ஆபீசுல..?

சுதா : (கோபமாக) ஆமா சார். அங்கேதான் வாங்கி இருக்கோம்.

ஒருவருக்கொருவர் தங்களுக்குள் பார்த்துக்கொள்ளும் அதிகாரிகள்.

ஆபீசர் 1 : சர் நீங்க ஒண்ணு பண்ணுங்க. உடனடியாக பஞ்சாயத்து ஆபீசுக்குப் போய்க் கொஞ்சம் விசாரிச்சுப் பாருங்க. தங்களுக்குள் ஒருவிதக் கலக்கத்துடன் பார்த்துக் கொள்ளும் கோபி மற்றும் சுதா.

cut to :
காட்சி : 73
வளசரவாக்கம் பஞ்சாயத்து அலுவலகம்.
E.O. ராகவனின் அறை. Ext.Day.

பஞ்சாயத்து அலுவலகம் E.O. ராகவனின் அறை. அவருடன் பேசிக் கொண்டிருக்கும் கோபி மற்றும் சுதா.

E.O.ராகவன்: என் ஆபீசுல வாங்கி இருக்கீங்களா..? இருக்காதே...

சுதா : சார் வந்து நாங்க இரண்டுபேரும்..

சுதாவை அதற்குமேல் பேசவேண்டாம் என்று அவளது தோளில் கைவைத்துத் தடுத்தபடி கோபி...

கோபி : (கோபமாக Sanction பேப்பரை E.O. கிட்டக் காண்பித்தபடி) இதோ இருக்கே சார்..

பேப்பரை வாங்கி அதில் நிர்வாக அதிகாரி என்று தன்னுடைய பெயர் போடப்பட்டிருப்பதைப் பார்க்கும் ராகவன் சற்று யோசித்து விட்டு.

ராகவன் : இத யாரு கொடுத்தா...?

கோபி : (கோபமாகக் கத்தியபடி) உங்க ஆபீஸ் Sanction வேற யாரு சார் கொடுக்கிறது? இந்த ஆபீசுல தான் கொடுத்தாங்க. கண்கள் கலங்கியபடி அமர்ந்திருக்கும் சுதா.

ராகவன் : (பணிவாக) come with me please

என்று எழுந்திருக்க, அவரைப் பின் தொடரும் சுதா மற்றும் கோபி ஒரு பெஞ்சின்முன் வந்து நின்றபடி...

ராகவன் : வாங்க உக்காருங்க ஒரு அஞ்சு நிமிஷம்...

என்று சொல்லிவிட்டுத் தனது அறைக்குத் திரும்பும் ராகவன். கலக்கத்துடன் ஒருவரையொருவர் பார்த்தபடி அமர்ந்திருக்கும் கோபி மற்றும் சுதா.

cut to :
காட்சி : 73a

தனது மேஜையில் அமர்ந்து Sanction பேப்பரை மறுபடியும் எடுத்துப் பார்க்கும் ராகவன். பிறகு மிகுந்த கடுப்புடன் மேஜையிலுள்ள மணியை அடித்து பியூனைக் கூப்பிடுறார். அவரது அறைக்கு வரும் பியூன்.

பியூன் : (மரியாதையாக) சார்..

ராகவன் : (கோபமாக) தாஸை வரச்சொல்லுய்யா...

தனது மேஜையில் அமர்ந்தபடி அலுவலக பேப்பரை சரிபார்த்துக் கொண்டிருக்கும் தாஸ். சுதா வீடு கட்டுவதற்காக Sanction வாங்கிக் கொடுத்தவர். அங்கு வரும் பியூன் தாஸிடம்...

பியூன் : சார்...

நிமிர்ந்து பார்க்கும் தாஸ்.

பியூன் : அய்யா கூப்பிடராரு

தாஸ் : ம்ம்...

என்று பேப்பரை வைத்துவிட்டு ராகவனின் அறையை நோக்கி வரும் தாஸ். தனது தலையில் கைவைத்தபடி கவலையுடன் அமர்ந்திருக்கும் ராகவன். அங்கு கை கட்டியபடி வரும் தாஸ்.

தாஸ் : (சிரித்த முகத்துடன்) கூப்பிட்டீங்களா சார்?

தாஸின் குரல் கேட்டு நிமிர்ந்து பார்க்கும் ராகவன்.

ராகவன் : சுதாவின் Sanction பேப்பரைக் காண்பித்தபடி கோபமாக) என்னய்யா இது..?

பேப்பரை வாங்கிப் பார்க்கும் தாஸ். அது சுதாவிற்கு தான் வாங்கிக் கொடுத்த Sanction பேப்பர் என்று புரிந்ததும், பேப்பரையும் ராகவனையும் மாறிமாறிப் பார்க்கும் தாஸ்.

ராகவன் : (கடுப்பாக) என்னய்யா பேந்த பேந்த முழிக்கற. கேக்கறேன் இல்ல..?

பேப்பரை மேஜையில் போட்டுவிட்டு ராகவனின் காலில் விழுந்தபடி...

தாஸ் : (அழும் தோரணையில்) சார் என்ன மன்னிச்சிருங்க சார். நாற்காலியிலிருந்து எழுந்திருந்தபடி....

ராகவன் : (அருவருப்பாக) சீச்சீ... எந்திரிப்பா... எந்திரி... (கோபமாக) metro water aquire பண்ணறதுக்குக் கொடுத்திருக்க. என் கையெழுத்து வேற forge பண்ணியிருக்க. ஏன்யா, என்னய்யா பண்ணியிருக்கற?

எ துவும் தெரியாததுபோல முழிக்கும் தாஸ்.

தாஸ் : தப்புதான்.

ராகவன் : (கோபத்தில் கத்தியபடி) தப்புன்னா... (எரிச்சலில் தனது தலையில் அடித்துகொண்டபடி) யோ இப்ப என்ன நடந்துபோச்சு தெரியுமா உனக்கு? ஒன்றரை லட்சம் ரூபா போட்டு வீடு கட்டிருக்காய்யா. வந்து உக்காந்துருக்கா. என்ன பதில் சொல்வேன்? இந்த இடத்துல கொடுக்கக் கூடாதுன்னு உனக்குத் தெரியுமில்ல. குழந்தையைப் போல் தெரியுமேன்று தலையசைக்கும் தாஸ்.

ராகவன் : அப்படி என்னத்தய்யா வாரிக் கொடுத்திட்ட. இப்ப அவுங்க கோர்ட்டுக்குப் போவாங்க. யோவ் என்னையும் சேத்து இல்லையா மாட்டி வச்சிருக்க. (எரிச்சலுடன்) திருட்டுக் கையெழுத்துக்கு என்ன தண்டனை தெரியுமில்ல. (கோபம் பொறுக்க முடியாமல்) ம்ம்...

தாஸ் : (பொறுப்பில்லாமல்) metro இவ்ளோ சீக்கிரம் water எடுப்பாங்கன்னு நான் நினைக்கல சார். அதுக்குள்ள ரிடையர் ஆயிப் போயிடலாமுன்னு...

ராகவன் : (கோபத்தின் உச்சியில்) ரிடையர் ஆயிட்டா மட்டும் விட்டுருவாங்களா பாவம். அது பொம்பளப் புள்ள படாதபட்டு ஒரு வீடு கட்டியிருக்கு. அதப் புடுங்கிக்கிறதுன்னா எப்படியா தாங்கிக்குவா... குற்ற உணர்வால் அமைதியாக நிற்கும் தாஸ்.

cut to :

வெளியே தங்களுக்கு நியாயம் கிடைக்குமென்று அமைதியாக அமர்ந்திருக்கும் கோபி மற்றும் சுதா.

இருவரின் முகமும் *Freez* செய்யப்படுகிறது. அதற்குமேல் *voice overlap* செய்யப்படுகிறது...

voice overlap

லஞ்சம் வாங்கிய குற்றத்துக்காகவும் போலிக்கையெழுத்திட்டு, பொய் *Certificate* கொடுத்த குற்றத்துக்காகவும் பஞ்சாயத்து ஆபீசு கிளார்க் வேலையிலிருந்து *Dismiss* செய்யப்பட்டு இப்பொழுது சிறைதண்டனை அனுபவித்து வருகிறார். தனது வீட்டை *Metro Water aquire* செய்யக் கூடாதென்று சுதா தொடர்ந்த வழக்கின்மீது இப்பொழுது விசாரணை நடந்து வருகிறது.

-End Card-

A Film by - Balu Magendra

வீடு : விமர்சனம்

பாலு மகேந்திராவின் வீடு
ராஜேஷ்

எனக்கு விபரம் தெரிந்த காலத்தில் தொலைக்காட்சி என்றாலே அது தூர்தர்ஷன் மட்டுமே. ஹிந்தி மற்றும் தமிழ் நிகழ்ச்சிகளை தூர்தர்ஷனின் மூலமாக மட்டுமே பார்த்த இளம் வயது கிடைக்கப் பெற்றவர்களில் நானும் ஒருவன். சன் டிவி முதன்முதலில் ஒளிபரப்பப்பட்ட 1993ல் எனக்குப் பதினான்கு வயது. ஆக, சிறு வயதில் கார்ட்டூன்களாகட்டும், பாடல்களாகட்டும், செய்தி நிகழ்ச்சிகளாகட்டும் - எல்லாமே தூர்தர்ஷன் என்று இருந்த காலம். அப்போது ஞாயிறு மதியம், மாநில மொழித் திரைப்படம் என்ற ஒரு நிகழ்ச்சியில், பல்வேறு மொழிகளில் திரைப்படங்கள் வெளிவரும். மாதம் ஒரு முறை அல்லது இரண்டு மாதங்களுக்கு ஒருமுறை அதில் தமிழ்ப்படங்களும் காட்டப்படும். இப்படித் தமிழ்ப்படங்கள் வரும்போது மட்டும் நாங்கள் அதைப் பார்ப்பது வழக்கம். காரணம், அப்போதெல்லாம் தமிழ் சினிமாவைத் தொலைக்காட்சியில் பார்க்க வேண்டுமென்றால் ஞாயிறு மாலை மட்டுமே சாத்தியமாக இருந்தது. அதிலும் புதன்கிழமைகளில் ஒளிபரப்பப்படும் எதிரொலி நிகழ்ச்சியில் வாசகர் கடிதங்களைப் படிக்கையில் வரும் ஞாயிறு எந்தப் படம் காட்டப்படப்போகிறது என்பதை பலத்த சஸ்பென்ஸ்க்குப் பின்னர் நிலைய அதிகாரி சொல்லும்போதே அவ்வளவு சந்தோஷமாக இருக்கும். அவற்றில் பெரும்பாலான படங்கள் பழைய படங்களாகவே இருந்தாலும்கூட.

வீடு திரைப்படத்தின் வெள்ளிவிழா சிறப்பிதழில் எனது தூர்தர்ஷனைப் பற்றிய மலரும் நினைவுகள் தவறாக இடம் பெற்றுவிட்டது என்று இதைப் படிக்கும் நண்பர்கள் நினைத்துக் கொள்வதற்கு முன்னர், விஷயத்துக்கு வந்துவிடுகிறேன். மேலே சொன்ன மாநில மொழித் திரைப்படங்கள் வரிசையில்தான் வீடு படத்தையும் பார்த்தேன். அதுவே முதல். அதுவே கடைசி. அந்த நேரத்தில் அந்தப் படம் பிடிக்காமல் - ஆனால் வேறு வழியும் இல்லாமல்-முழுப்படத்தையும் பார்த்தது நினைவு வருகிறது. அப்போதெல்லாம் என்னைக் கேட்டால் ஆங்கில ஜேம்ஸ்பாண்ட் படங்கள் அல்லது ரஜினி, கமல் படங்களே பிடிக்கும் என்று சொல்லியிருப்பேன்.

ஆனால், காலமாற்றத்தில் ரசனை மாற்றமும் நிகழ்ந்து, ஹாலிவுட் படங்களைப் பார்க்கும் அதே சந்தோஷத்துடன் - ஏன்? அதைவிடவும் மகிழ்ச்சியுடன் உலகத் திரைப்படங்களைப் பார்க்கத் துவங்கியபின்னர், சினிமாவைப் பற்றிய எண்ணமும் மாறத் துவங்கியது. பல அருமையான உலகப்படங்களைப் பார்த்திருக்கிறேன். அந்த வரிசையில் ரித்விக் கட்டக், சத்யஜித் ரே, மீரா நாயர், சுதீர் மிஷ்ரா போன்ற இந்திய இயக்குநர்களின் படங்களும் உண்டு.

தமிழில் இதுபோன்ற முயற்சிகள் மிகவும் அரிது. மிகச்சில படங்களே கலை அனுபவத்தைத் தரக்கூடியன. வீடு இயக்குனர் பாலு மஹேந்திராவையே எடுத்துக்கொண்டாலுமே, அவரது பிற படங்கள் அத்தனையையும் பார்த்திருந்தாலும், அவற்றில் எனக்குப் பிடித்தமானவை மூன்றாம் பிறை, நீங்கள் கேட்டவை (மசாலா முயற்சி நன்றாகவே வந்திருக்கும்) உன் கண்ணில் நீர் வழிந்தால், மற்றும் ரெட்டைவால் குருவி (இந்தப் படம் ஆங்கிலத் தழுவலாக இருந்தாலும் அதில் பல சுவாரஸ்யமான வசனங்கள் எனக்குப் பிடிக்கும். உதாரணம் அர்ச்சனா மோஹனிடம் பேசும்போது, 'ஆபீஸ் வந்து பாரு கிழம் லோலோன்னு கத்தும்' என்பார். அடுத்த ஷாட் அட்டெண்டன்ஸ் லோ, பெர்பார்மன்ஸ் லோ, டெபாஸிட்ஸ் லோ எல்லாமே லோ என்று கத்தும் செந்தாமரையின் முகம்) பாலு மஹேந்திராவும் பிறமொழிப்படங்களைத் தமிழில் எடுப்பதிலிருந்து தப்ப முடியவில்லை. பாலு மஹேந்திராவின் வீடு படத்தை நினைக்கும்போதெல்லாம் எனது சிறு வயது அனுபவம் நினைவு வரும். ஆகவே சென்ற வாரம்வரை அந்தப் படத்தின்மீது ஒரு சுவாரஸ்யம் வரவே இல்லை. ஆனால், கிட்டத்தட்ட இருபது வருடங்கள் கழித்து வீடு படத்தை இரண்டாம் முறை இன்று பார்க்க நேர்ந்தது.

படத்தைப் பற்றிப் பார்க்கும் முன், வீடு திரைப்படத்தைப் பற்றிய பொதுவான கருத்து என்ன என்பதைப் பற்றி ஓரிரு வரிகள் எழுத நினைக்கிறேன். எனக்குத் தெரிந்து பல நண்பர்கள் இந்தப் படத்தைப் பற்றிச் சொன்னாலே கடுக்காய் சாப்பிட்டதைப் போல் ஒரு முகபாவத்தைக் கொடுத்துவிட்டு பிற மசாலாப்படங்களைப் பற்றிப் பேசத்

துவங்கிவிடுகின்றனர். குறைந்தபட்சம் எனது வட்டத்தில் பலரும் இப்படி இருப்பதைக் கவனித்திருக்கிறேன். ஏன்? நானே அப்படி இருந்தவன்தானே?

படம் துவங்கிய சில நிமிடங்களிலேயே படத்துக்குள் ஆழ்ந்து விட்டேன் என்று சொன்னால், அது பொய்யே இல்லை. அப்படி படத்துக்குள் ஆழ்ந்தவன், படம் முடிந்தபிறகும் - இதோ இந்தக் கட்டுரையை எழுதிக்கொண்டிருக்கும்போதும்- அந்தப் படத்தையே நினைத்துக்கொண்டிக்கிறேன். இந்தப் படம் எழுப்பிய தாக்கத்திலிருந்து என்னால் விடுபட இயலவில்லை.

ஏன் என்று சொல்வதே இந்தக் கட்டுரையின் நோக்கம்.

படத்தின் காலகட்டத்தை எடுத்துக்கொள்வோம். 1988. முதல் பாயிண்ட்டாக, இந்தப் படத்தின் கரு. இந்தக் காலகட்டத்தில் அன்றாட வாழ்வில், பெண்களைப் பெற்ற நடுத்தர வகுப்பைச் சேர்ந்த மனிதர்கள் சந்திக்கும் பிரச்சனைகளில் முதலாவது மற்றும் தலையாயதாக, திருமணமே இருந்தது. எனது நெருங்கிய உறவுக்காரர்களின் வாழ்க்கையில் இந்தப் பிரச்சனையைக் கண்கூடாகக் கண்டிருக்கிறேன். எளிய வருமானம், சிறிய வாடகை வீடு என்று அக்காலத்தில் வாழ்ந்தவர்களின் வாயில், திருமணம் செய்து வைப்பதற்குள் நுரை தள்ளிவிடும். இந்தப் பிரச்னைக்கு அடுத்தபடியாக வீடு கட்டுவது என்பது ஒரு பெரும் சிக்கல். இப்போதுகூட, வீடு கட்டுவதில் இறங்கும் நடுத்தர வகுப்பைச் சேர்ந்தவர்கள் சந்திக்கும் இன்னல்களைப் பற்றி எத்தனை கேள்விப் படுகிறோம்? ஏன் இந்த வீட்டைக் கட்ட ஆரம்பித்தோம் என்று எண்ணி வருந்தும் நேரங்களே அதிகம். காரணம் வல்லூறுகளைப் போல் நம்மை வட்டமிடும் சில சமுதாய விலங்குகள். கூடவே இவர்களால் நமக்கு நேரும் பல துன்பங்கள்.

எனவே படத்தின் கரு, இன்றைய வாழ்க்கையின் பிரதான பிரச்சனைகளில் ஒன்றைப் பற்றிப் பேசுகிறது. கூடவே, இந்தப்படம் சமர்ப்பிக்கப்படுவது - உலகெங்கிலுமுள்ள வீடற்ற மக்களுக்கு. படத்தில்

கதாநாயகன் என்று யாரும் இல்லை என்பது படத்தின் அடுத்த ப்ளஸ். கதாநாயகி, ஒரு பெண். இந்தப் பெண் அவளது தங்கை மற்றும் அவர்களின் தாத்தாவோடு ஒரு சிறிய வாடகை வீட்டில் (மாதம் 125/- வாடகை) வாழ்ந்து வருகிறாள். படத்தின் துவக்கம் - முதல் காட்சியிலேயே கதை ஆரம்பித்துவிடுகிறது. வீட்டு ஓனரின் தபால். வக்கீல் நோட்டீஸ். வீட்டை இடித்துவிட்டு அபார்ட்மெண்ட் கட்டுவது ஓனரின் முடிவு. இங்குதான் ஆரம்பிக்கிறது படம்.

ஓனரின் இந்த முடிவு, அந்த வீட்டில் வாழ்ந்துவரும் சுதாவையும் அவளது தாத்தா முருகேசனையும் எப்படி பாதிக்கிறது? அவர்களின் முடிவு என்ன? அவர்களின் வாழ்க்கையில் நேரும் மாறுதல்கள் என்ன என்ற கேள்விகளுக்கு விடையாக இந்தப்படம் நம் கண்முன்னே விரிகிறது.

நாம் ஒரு வீட்டில் வாடகைக்கு வாழ்ந்துவருகிறோம் என்று வைத்துக்கொள்வோம். ஓனர் நம்மை வெளியேறச் சொன்னால் டக்கென்று இன்னொரு வீட்டைப் பிடித்து அங்கே குடியேற நம்மால் முடியும். ஆனால், சுதாவின் குடும்பத்துக்கு அது கடினமானதொரு முடிவாக இருக்கிறது. காரணம், பல வருடங்களாக ரூ 125/- வாடகையில் அவர்கள் வாழ்ந்து வருகிறார்கள். இந்தக் குறைவான வாடகை, அவர்களுக்குப் பலவிதங்களிலும் அனுகூலமாக இருக்கிறது. தங்கையின் பள்ளிச்செலவு, தாத்தாவின் மருத்துவச் செலவு ஆகியவற்றில் கவனம் செலுத்த சுதாவால் முடிகிறது. ஆனால், ஓனரின் வக்கீல் நோட்டீஸ் வந்த ஒரே நாளில் அவளது நிம்மதி குலைகிறது.

அன்றாட வாழ்வில் ஒரு தாத்தாவும் அவரது இரண்டு பேத்திகளும் என்ன செய்வார்களோ அதை அப்படியே இந்தப் படத்தில் காண்கிறோம். எந்த சினிமாத்தனமும் இல்லாமல் வக்கீல் நோட்டீஸ் வந்த அடுத்த சீனில், சுதா அவளது காதலன் கோபியுடன் பல்லவனில் பயணம் செய்து கொண்டிருக்கிறாள். ஒரு பெட்ரூம், ஒரு கிச்சன், ஒரு ஹால். போர்ஷனா இருந்தாக்கூடப் பரவால்ல... ஐநூறு ரூபா வாடகை... அஞ்சாயிரம்

அட்வான்ஸ் தங்கச்சி கல்யாணத்துக்குன்னு மாசாமாசம் 200 ரூபா சேர்த்துக்கிட்டிருக்கேன்... சுதாவுக்கு நல்ல வீட்டுக்குச் செல்லவேண்டும் என்ற ஆசை உள்ளூற இருந்தாலும், அவளைச் சுற்றியிருக்கும் சங்கிலிகள் அவளை வெளிப்படையாக ஆசைப்பட விடுவதில்லை. இதன்பின் வாடகை வீடு பார்க்கும் சாங்கியங்கள் நடந்தேறுகின்றன. பக்கத்திலேயே இருக்கும் 800 ரூபாய் வாடகை வீடு, சுதாவுக்கு மிகவும் பிடித்துவிடுகிறது. அவளது தங்கை, அதில் ஒரு அறையைக்கூடத் தனக்கென ரிஸர்வ் செய்துவிடுகிறாள்.

ஆனால், அங்கேயும் ஐநூறு ரூபாய்க்கு மேல் ஒரு பைசா தரமுடியாத சூழல் சுதாவுக்கு. ஓனர் வேண்டுமென்றால் ஐம்பது ரூபாய் குறைத்துக் கொள்வதாகக் கூறுவதால், அந்த வீட்டை இவர்களால் பிடிக்க முடிவதில்லை (இங்கே ஒரு சுவாரஸ்யமான வசனம் இருக்கிறது. இந்தப் படத்திலும் ஆங்காங்கே காட்சிகள் முடியும் நேரம் அல்லது காட்சிகளின் மத்தியில் படத்துக்கு அந்நியமாக இல்லாத பல ஜாலியான வசனங்கள் உண்டு. இந்தக் காட்சியில், ஓனர் தனது மனைவியிடம் பேசுவதைக் கேட்டுவிட்டு, முருகேசன் தாத்தா, நைஸாக சுதாவிடம் 'பிராமின்ஸ்' என்று கிசுகிசுப்பது புன்முறுவலை வரவழைப்பதாக இருக்கிறது. நாமாக இருந்தாலும் வீடு பார்க்கச் செல்கையில் இப்படியெல்லாம் குசுகுசுத்துக் கொள்வது உண்டல்லவா?)

பல்வேறு வீடுகளைத் தினமும் முருகேசன் தாத்தாவும் சுதாவும் அவளது காதலன் கோபியும் பார்க்கிறார்கள். எதுவும் ஒத்துவருவதில்லை. அப்போதுதான் உடன் வேலை செய்யும் ஐயங்கார் ஒருவர், சொந்த வீடு ஒன்றைக் கட்ட முயற்சி செய்யலாமே என்று சுதாவிடம் சொல்கிறார். அதற்கான பல்வேறு சாத்தியக் கூறுகளையும் விவாதிக்கிறார். இவர்களுக்கு வளசரவாக்கத்தில் இரண்டு க்ரௌண்ட் நிலம் இருப்பதால், அங்கேயே அழகான வீடு ஒன்றைக் கட்டமுடியும் என்ற நம்பிக்கையை விதைக்கிறார். நமது வாழ்விலும் இப்படி அவசியம் ஒரு நிகழ்ச்சி நடந்திருக்கும். வாடகைக்கு வீடு மாறும்போது சொந்த வீடு ஒன்றைக் கட்டினால் என்ன? என்ற எண்ணம் தோன்றாத மனிதனே இருக்க

முடியாது. எப்படியும் வாடகைக்குத் தரப்போகும் பணத்தை லோன் மூலமாக வங்கிக்குச் செலுத்தி விடலாம் என்றே மனம் கணக்குப் போடும். இதற்கேற்றவாறு நமது நண்பர்கள் யாராவது வீடு வாங்கியோ அல்லது கட்டியோ இருப்பார்கள். அவர்களைப் பார்த்து நமக்கும் நம்பிக்கை வரும். இதைப்போலத்தான் இந்தப் படத்தில் நடக்கிறது.

இதன்பின்னர் நண்பரின் சிபாரிசின் பேரில் அவரது வீட்டைக் கட்டிக்கொடுத்த காண்ட்ராக்டரின் மகன் சுதாவின் வீட்டைக் கட்டிக் கொடுக்க ஒப்புக்கொள்கிறார். வீட்டு ப்ளான் தயாராகிறது. ஒரு மாதமாகியும் அப்ரூவ் ஆகாத ப்ளானுக்காக முருகேசன் தாத்தாவின் நண்பர் லஞ்சம் கொடுக்கிறார். மறுநாளே ப்ளான் கைக்கு வருகிறது. அலுவலகத்தில் லோன் போடுகிறாள் சுதா. தன்னிடமிருக்கும் நகைகளையும் அடகு வைக்கிறாள். வீட்டு அஸ்திவாரம் தயார் ஆகிறது. மழையினால் வேலை தாமதமாகிறது. வீட்டுக்கு வாங்கும் சிமெண்ட் மூட்டைகளை காண்ட்ராக்டர் வெளியே விற்கிறார். கேள்வி கேட்கும் சுதாவை அசிங்கமாகப் பேசுகிறார். இதற்கிடையில் பணம் போதாமல், இரண்டு க்ரௌண்டில் ஒரு க்ரௌண்டை விற்பதாக சுதா முடிவெடுக்கிறாள். நினைத்த விலைக்குப் போகாமல் அதைவிடக் குறைந்த விலைக்கே நிலம் விற்பனையாகிறது. வாங்குபவர் ஐந்தாயிரம் கூடுதலாகக் கொடுக்கிறார், சுதாவின் நிலையை அறிந்து. அலுவலகத்தில் உடன் வேலை பார்க்கும் தோழிகளிடம் வேறு வழியே இல்லாமல் கடன் கேட்கும் நிலைக்கு சுதா தள்ளப்படுகிறாள்.

எல்லாமே முடிந்து, வீடு தயாராகும்போது சுதாவின் வாழ்வில் இரண்டு பேரதிர்ச்சிகள் நிகழ்கின்றன. இதன்பின் என்ன ஆகிறது என்பது முடிவு.

பெரும்பாலும் இந்தியாவில் கலைப்படங்கள் என்ற முத்திரையோடு வெளியாகும் படங்களில் பிழியப்பிழிய சோகக்காட்சிகள் இருப்பதைக் காணலாம். எந்த மொழியானாலும் சரி. ஆனானப்பட்ட ரித்விக் கட்டக்கே இதிலிருந்து தப்ப முடியவில்லை. அவரது மேக தக்க தாரா மற்றும் சுபர்ண

ரேகா ஆகிய படங்கள் அற்புதமானவையாக இருந்தாலும், அப்படங்களில் இயல்பு வாழ்க்கையை மீறிய சில சோகமூட்டும் காட்சிகளைக் காணமுடியும். (இந்த இரண்டு படங்களுக்கும் இடையே வந்த கோமல் கந்தார் அப்படி இருக்காது. அதில் ஒரு நாடகக் குழுவின் அன்றாட வாழ்க்கையின் அபத்தங்கள் சற்றே பகடி செய்யப்பட்டிருக்கும்).

ஆனால் எப்படிப்பட்ட சோகமாக இருந்தாலும் சரி வாழ்வில் அவற்றை மீறிய நம்பிக்கையூட்டும் தருணங்களும் இருக்கின்றன. அதேபோல் வாழ்க்கை நமக்காக ஆங்காங்கே சின்னச்சின்ன சந்தோஷங்களை வைத்திருக்கிறது. இவற்றை வீடு திரைப்படம் அழுத்தமாகக் காண்பித்திருக்கிறது. படத்தில் சுதாவின் காதலன் கோபி ஒரு முன் கோபக்காரன். இருந்தாலும் சுதா வீட்டைப்பற்றி எடுக்கும் முடிவுகள் அத்தனையிலும் அவளுடனேயே இருக்கிறான். தன் தங்கைகளுக்காகச் சேமித்துக் கொண்டிருக்கும் பணத்தை எந்தத் தயக்கமும் இன்றி சுதாவின் வீட்டுக்காகச் செலவு செய்ய முன்வருகிறான். வீடு கட்டுவது போன்ற பெரும்சுமையின் அழுத்தத்தை, இதுபோன்ற இயல்பான சந்தோஷங்களே அவ்வப்போது மறக்கடிக்கும் தன்மை உடையன. படம் நெடுக, பெரும்பாலும் வசனங்களில் இவர்களது காதல் வெளிப்படுவதில்லை. காதலன் கோபியின் கைகளைத் தன் கைகளோடு கோர்த்துக்கொள்ளும் சுதாவின் அரவணைப்பின் மூலம்தான் காதல் சொல்லப்படுகிறது. இவை, படத்தின் அழகிய தருணங்களில் சில.

இன்னொரு விஷயம். படத்தில் அக்காலத்திய சென்னை நன்றாகவே பதிவு செய்யப்பட்டிருக்கிறது என்றும் தோன்றுகிறது. பல்லவன் பேருந்துகள், சாலைகளின் இருபக்கங்களிலும் இருக்கும் கடைகள், அவற்றின் மேலே இருக்கும் மிகப்பழைய பெயர்ப்பலகைகள், அக்காலத்திய விலைவாசி, அலுவலக காண்டீன்கள் போன்ற நடுத்தர மக்களின் வாழ்க்கையில் அன்றாடம் இடம்பெறும் விஷயங்கள் மட்டுமே இந்தப் படத்தில் காட்டப்படுகின்றன.

குறிப்பாக மழைக்காலச் சென்னை

ரித்விக் கட்டக்கைப் பற்றிச் சொல்லியதால், அவரது மேக தக்க தாரா கதாநாயகி நீதாவுக்கும் வீடு கதாநாயகி சுதாவுக்கும் இருக்கும் சில ஒற்றுமைகளும் மனதில் தோன்றின. இருவருமே கிட்டத்தட்ட கீழ் நடுத்தர வர்க்கத்தைச் சேர்ந்தவர்கள். இருவரும் உழைப்பது அவர்களின் குடும்பத்துக்காக. இருவருக்குமே தங்களது சந்தோஷங்களைவிடவும் குடும்பத்தினரின் சந்தோஷமே பெரிதாக இருக்கிறது. நீதாவுக்கும் சுதாவுக்கும் அவர்களது காதலர்களின் பக்கபலம் இருக்கிறது. ஆனால் நீதாவுக்கும், சுதாவுக்கும் இருக்கும் பெரிய வேற்றுமை என்னவென்றால், நீதாவின் குடும்பம் அவளைச் சம்பாதிக்கும் கருவியாகவே பார்க்கிறது. அவள்மேல் அன்பு அங்கே அவளது மூத்த சகோதரனுக்கு மட்டுமே உண்டு. இங்கோ, சுதாவின் தங்கையும் அவளது தாத்தாவும் அவள்மேல் அன்பைப் பொழிகின்றனர். சுதாவின் முயற்சிகளில் அவளது குடும்பத்தினரின் ஆதரவு பலமாக இருக்கிறது. இதுதான் சுதாவை அவளது முடிவுகளைத் தயங்காமல் எடுக்க வைக்கிறது. மேலே சொன்னதுபோல் வாழ்வின் சிறிய சந்தோஷங்கள் சுதாவுக்குக் கிடைக்கின்றன. ஆனால் நீதாவோ எந்தவிதமான சந்தோஷமும் வாழ்க்கையில் இல்லாத பெண்ணாகவே படம் நெடுகவும் காட்டப்படுகிறாள். சுதாவாக அற்புதமாக நடித்திருக்கும் அர்ச்சனா, நுண்ணிய உணர்வுகளை அருமையாக வெளிப்படுத்தியிருக்கிறார். (காண்ட்ராக்டர் சிமெண்ட் திருடும்போது, சுதா அவரிடம் பேசும் காட்சி. காதலன் கோபி கோபித்துக்கொண்டு அவனது வீட்டுக்கு சென்றுவிடும்போது வசனமே இல்லாமல் அவனை அரவணைத்துக்கொள்ளும் காட்சி...) படத்தின் குறிப்பிடத்தக்க மற்றொரு பாத்திரம் - சொக்கலிங்க பாகவதர். வீடு திரைப்படம் வெளிவந்தபோது விகடனில் ஒரு கட்டுரை படித்திருக்கிறேன், பாகவதரின் பேட்டியுடன். படத்தில் முருகேசன் என்ற தாத்தாவின் கதாபாத்திரம், பாகவதரால் நன்கு புரிந்துக் கொள்ளப்பட்டு நடிக்கப்பட்டிருக்கிறது. குறிப்பாக, அவரது குறும்பு கலந்த செய்கைகள்

(ப்ராமின்ஸ்- ஒரு உதாரணம். மற்றொன்று - இதுபோன்ற எள்ளல் கலந்த சில வசனங்களைப் பேசும் அவரது முகபாவம்).

தன்னைச்சுற்றி நடக்கும் நிகழ்ச்சிகள் முருகேசன் தாத்தாவை எப்படியெல்லாம் பாதிக்கின்றன என்பது பாலு மஹேந்திராவினால் நன்றாகவே காட்டப்படுகின்றன. நண்பர் இறந்ததைக் கேள்விப்பட்டு உடனேயே தாத்தா உயிலெழுதும் காட்சி, தனியாக வீட்டில் இருக்கும்போது திடுதிப்பென்று புதுவீட்டைப் பார்க்கக் கிளம்புவது, வீட்டுக்கு வரும் கோபியிடம் சுதாவைக் கண்டிப்பா கல்யாணம் பண்ணிக்குவல்ல? என்று தழுதழுத்த குரலில் கேட்பது, அவ்வப்போது ஜாலியாக ராகம் போட்டுச் சத்தமாகப் பாடுவது (முருகேசன் தாத்தா ஒரு ரிட்டையர்ட் பாட்டு வாத்தியார்) போன்ற காட்சிகள் அருமையாக வந்திருக்கின்றன. படத்தின் இறுதியில் வசனம் இல்லாத பத்து நிமிடக் காட்சியில் நம்மை அழுத்தமாகப் பாதிக்கிறார் சொக்கலிங்க பாகவதர்.

இந்தப் படத்தின் இன்னொரு விசேஷம் - பின்னணி இசை இளையராஜா. இந்தப் படத்தின் பின்னணி இசைக்கோர்ப்புகள் பலவற்றை, இந்தப்படம்தான் என்று அறியாமலேயே பலமுறை கேட்டிருக்கிறேன். செல்போன் ரிங்டோன்கள் மூலம். இந்தப் படத்தில் பின்னணி இசை என்று தனியாக இல்லாமல், இளையராஜாவின் ஆல்பத்தின் இசைதான் இந்தப் படத்தில் பின்னணியாக உபயோகப்படுத்தப்பட்டிருக்கிறது என்று இணையத்தில் படித்தேன். பஸோலினி, ஸ்டான்லி குப்ரிக் ஸ்டைல் இது. படத்தில் பாடல்களே இல்லை என்பது குறிப்பிடத்தக்கது. (வீடு படத்துக்கு முந்தைய பாலு மஹேந்திராவின் படமான ரெட்டைவால் குருவி பாடல்களுக்கென்றே பெயர் பெற்ற படம் என்பதைக் கவனத்தில் கொள்க)

வீடு திரைப்படம் தற்போது வெளியாகியிருந்தால் அவசியம் பலரது கவனத்தையும் கவர்ந்திருக்கும் என்று தோன்றுகிறது. (மிகச்சில குறைகள் இருந்தாலும் கூட) காரணம், தற்போது பல உலகப்படங்களும் பலராலும் பார்க்கப்படுகின்றன. இந்தப் படம் வெளிவந்த 1988 ல் இது மிகமிகக் குறைவு.

1988ல் வந்த தமிழ்ப்படங்களைக் கவனித்தால் வீடு படத்துக்கு இணையாகப் பேசப்படக்கூடிய படம் எதுவுமே இல்லை என்று தெரிகிறது. **The movie deserves more.** இப்படி ஒரு படத்தைத் தமிழில் எடுத்திருக்கும் பாலுமஹேந்திராவும்.

தமிழ்த் திரைப் பாலைவனத்தில் துளிர்த்த ஒரு தளிர் - பாலுமகேந்திராவின் வீடு

வெங்கட் சாமிநாதன்

ஆங்கிலத்தில் Motion picture, film, cinema என்று பல பெயர்களில் குறிப்பிடப்படுவதைத் தமிழில் திரைப்படம், சினிமா, சலனப்படம் என்று பல பெயர்களில் குறிப்பிடுவது வழக்கமாகியுள்ளது. நாம் பேசும் இந்தப் புதிய 20ம் நூற்றாண்டுக் கலைக்கு, புதிதாகத் தோன்றிய தொழில் நுட்பத்திலிருந்து பிறந்த ஒரு கலைக்கு, திரும்பவும் தொழில் நுட்பமும் கலையாகப் பரிணமித்துள்ள ஒன்றை சினிமா என்ற பெயரிலேயே, அதன் தனித்துவத்தைத் தனித்துக்காட்ட, குறிப்பிட வேண்டுமென்று எனக்குத் தோன்றுகிறது. பொதுவழக்கில் இந்தப் பெயர்கள் எல்லாம் அதிகம் சிந்தனையில்லாது பயன்படுத்தப்படுகின்றன. தமிழில் திரைப்படங்கள் தான் வந்துள்ளனவே தவிர, சினிமா என்று தொழில் நுட்பம் சார்ந்த கலைப்படைப்பு வெகு அரிதாகவே, ஒன்றிரண்டே தேடினால் கிடைக்கிறது என்று சொன்னால், திரைப்படங்களுக்கும் சினிமா என்று சொல்லத் தகுந்த ஒன்றிற்கும் நான் அர்த்த வேறுபாட்டோடு இச்சொற்களைப் பயன்படுத்துகின்றேன் என்பதைப் புரியவைக்க நான் மிகவும் சிரமப்பட வேண்டியிருக்கிறது. சுமார் எண்பது வருடகால தமிழ்த் திரைப்பட வரலாற்றில் தமிழ் மக்களுக்குப் பல்லாயிரக்கணக்கில் தரப்பட்டுள்ள, திரைப்படங்கள், சலனப்படங்கள் எனப்பட்டவை மட்டுமே தெரிந்திருக்கும். ஆனால் சினிமா என்ற கலையை அறியாதவர்கள் என்றுதான் சொல்ல வேண்டும். நானும் சொல்லி வருகிறேன். ஆனால் திரைப்படத்துக்கும் சினிமா என்ற ஒரு தொழில் நுட்பம் தந்த கலைக்கும் இடையேயான பாகுபாட்டைத் திரைப்படம் ஒரு வெறியே ஆகிவிட்ட தமிழ்நாட்டில் புரிந்து கொண்டுள்ளார்கள் என்று சொல்ல முடியாது.

புரிய வைக்க எனக்கு உதவி செய்யக் கூடிய ஒரு படைப்பு முதன் முதலாக எனக்குக் கிடைத்துள்ளது. 1988ல் பாலுமகேந்திரா தந்துள்ள வீடுதான். அதுதான் அவரது முதல் படமா என்பது எனக்குத் தெரியாது. நான் பார்த்த அவரது முதல் படம் அதுதான். அதற்குப் பின் அவரது சமீபத்திய படம் ஒன்று "அது ஒரு கனாக் காலம்" பார்த்திருக்கிறேன். பின் "கதை நேரம்" என்று ஒரு தொடர், சமீப காலத் தமிழ்ச் சிறுகதைகளைத் தேர்ந்தெடுத்து ஒரு தொடராக தொலைக்காட்சிக்குத் தயாரித்துத்

தந்துள்ளவை, ஒரு சிலவற்றைத் தவறவிட்டிருப்பேனோ என்னவோ, பார்த்திருக்கிறேன். அறுபதுகளுக்குப் பிறகு திரையரங்குகளுக்குச் சென்று நான் படம் பார்ப்பதென்பது மிக அரிதாகிவிட்டதால் திரையரங்குகளில் இவை தமிழ் ரசிகப் பெருமக்களிடம் பெற்ற வரவேற்பு எத்தகையது என்று எனக்குத் தெரியாது. எந்த ஒரு கலைப்படைப்பும் உடனே ஏதும் பெரிய நிலஅதிர்வைத் தந்ததாக சரித்திரம் எங்கும் இல்லையாதலால் சாவகாசமாக எங்கோ தற்செயலாகப் பார்த்ததும், அது தந்த அனுபவமும், அந்த அனுபவத்தின் முக்கியத்துவமும் எனக்குப் பளிச்சிட்ட கணம் அது. அதன்பின் பாலுமகேந்திராவின் படங்களைப் பார்க்கும் வாய்ப்பை எதிர்பார்த்துக் காத்திருந்தேன் என்றுதான் சொல்ல வேண்டும். தமிழ்ச் சினிமா உலகிற்கு ஒரு கலைஞன் கிடைத்துவிட்ட சந்தோஷம் அது.

இது தான் சினிமா என்ற தொழில் நுட்பம் பிறப்பித்த கலை என்று சொல்லி விட்டேனே தவிர அதைப் பற்றி விவரித்து நான் என் கருத்தை நிரூபித்துவிட முடியும், இன்னொருவனுக்கு எடுத்து விளக்கிச் சொல்லிப் புரிய வைத்து விட முடியும் என்று எனக்குத் தோன்றவில்லை; எனக்கு நம்பிக்கை இல்லை. நான் இதைப் பற்றி எழுதும்போது நான் சொல்லும் ஒவ்வொரு வார்த்தைக்கும் நான் கொள்ளும் அர்த்தம் ஒன்றாகவும், அந்த வார்த்தைக்குப் பொதுவாக தமிழ்க் கலைச்சூழலிலும், குறிப்பாக, தமிழ்த் திரைப்படச் சூழலிலும் பழகி வரும் அர்த்தங்கள் வேறாகவும் இருக்கின்றன. எனவே படிப்பவர் கொள்ளும் அர்த்தம் முற்றிலும் வேறாகிப் போகும்போது நான் அதோடு போரிட முடியாது. என்னளவில் நான் சொல்ல விரும்புவதைச் சொல்லிச் செல்வதுதான் நான் செய்யக்கூடிய காரியம்.

முதலில் அடிப்படையான விஷயம், கலை என்ற சொல்லில், அழகு, உண்மை, உணர்வுகள், மேன் நிலைப்படுத்துதல், ஒரு பழகிய பொருளில் புதிய உலகம் காணல், மறைந்திருக்கும் ஒன்றை வெளிப்படுத்துதல், புதிய அர்த்தங்களைக் காணுதல் என்று பல விஷயங்கள் அடங்கியுள்ளன. இதற்கெல்லாம் முதற்பாடமாக, எளிமைதான் அழகு என்பது அடிப்படையான ஒரு உண்மை. மெல்லிய, ஒரு தோன்றாப்

புன்னகையுடன் அமர்ந்திருக்கும் புத்தரின் சிலை, அல்லது இடதுகாலை உயர்த்தி நடனமாடும் நடராஜர் சிலை, இவையெல்லாம் மிக எளிய தோற்றங்கள். ஆனால் இவற்றுக்கு ஈடான அழகு வேறு உண்டா என்று நான் யோசித்திருக்கிறேன். விடை இல்லை. சர்வாலங்கார பூஷிதர்களான தெய்வச் சிலைகள் அனேகம் உண்டு; கைகூப்பி வணங்கிப் பின் நகர்கிறோம். சடங்காகிவிட்ட பூசனைகள் அவை. ஆனால் நடராஜரும் புத்தரும் நம்மை மெய் சிலிர்க்க, நம்மை மறக்கச் செய்துவிடுகின்ற கலா ரூபங்கள். மிக எளிமையான தோற்றங்கள், மிக அழகான தோற்றங்களும். அத்தோற்றங்களுக்கு அப்பால் எங்கோ நம்மை இட்டுச்சென்று விடுகின்றன, நம்மால் பயணிக்க முடியுமானால். ஆக எழுத்தில் நான் **வீடு**தான், தமிழில் முதல் சினிமா, என்று சொன்னால் அது உறைக்காது. படத்தைப் பார்க்கவேண்டும் என்று சொல்லலாம். கலையை எழுத்தில் சொல்லி நிரூபிக்க முடியுமா? ஆனால் நமது 80 வருடகால வரலாறு சொல்லும் அனுபவம் வேறு. ஆமாம், இதிலே என்ன இருக்கு என்று உதறிவிடச் சொல்லும் வரலாறு அது.

சினிமா என்றால் நாம் எதெதெல்லாம் எதிர்பார்க்கப் பழக்கப் படுத்தப்பட்டிருக்கிறோமோ, அவை எதுவுமற்ற, மிக எளிமையான ஒரு படைப்புதான் பாலுமகேந்திராவின் வீடு. மிக எளிமையான நம்மைச் சுற்றியிருக்கும் மனிதர்களும், சூழலும், தெருக்களும் பிரச்சினைகளும். எல்லாமே நம் அன்றாட வாழ்க்கையின் காட்சிகள்தான். எளிய வாழ்க்கை அவ்வாழ்க்கையின் சந்தோஷங்களும், ஏமாற்றங்களும், எதிர்பார்ப்புகளும்தான். ஏதும் பெரிய பூகம்ப அதிர்ச்சிகள், ஆரவாரங்கள் இல்லை. பாட்டு, கூத்து கொண்டாட்டங்கள் இல்லை.

ஒரு சின்னக் குடும்பம். வாடகை வீட்டில் ரூ 150 மாத வாடகை கொடுத்து வாழும் ஒரு ஓய்வு பெற்ற பாட்டு வாத்தியார் தாத்தா, முருகேசன், வயது 83. தரித்திருப்பது ஒரு நாலு முழ வேட்டி. வெளியே போனால் ஒரு அரைக்கைச் சட்டை. அவருடைய இரண்டு பேத்திகள். பேத்திகளின் அப்பா அம்மா மறைந்து விட்டார்கள். பேத்திகளில் மூத்தவள் சுதா, ஏதோ ஒரு அலுவலகத்தில் வேலை செய்பவள். சம்பளம்

ரூ 1500. கூட வேலை செய்யும் ஒருவருடன் ஒரு ஒட்டுதல், இருவரும் மனம் ஒப்பி மணம் செய்து கொள்ள இருப்பவர்கள். இது எல்லோருக்கும் தெரியும். இது இரு வீட்டாரும் சகஜமாக ஏற்றுக்கொண்ட ஒன்று. ஒரு சிக்கலான சமயத்தில்தான் தாத்தா, அவனைக் கேட்கிறார் "ஏம்ப்பா, கல்யாணம் பண்ணிக்குவேல்லியா? கைவிட்டுவிட மாட்டியே? சின்னப் பொண்ணு, இந்துவுக்கும் நீதான் ஒரு வழி காட்டணும்" என்று கேட்டு உறுதிப்படுத்திக் கொள்கிறார். இன்னும் எத்தனை நாள் தனது வாழ்க்கை என்ற சந்தேகம் அவருக்கு.

வாடகை வீட்டில் மேல்மாடியில் ஒரு மலையாளக் குடும்ப நண்பர். இந்த வீடு சென்னை மின்சார ரயில் போகும் வரும் சத்தம் அடிக்கடி கேட்கும் ரயில் பாதையின் அருகாமையில் உள்ள வீடு. செட் அல்ல. ஒரு அடுக்கு மாடிக் கட்டிடம் வரவிருப்பதால் இவர்கள் ஒரு மாதத்தில் காலி செய்யும் நிர்ப்பந்தம். வாடகை வீடு பார்க்கிறார்கள். அலைகிறார்கள். அவர்களால் கொடுக்க முடியும் வாடகைக்கு ஏதும் கிடைப்பதில்லை. இந்தச் சந்தர்ப்பத்தில் தாத்தா முருகேசன் எப்பவோ 150 ரூபாய்க்கு வாங்கிப் போட்டிருந்த வளசரவாக்கம் காலி மனை ஒன்று. அங்கு வீடு கட்டலாமே என்று ஒரு அன்பர் ஆலோசனை சொல்ல, பஞ்சாயத்துக்கு வீடுகட்ட அனுமதி கோரியும், அலுவலகத்துக்குக் கடன் வழங்கக் கோரியும் அலைகிறார்கள். கொடுக்க வேண்டியதைக் கொடுக்க வேண்டும் என்பதே அவர்களுக்குப் புரிவதில்லை. மேல்மாடி அன்பர்தான் புரிந்துகொண்டு கொடுக்க வேண்டியதைக் கொடுத்து சாங்ஷன் வாங்குகிறார். முதல் தவணைக் கடன் கிடைத்ததும் பூமி பூஜை, கணபதி ஹோமம் எல்லாம் நடந்து அஸ்திவாரம் போட்டாகிறது.

ஒரு வீடு கட்டும்போது எழும் ஒவ்வொரு பிரச்சினையும் இங்கும் எழுகிறது. பெரிய உத்பாதங்கள் ஏதும் இல்லை. குத்தகைக்காரரும் அவரது வேலையாளும் சேர்ந்து சிமெண்ட் திருடுகிறார்கள். மனையிலேயே குடிசை போட்டுத் தங்கி இருக்கும் மங்கா என்னும் உதவியாள் கண்டுபிடித்துச் சொல்லிவிடுகிறாள். காண்டிராக்டரைக் கடுமையுடன் சுதா கண்டித்துக் கேட்க, காண்டிராக்டர் விரசத்தில் இறங்க, மங்கா சுதாவுடன் சேர்ந்து கொள்கிறாள். மங்கா காண்ட்ராக்டருக்குப்

புரியும் பாஷையில், குரல் உச்சத்தில், கைபாவனைகளில் திருப்பிக் கொடுக்கவே, குத்தகைதாரர் விலக, மங்காவும் மேஸ்திரியும் தாமே மிச்ச வேலையை முடித்துத்தர முன் வருகிறார்கள். வழக்கமாக வீடு கட்டும்போது தவறாது காணும் காட்சிகள். மேஸ்திரி வேலைக்காரிகளை சைட் அடிப்பார். மேஸ்திரி வேலைக்காரிகளிடம் வாங்கிக் கட்டிக்கொள்வார். வீடு கட்டத் தோண்டிய கிணற்றிலிருந்து அக்கம்பக்கத்து வீடுகளும் தண்ணீர் எடுத்துக் கொள்ள வருவார்கள்.

வீடு கட்டப்படும் காட்சிகளோடு படிப்படியாக, அத்தோடு எழும் பிரச்சனைகளையும் பார்க்கிறோம். ஒன்றை மிகக் கவனமாகப் பார்க்க வேண்டும். எதுவும், அஸ்திவாரத்திலிருந்து படிப்படியாக எழும் செங்கற்சுவரும் அவரவர் வேலையில் இருக்கும் காட்சிகளும் இயல்பான வேலைத்தளமாகக் காட்சி தருகையில், அங்கு இயல்பாக எழும் ஓசைகளே பின்னணியாக இருந்திருக்கலாம். இளையராஜாவின் பின்னணி இசையும், மங்காவின் அதீத அங்க சேஷ்டைகளும், பேச்சுப் பாணியும், படம் முழுதும் எடுக்கப்பட்டிருக்கும் தொனிக்கும் பாவத்துக்கும் ஒத்திசைவாக இல்லை (Discordant, disharmonious) எனத் தோன்றுகிறது. எந்த வாத்தியப் பின்னணியும் இல்லாது தளத்திலும், மனையைச் சுற்றிலும் எழும் இயல்பான ஒலிகளும் படத்தின் இயல்பான மெதுவான நகர்வுக்கு ஒத்திருந்திருக்கும். மங்கா போன்ற பெண்களின் பேச்சும் அங்க அசைவுகளும்கூட இயல்பில் அதீதமாகத்தான் இருக்கும். ஆனால் அதீதம் காட்ட வேண்டும் என்று அதீதத்தை மேற்கொள்ளும்போது அது carricature ஆகிவிடுகிறது. ஏதும் ஒன்றை நன்கு வெளிப்படக் காட்ட வேண்டும் என்று பொதுவில் முயற்சிக்கும்போது அது தன் குணம் இழந்து கார்ட்டூனாகி விடுவது நாம் அரசியலில் சினிமாவில் கண்டிருக்கிறோம். மேடை ஏறிப் பேசத் தொடங்கியதுமே அரசியல்வாதிகள் சினிமா பிரமுகர்கள் கார்ட்டூன்களாகக் கீழறங்கத் தானே செய்கிறார்கள்.

மிக அழகான, இயல்பாகவும் அமைதியுடனும் சொல்லப்பட்ட காட்சிகள் நிறைய உண்டு. வாடகைவீடு பார்த்த இடத்தில் வாடகை

குறைக்க முடியுமா என பேத்தி சுதா சொன்னபடி கேட்டுவர, தாத்தா முருகேசன் கிளம்புகிறார். கிளம்பும்முன் முதலில் அறையை விட்டு வெளியே முற்றத்தின் வழியாக வானத்தைப் பார்க்கிறார். பின் திரும்பி வந்து குடையை எடுத்துக்கொண்டு கிளம்புகிறார். கொளுத்தும் வெயிலில் குடை பிடித்துக்கொண்டு தெருவில் நடந்து செல்வதைப் பார்க்கிறோம். போன இடத்தில் காரியம் நடப்பதில்லை. பெரும் ஏமாற்றம் முருகேசனுக்கும். வருத்தமும் ஏக்கமும் மனதை அழுத்தத் தெருவில் நடந்து வருபவருக்கு சுட்டெரிக்கும் வெயில் பற்றிய பிரக்ஞை இருப்பதில்லை. தெருவில் நிழலோரத்தில் கடை பரப்பியிருப்பவன் 'ஏ பெரியவரே, வெயிலடிக்கறது தெரியலே? குடைதான் இருக்கே? அதை விரிச்சுப் பிடிச்சிட்டுதான் நடவேன்' என்று சத்தமிட்ட பிறகுதான் அவருக்குக் குடையைக் கக்கத்தில் இடுக்கியிருப்பது தெரிகிறது. குடையை விரித்துக்கொண்டு நடக்கிறார்.

சுதாவும் அவள் கல்யாணம் செய்துகொள்ளவிருக்கும் கோபியும் சுதா வீட்டில் காரமாகக் பேசிக் கொள்கிறார்கள். இடைக்கழியில் உட்கார்ந்திருக்கும் தாத்தா நாற்காலியை விட்டெழுந்து அவர்கள் இருக்கும் அறைக் கதவண்டை போகிறார். பின் திரும்பித் தன் நாற்காலியில் அமர்ந்து கொள்கிறார். இது பாதி நிழல் படிந்தும் பாதி வெளிச்சமாகவும் இருக்கும் வீட்டின் உள்ளே நடக்கும் காட்சி. காமிராவின் கண் இந்நடப்பில் இல்லாதது போல் வெகு காஷுவலான பாவனையில் எடுக்கப்பட்டிருக்கிறது. இப்படிப் பல காட்சிகள், அன்றாட வாழ்க்கையின் வீட்டினுள் நடப்பவை வெளியில் தெருவில் நடப்பவை பதிவாகியிருக்கின்றன. இவை கதையின் மையத்தைச் சேர்ந்தவை அல்ல. கரையோர நிகழ்வுகள். கதை மாந்தரின் குணத்தையும் நிகழ்வுகளின் குணத்தையும் சார்ந்து நிகழ்பவை. இந்துவின் சிறு வயது ஆசைகள், பிடிவாதங்கள், கொஞ்சல்கள் எல்லாம் அடிக்கோடிட்டு வலியுறுத்தப் படாமல் இயல்பாக மெல்லிய இழைகளால் வரையப்பட்டவை.

இருவருக்கும் பரிச்சயமான ஒருவர் இறந்ததைப் பற்றி மேல்வீட்டு நண்பர் வந்து முருகேசனிடம் சொல்ல, அவர் சென்ற பிறகு, முருகேசன்,

தன் பேத்திகளுக்காகத் தான் சேர்த்து வைத்துள்ள ரொக்கப் பணம், நகைகள், வீடு, மனை எல்லாம் தனக்குப் பிறகு யார் யாருக்கு என்ன செய்ய வேண்டுமென்று எழுதிப் பத்திரப்படுத்துகிறார்.

வீட்டு மனையின் ஒரு பாதி விற்கப்படுகிறது. அலுவலகத்தில் கேட்ட கடனின் முதல் தவணையை உடனே வாங்கிக் கொடுத்தவர், அடுத்த தவணைக்குப் பல்லிளிக்க ஆரம்பிக்கிறார். இனி கட்டிட வேலையைத் தொடர முடியாது என்று இருந்த சமயத்தில் தாத்தாவும் தன்னிடமிருக்கும் பணத்தைத் தருகிறார். சுதா நடந்த விஷயத்தைத் தானே சொல்லாவிட்டாலும், ஒருவாறு யூகித்துக்கொண்ட கோபி தானே மனைக்குச் சென்று அதுகாறும் சுதா மறுத்து வந்த தன் பணத்தைப் போட்டு, தானே களம் சென்று கட்டிடவேலை மேற்பார்வையை எடுத்துக் கொள்கிறான். அவ்வப்போது இருவரிடையேயும் சிறுசிறு உரசல்கள் எழும். சுய கௌரவம் மேலெழும் இருவருக்கும். பின் சமாதானம். விட்டுக் கொடுப்பது கோபியாக இருக்கும். தாத்தாவாக இருக்கும். சுதாவின் சுய கௌரவம் இரண்டாவது காரணம். சுய பாதுகாப்பு. எதிர்காலம் எப்படி இருக்குமோ என்ற பயம். தாத்தா விட்டுக் கொடுப்பது பேத்தியின் கஷ்டத்தைக் கண்டு இரங்கி. இவை சொல்லாது சொல்லப்படுவனவற்றில் அடங்கும்.

நிகழ்வுகள் எல்லாமே சிறுசிறு மகிழ்ச்சிகளாலும், பூசல்களாலும் ஆனவைதான். எங்கும் பெரிய விபத்துகள், பூதாகாரங்கள் இல்லை. பெரிய சோகங்கள், கதறல்கள் இல்லை. அன்றாடப் பேச்சின் அளவுக்குமேல் யாரும் குரல் எழுப்புவதில்லை. இரைச்சல்கள் இல்லை. அலங்காரப் பேச்சுகளோ, நாடகபாணிப் பிரசங்கங்களோ இல்லை. ஒரு எளிய குடும்பம் வாடகை வீட்டில் வசிக்கும் அநிச்சயத்தையும் எதிர்பாரா இடைஞ்சல்களையும் தவிர்க்க ஒரு சிறிய வீடு தன் சக்திக்குச் சற்று மீறிக் கட்ட முயலும்போது எழும் இடர்களும், தவிப்புகளும், அவை எந்நிலையிலும் எழும் இடைஞ்சல்கள், தவிப்புகள். இடையிடையே முகம் காட்டும் நம்பிக்கைகளும் மகிழ்ச்சிகளும்தான் வீடு படத்தில் நான் காண்பது. எல்லோரும் சாதாரண மனிதர்கள் மத்திய வர்க்கத்தினர். யாரும்

பேரழகிகளோ பேரழகர்களோ இல்லை. கோரங்களும் இல்லை. அன்றாடம் தெருவில் எதிர்ப்படும் மனிதர்களே. அது அர்ச்சனாவாக இருந்தாலும் சரி. மேக்கப் இல்லாத அர்ச்சனா. ஒரு தாத்தாவுக்கே உரிய சின்னச்சின்ன கோபங்கள். அவ்வப்போது சந்தோஷ கணங்களில் சத்தமிடாத பொக்கை வாய்ச்சிரிப்பு. தளர்ந்த குரலில் அவ்வப்போது முணுமுணுத்துக்கொள்ளும் பாட்டு. பேத்திகளின் கஷ்டத்தின்போது தளரும் தன் பிடிவாதம். நேர்மையின் பிடிவாதம். தளர்ந்த குரலில், எளிய வார்த்தைகளில்.

ஒரு நாள் தன் பேத்தி கட்டிவரும் வீட்டை, அது முடிந்துவிட்டது என்று அறிந்து பார்த்து வரலாம் என்று போகிறார். வழியில் பஸ்ஸில் அயர்ந்து தூங்கிவிடுகிறார். கண்டக்டர் எழுப்ப பஸ்ஸிலிருந்து இறங்கி மனை நோக்கி நடக்கிறார். மனைக்குள் நுழைந்து உள்ளே மனையைப் பார்வையிடுகிறார். ஆர்வமும் சந்தோஷமும். பேத்தி தனக்கென ஒரு வீடு கட்டிக்கொண்டு விட்டாள். தனக்கென ஒரு கணவனையும், சிறுசிறு பூசல்களையும் தாண்டி ஒத்த மனதுடைய, கஷ்டங்களில் பங்கு கொள்ளும் கணவனையும் தேடிக்கொண்டு விட்டாள். இனி என்ன வேண்டும்? அவரது கவலையும் தீர்ந்தது. வீட்டினுள் சுற்றிப் பார்த்தவருக்கு சந்தோஷம், முகத்தின் சிரிப்பில் தெரிகிறது. திரும்ப வெயிலில் நடக்கும்போது களைப்பில் கால் தடுமாறி வீதியிலேயே விழுந்து விடுகிறார். விழுந்தவர் எழவில்லை.

பிறகுதான், தாத்தா தன்னிடமிருந்த பணம், நகை, வீட்டுமனை எல்லாம் எழுதி வைத்திருப்பது சுதாவுக்குத் தெரிகிறது.

ஒரு எளிய கதையை ஒரு அன்றாட வாழ்க்கையின் நிகழ்வுகளை, சிறியசிறிய எதிர்பார்ப்புகளையும், ஏமாற்றங்களையும், சந்தோஷங்களையும் அனுபவிக்கும் சாதாரண மனிதர்களின் ஒவ்வொருநாள் வாழ்வின் அலைமோதல்களை அலங்காரமற்று, இரைச்சலிடாமல் அந்த வாழ்வின் உண்மையை, கண்ணியத்தோடு சொல்ல முடியுமானால் அது மெல்லிய இழைகளாக அலையோடும் இசையாக அமைதியும் இனிமையுமாக ஒலிக்கும். அதில் அபசுரம் இராது. நாராசம் இராது.

பாலுமகேந்திரா

செட், டான்ஸ் மாஸ்டர், பாடல்கள், ஸ்டுடியோ, ப்ளெக்ஸ் பானர், கோரியோக்ராபி, இத்யாதிகளையெல்லாம் விடுங்கள் பவுடர், லிப்ஸ்டிக் செலவுகூட இல்லாமல் பாலுமகேந்திரா ஒரு படம் எடுத்துவிட்டார். வீடு படம் எடுக்க டோரண்டோவோ கிளிமஞ்சரோவா போகாது, சென்னைப் புறநகர் ஒன்றை விட்டு நகராது மிக சல்லிஸாக எடுத்திருக்கிறார். அதை நான் தமிழில் முதல் சினிமா என்று இருபது இருபத்தைந்து வருஷங்களுக்குப் பின் பேச முடிகிறது. ஆனால் ஒற்றை மரம் தோப்பாகாதே. தமிழில் சினிமா என்ற ஒரு சமாசாரம் இல்லை. அது என்ன சமாசாரம் என்று தமிழில் திரைப்படம் சம்பந்தப்பட்டவர்க்குத் தெரியுமா என்பது சந்தேகம்தான் .

வெள்ளிவிழா காணும் வீடு
அம்ஷன் குமார்

இன்னமும் கட்டி முடிக்கப்பெறாததால் புதுமனைப் புதுவிழாகூடக் கண்டறியாத அந்த வீட்டினைப் பற்றிய **"வீடு"** படம் வெள்ளி விழா கொண்டாடுகிறது. அதற்கு விமர்சகர்கள் மற்றும் ரசிகர்கள் மத்தியில் கிடைத்திருக்கும் ஒருமித்த அங்கீகாரமும் வரவேற்பும் போன்று ஒரு சில தமிழ்ப்படங்களுக்கு மட்டுமே கிடைத்துள்ளன. இந்த ஆண்டில் பராசக்தி படம் வெளிவந்து அறுபது வருடங்கள் பூர்த்தியாகிவிட்டன. தமிழின் திருப்புமுனைப் படங்களில் ஒன்றென அது கருதப்பட்டாலும் அதன் பாதிப்புகள் முற்றிலும் வேறானவை.

தமிழில் பாலுமகேந்திரா இயக்கத்தில் வெளிவந்த முதல் படம் அழியாத கோலங்கள். அந்தப் படத்தின் மொத்த வசனங்கள் அதிக பட்சம் நான்கைந்து பக்கங்களுக்கு மேல் இருக்காது என்று ஏற்பட்ட எண்ணமே ரசிகர்களுக்குப் புதிய அனுபவமாக இருந்தது. காட்சிகளின் பலத்துடன் ஒரு படத்தின் கதையைப் பெருமளவு சொல்லிவிட முடியும் என்பதை ரசிகர்கள் அதன் மூலம் கண்டு கொண்டார்கள். இதனால்தான் அவருக்கு 'கேமரா கவிஞர்' என்கிற பட்டம் தரப்பட்டது.

அழியாத கோலங்கள் படத்திற்குப் பிறகு அவரிடமிருந்து எந்த மாதிரியான படங்கள் வரக்கூடும் என்கிற எதிர்பார்ப்புகள் எழுந்தன. அவரது 'மூன்றாம் பிறை' பரவலாகப் பேசப்பட்ட படம். ஆனால் நடிகர்களின் மிகையான நடிப்பு, புத்தி பேதலித்த பெண்ணை ஒரே நாளில் குணப்படுத்தும் நாட்டு வைத்தியம் போன்ற பலவும் அந்த எதிர்பார்ப்பினை மேலெடுத்துச் செல்வதாக இல்லை. அந்தப் படத்திற்கு விருதுகள் கிடைத்தன என்பது வேறு விஷயம். அதில் இடம்பெற்ற 'பொன்மேனி உருகுதே,' பாடல் காட்சி மட்டும் இன்றளவும் ரசிக்கத்தக்கதாக உள்ளது. நடன அசைவுகள், உடை, ஒளிப்பதிவு, இசை என்று ஒவ்வொன்றிலும் காமம் கட்டுப்பாடான அழகியலுடன் வெளிப்பட்டது.

வீடு சற்றும் எதிர்பாராத தருணத்தில் வெளிவந்து தமிழ் ரசிகர்களை பிரமிக்க வைத்த படம். பெரிய நடிகர் நடிகைகளோ மற்றும் வழக்கமான தமிழ் சினிமா அம்சங்களோ அதிலில்லை. கீழ்மத்தியதர வர்க்கத்தின்

வாழ்வினை, வலுவான திரைக்கதை மூலம் எளிமையாகச் சொல்லிய அப்படம், கலைப்படம் வரிசையில் சேர்க்கப்பட்டது. ஆனால் அதற்கு முன்னால் வந்த தமிழ்க் கலைப்படங்களிலிருந்து அது வேறுபட்டு நின்றது. திரைக்கதை நன்றாக இருந்தாலும் படம் எடுக்கப்படுவதில் டெக்னாலஜி குறைகள் கலைப்படங்களில் தென்படும். இதற்கு ஒரு முக்கிய காரணம் அப்படங்களுக்குக் கிடைக்கும் குறைந்த முதலீடு, குறைந்த செலவில் எடுக்கப்பட்டிருந்தாலும் அத்தகைய குறைகள் ஏதுமின்றி வீடு படம் வெளிவந்தது.

வீடு வெளிவந்தவுடன் அதைப்பற்றிய ஒரு கட்டுரை எழுதினேன். காலச்சுவடு சிற்றிதழைத் தொடங்கியிருந்த சுந்தர ராமசாமி என்னிடம் ஏதாவது ஒரு கட்டுரை தருமாறு கேட்டிருந்தார். உடனேயே அதை அவருக்கு அனுப்பி வைத்தேன். காலச்சுவடு நாலாவது இதழில் அது பிரசுரமாயிற்று. அதை மீண்டும் படித்துப் பார்க்கும்பொழுது அதிலுள்ள கருத்துகளுடன் நான் கொண்டுள்ள இசைவினை அறிய முடிகிறது.

வீடு கலைத்திறன் கொண்ட படம். சர்வதேச வீடற்றவர்களின் ஆண்டாகப் பிரகடனம் செய்யப்பட்ட 1987ஐச் சேர்ந்ததாக இப்படம் தமிழில் வெளிவந்ததற்கு மேலும் கூடுதல் நியாயமும் இருக்கிறது. எழுபதுகளின் ஆரம்பத்திலேயே மராத்திக்காரர்களை நாடகங்களிலும் சினிமாக்களிலும் பாதித்த வீடு பிரச்சனை எண்பதுகளில்தான் சென்னைவாசிகளைப் பூதாகரமாகப் பாதிக்கிற பிரச்சனையாக உருவெடுத்துள்ளது. பல காலமாக ரூ.120 வாடகையில் ஒண்டிக் குடித்தனம் புரிந்து வரும் முருகேசனின் குடும்பத்தாருக்கு ரூ.500க்குள் வாடகைக்கு மாற்றுவீடு கிடைக்கவில்லை என்னும் போதுதான் அப்பிரச்சனையின் அழுத்தம் அவர்களுக்குப் புரிகிறது. வளசரவாக்கத்தில் உள்ள காலி மனையில் வீடு கட்டுவது இயல்பானதாகத் தொடர்கிறது. இப்பொழுது 'வீடு' என்னும் பிரச்சனை வழக்கத்திற்கப்பாற்பட்ட கோணங்களைக் கொண்டிருக்கிறது.

இருக்க ஒரு வீடு என்னும் எளிமையான பாரம்பரியத்திற்குப் பழக்கப்பட்டுள்ள மனிதர்களால் வீடு கட்டிப் பார்ப்பதென்பது பொருள்

மற்றும் ஆள் பலத்தை நாடுவது மட்டுமல்ல என்று தெரிகிறது. வீடு என்னும் அறிவினை அவர்கள் கொள்ள வேண்டியதாகிறது. எம்.எம்.டி.ஏ, பஞ்சாயத்து போர்டு, ப்ளான் ஷாங்ஷன், லோன் போன்ற விதிமுறைகள், நடைமுறைகள் அவர்களால் அறியப்பட வேண்டியனவாக உள்ளன. ஆனால் மனிதர்கள் இன்னும் தங்களை முழுதாகத் தயார்படுத்திக் கொள்ளவில்லை. மெட்ரோ வாட்டர் போர்டின் பறிமுதலுக்குள்ளான மனை தங்களுடையது என்னும் மிக முக்கியமான தகவலை அவர்கள் அறிந்திருக்கவில்லை. அறியாமை பரஸ்பரம் என்பதனால் மொத்த மனையின் ஒரு கிரவுண்டை இவர்கள் விற்கும்போது இன்னொருவர் அதை வாங்கவும் முடிகிறது.

ஆகிவந்த நடைமுறைகளிலிருந்து மாற்றங்கண்ட புதிய நடைமுறைகளைப் பயில்வதில் தடுமாற்றமடையும் மனிதர்களைப் பற்றிய படம் இது.

ஒற்றைக் கருப்பொருளை ஆக்ரமிக்கும் ஓர் ஓரங்க நாடகத்தினைப் போல் வீடு என்னும் ஒற்றைப் பிரச்சனையை மட்டும் எடுத்துக்கொண்டுள்ள இப்படத்தில் தண்ணீர்ப் பிரச்னையும் அரசல்புரசலாகத் தலைதூக்குகிறது.

வீடு பிரச்சனையைச் சுமப்பவர்களில் ஒருவராக வரும் 84 வயதுக் குடும்பத் தலைவர் முருகேசனாக கே.ஏ.சொக்கலிங்க பாகவதர் சொந்தக்குரலிலும் பாடி அருமையாக நடித்துள்ளார். வீடு கட்டப்பட்டுவிட்டதான மன நிறைவுடன் அவரைச் சாகடித்திருப்பது படத்தின் புத்திசாலித்தனமான முத்திரைகளில் ஒன்றாகும். இதனால் அரசாங்கத்தினால் பறிமுதல் செய்யப்பட்ட மனையில் வீட்டைக் கட்டிவிட்டு அதனுடன் போராட வேண்டிய விதி இணைய...?

வீட்டைக் கட்டிப்பார்த்துவிடும் பெண் சுதாவினை அர்ச்சனா தன் எளிமையான தோற்றத்தில் நன்றாக உள்வாங்கியிருக்கிறார். கோபியாக வரும் பானுசந்தர் மிக இயற்கையாகத் தன் காதலியை 'அய்யா' என்று அழைக்கிறார். தன் காதலிக்கு அவளது பிரச்சனையில் தோள் கொடுப்பவராயினும் அவர் அதிலிருந்து விடுபட்டு நிற்கிறவராய் நம்மை

உணர வைக்கிறார். குறுந்தாடி, மீசை, மூக்குக்கண்ணாடி, ஜோல்னா பை, ஜிப்பா போன்றவையால் ஆன புறத்தோற்றமும், காதலியுடன் உரிமையுடன் நடந்துகொள்வது, அவளது பிறந்த நாளன்று புடவை வாங்கித்தருவது போன்ற நிகழ்ச்சிகளும் அதற்கு உதவுகின்றன.

நுணுக்கமான பல தகவல்களை பாலுமகேந்திரா படம் முழுவதும் தந்திருக்கிறார். முருகேசன் தனது உயிலில் பத்தாயிரம் ரூபாயைப் பற்றி எழுதிய வரிகள் பின்வரும் காட்சியில் யதார்த்தத்திற்குகந்த வகையில் அடிக்கப்பட்டிருப்பது. தங்க நகைகளை விற்றுவிட்டதால் சுதா போட்டுக் கொண்டிருக்கும் கவரிங் நகைகளை லிப்டில் வரும் பெண் கவனித்துக் கேட்பது. வீட்டுக் கடனுக்காக சுதா Richardson (India)Ltd. என்று அச்சடிக்கப்பட்ட அவளது அலுவலக விண்ணப்ப பாரத்தைத் தருவது, படத்தின் ஆரம்பக் காட்சியில் சுதா கட்டியிருந்த புடவையை மங்கா அவளிடமிருந்து தானமாகப் பெற்றுப் பின்வரும் காட்சியொன்றில் தான் கட்டியிருப்பது போன்றவற்றை உதாரணமாகக் கூறலாம்.

தமிழ்ப் படத்தின் விரிசல்களைக் காட்டுகிற வழக்கமான சுலபத்துடன் இப்படத்தினை நோக்கி நாம் ஆள்காட்டி விரலைச் சுட்ட முடியாத வகையில் பாலு படத்தை எடுத்திருக்கிறார். மிகக் குறைந்த வசனங்கள் கொண்ட ஸ்கிரிப்டைத் தயார் செய்து அநேக சிறு ஷாட்டுகளாகப் படத்தை வேய்ந்திருக்கிறார்.

இவ்வாறு சிறுசிறு ஷாட்டுகளாகப் படமெடுப்பதன் மூலம் மனிதர்களைப் பல்வேறு நிகழ்ச்சிகளில் இடங்களில் நிறுத்திப் பிரச்சனையின் தளத்தை அதிகப்படுத்தியும் அதே சமயத்தில் புரிந்துகொள்ளலைச் சுலபமாக்கவும் முடிந்திருக்கிறது. வேகமான கேமிரா அசைவுகளற்ற இப்படத்தில் ஷாட்டுகளைக் கிரமப்படியும் அமைத்துள்ளார். வீட்டுமனை பேரம் பேசப்பட்டு முடிவானவுடன் அடுத்த ஷாட் ரெஜிஸ்தர் ஆபீசில் விற்பனை கையெழுத்தாவது காட்டப்படுகிறது.

முக்கியமாக இன்னொரு விஷயம் இப்படத்தில் நடந்திருக்கிறது. அது சுதாவுடன் கோபியும் திருமணத்தை நோக்கியவர்களாயினும் படம்

முழுவதும் நண்பர்களாக நெருக்கம் கொண்டிருக்கும் ஆண்-பெண் உறவினைப் பற்றியது. தமிழ்ச் சமூகம் இவ்வுறவினைச் சமூக வாழ்வில் ஓரங்கமாக ஏற்றுக்கொண்ட போதிலும், தமிழ்ப் படங்களில் இது இன்றுவரை இத்தனை எளிமையாகக் காட்டப்படவேயில்லை. மாற்றங்கொள்ளாத தமிழ்ப் படங்களிலிருந்து விடுபடுகிற நேரத்தில் அவை காட்டத் துணியாத மாறிவரும் சமூக நடைமுறை ஒன்றினை எந்தவொரு பரபரப்புமின்றி எவ்வாறு சித்தரிப்பது என்பதை பாலு இதன்மூலம் நமக்குக் காட்டியுள்ளார். படத்தின் சிறப்புகளில் இதுவும் ஒன்று.

'வீடு' வெளிவந்து இடைப்பட்ட இருபத்தைந்து ஆண்டுகளில் தமிழ்ப்படங்களில் எவ்வளவோ மாறுதல்கள் வந்துள்ளன. நல்ல மாறுதல்களும் அவற்றில் உண்டு. குறைந்த செலவில் யதார்த்தமான களனில் நட்சத்திரங்களைத் தவிர்த்துத் துணிச்சலாகப் படமெடுப்பது என்பது போன்றவற்றை மாறுதல்களின் பட்டியலில் சேர்க்க வேண்டும். ஆனால் இயல்பாகவும் முற்போக்காகவும் உள்ள மனிதர்கள் மிகையுணர்வின்றி சித்தரிக்கப்பட்டுள்ளது என்பது அரிதாகவே உள்ளது. வீடு படத்தில் வருகிற கதாநாயகியைப் போல ஒரு சராசரியான பெண் அவருக்கேயுரிய வலிமை, பலவீனம் ஆகியவற்றுடன் கூடிய எத்தனை கதாபாத்திரங்களை விரல்விட்டு எண்ணமுடியும்? ஆணும், பெண்ணும் கொள்கிற காதல் என்பது ஒருவர்மீது ஒருவர் கொள்கிற பருவ உணர்வு என்பதோடு இல்லாது வாழ்வின் சவாலை ஒன்றாக எதிர்நோக்குவது என்பது போன்ற திரைக்கதை வார்க்கப்படுகிறதா? என்பதைக் கவனிக்க வேண்டும்.

வீடு வெளிவந்த மறுவருடமே அவரது "சந்தியா ராகம்" வெளிவந்தது. வீடு படத்திற்குச் சற்றும் குறைவில்லாத ஆற்றலுடன் அப்படம் வெளிவந்திருப்பதை இப்போது என்னால் உணரமுடிகிறது. முதியவர்கள் தங்களுக்குள் கொள்கிற தோழமையை அப்படம் காட்டியதைப்போல் இதுவரை வேறு எந்தப் படமும் காட்டியதில்லை. தமிழ் சினிமா மரபில் தென்படாத குணங்களுடன் இரண்டு படங்களை

ஒன்றன்பின் ஒன்றாகப் படைத்த ஒரே கலைஞன் பாலுமகேந்திரா. ஆனால் அதற்குப் பிறகு அந்தத் தொடர்ச்சியைக் காணமுடியாதது ஒரு பேரிழப்பாகும். இதற்குப் படைப்பாளியை குற்றம் சொல்லும் போக்கினை நான் கடுமையாக எதிர்க்கிறேன். தொடர்ந்து அத்தகைய படங்கள் வெளிவருதற்கான சூழலை நாம் கலைஞர்களுக்கு உருவாக்கித் தந்தோமா என்கிற கேள்வியை நமக்கு நாமே கேட்டுக் கொள்ள வேண்டியவர்களாகவே உள்ளோம். அவரது 'கதைநேரம்' என்னும் தொலைக்காட்சித் தொடர் வாயிலாகப் பல சிறந்த குறும்படங்களைப் பார்க்கிற வாய்ப்பு கிடைத்தது. பிரபலமான தமிழ்ச் சிறுகதைகள் மட்டுமின்றி அதிகம் கவனத்திற்கு வராத சிறுகதைகளையும்கூட அவர் அதில் சிறப்புறக் கையாண்டிருந்தார். நீண்ட இடைவெளிக்குப்பின் தற்போது 'தலைமுறைகள்' என்கிற படத்தை அவர் எடுத்து முடித்திருப்பது மகிழ்ச்சியைத் தருகிறது. வீடு, சந்தியா ராகம் ஆகியவற்றின் வரிசையில் அப்படம் இருக்கும் என்கிற நம்பிக்கை எழுந்துள்ளது.

இருபத்தைந்து ஆண்டுகளுக்கு முன் வெளிவந்த மிக நல்ல படம் என்பதோடு மட்டுமின்றி இன்றளவும் அதைப்பார்த்து திரையுலகினர் கற்றுக்கொள்வதற்கும் ரசிகர்கள் ரசிப்பதற்கும் அதில் நிறையவே இருக்கின்றது என்பதே 'வீடு' படத்தின் சிறப்பு.

'வீடு' பாலுமகேந்திரா 1988
எஸ். தியடோர் பாஸ்கரன்
(தமிழில் - கார்த்திக் பாலசுப்பிரமணியன்)

1970-களில் தேசியத் திரைப்பட மேம்பாட்டுக் கழகத்தின் நல்கையில் வெளிவந்த சில படங்கள் அக்காலப் பார்வையாளர்களை மூச்செரியச் செய்தன. நட்சத்திர ஆதிக்கத்தில் உருவான படங்களில் இருந்து அவை வேறுபட்டிருந்தன. நாடெங்கிலும் புதிய திரைப்பட இயக்கத்தின் தாக்கம் வெளிப்பட ஆரம்பித்துத் தேசிய அளவில் ஷியாம் பெனகல், கோவிந்த் நிகலானி, ரித்விக் கதக், அடூர் கோபாலகிருஷ்ணன் போன்றவர்கள் இந்தப் புதிய அலையின் முன்னோடிகளாக இயங்கிக் கொண்டிருந்தார்கள்.

சில தமிழ்ப் படைப்பாளிகள் இருபது வருடங்களாக நட்சத்திரங்களை மையமாகக் கொண்ட படங்களிலிருந்து மீண்டு, இந்த இயக்கத்தில் வந்து இணைந்தனர். நட்சத்திரங்களின் கட்டுப்பாட்டில் இருந்த பாக்ஸ் ஆபீஸ் வருமானங்களும், ரசிகர் மன்றங்களால் வளர்த்தெடுக்கப்பட்ட அவர்களின் ஆதிக்கமும் புது முயற்சிப் படங்களுக்குத் தகுந்த இடத்தை அளிக்கவில்லை. 1970-களில் எம்.ஜி.ஆர், சிவாஜி என்ற இரு முக்கிய நட்சத்திரங்களின் ஆதிக்கம் மங்கிய பிறகு பெரிய ஸ்டுடியோக்கள் இழுத்து மூடப்பட்டன. இது இளம் இயக்குனர்களின் திரைப்படங்கள் மூலம் தமிழ் சினிமாவில் ஒரு நம்பிக்கையூட்டும் மாற்றத்தை உண்டு பண்ணியது.

பாரதிராஜாவின் 'பதினாறு வயதினிலே' (1977), ருத்ரையாவின் 'அவள் அப்படித்தான்' (1978), மகேந்திரனின் 'உதிரிப்பூக்கள்' (1979) ஜான் ஆபிரகாமின் 'அஹ்ரகாரத்தில் கழுதை' (1979) துரையின் 'பசி' (1978) போன்ற படங்கள் வெளிவந்தன. இந்தப் படைப்பாளிகள் ஸ்டுடியோவிற்கு வெளியில், நட்சத்திரங்களைச் சாராமல் படமெடுத்தனர். புகழ்பெற்ற எழுத்தாளர்களை திரைக்கதை எழுத அழைத்து வந்தனர். ருத்ரையா வண்ணநிலவனோடு இணைந்து கொண்டார். ஜான் ஆபிரகாம் கலை விமர்சகர் வெங்கட் சாமிநாதனைத் திரைக்கதை எழுதக் கோரினார். புதுமைப்பித்தனின் சிற்றன்னை சிறுகதையை அடிப்படையாகக் கொண்டு மகேந்திரன் படம் எடுத்தார். அவர்கள் அனைவரிடத்திலும் இருந்த மற்றும் ஒரு ஒற்றுமை இவர்கள் அனைவரும் படமாக்குதலின் அத்தனை கிளைகளையும் ஒரு சீரிய கட்டுப்பாட்டில் வைத்திருந்தனர். ஜான்

ஆபிரஹாம் தனது படத்தில் பாடல்களை முற்றிலும் தவிர்த்தார். மற்றவர்கள் பாடல்களைக் கதை சொல்லும் உத்தியாகப் பயன்படுத்த முயன்றனர்.

இந்தப் படங்கள் நட்சத்திரங்களை நம்பியிருக்கவில்லை என்பேன். அதுமட்டுமல்ல இவற்றின் கதைக் களங்கள் சமூகப் பிரச்னைகளில் கவிந்திருந்தன. ஆனால் புதிய திரைப்பட இயக்கத்தின் மற்ற இந்தியத் திரைப்படங்களில் இருந்த அழகியல் மாற்றம் தமிழ்ப் படங்களில் அவ்வளவாக வெளிப்படவில்லை. இவை பெரும்பாலும் தமிழ்சினிமாவின் பாரம்பரியத்தையே பின்பற்றின. இது போன்ற முயற்சிகள் தமிழ் சினிமாவில் நடைபெற்றுக் கொண்டிருந்த காலத்தில்தான் பாலுமகேந்திரா ஒரு இயக்குனராக 'அழியாத கோலங்கள்' படத்தின் மூலம் அறிமுகமானார். புனே திரைப்படக்கல்லூரி மாணவரான அவருக்கு இது இரண்டாவது படம்.

கிட்டத்தட்ட பத்து வருடங்களுக்குப் பிறகு அவரது வீடு (1988)ல் சிறந்த தமிழ்ப் படத்திற்கான தேசிய விருது பெற்றது. சிறந்த நடிகைக்கான தேசிய விருதை இந்தப் படத்தில் நடித்த அர்ச்சனா பெற்றார். 2005ஆம் ஆண்டு பாலுமகேந்திரா கூறினார். நான் 18 திரைப்படங்களை இயக்கியுள்ளேன். அதில் இரண்டு மட்டும் எனக்குத் திருப்தி அளித்தன. 'வீடு', 'சந்தியாராகம்' இந்தப் படங்களில்தான் நான் குறைந்த அளவு தவறுகள் புரிந்துள்ளேன். எந்த வியாபார நோக்கங்களுடனும் இவை எடுக்கப்படவில்லை. இந்தப் படங்களை இயக்கும்போதுதான் அவரது கலை நேர்மையுடன் எந்தச் சமரசமும் அவர் செய்து கொள்ளவில்லை.

திரைப்பட விமர்சகர் அம்ஷன் குமார் 'வீடு' பாலுமகேந்திராவின் உண்மையான படமான இதில் அழகியலும், தொழில் நுட்பமும் நேர்த்தியாக இணைந்துள்ளது என்கிறார். அதனால்தான் இன்றும் அது ஒரு முக்கியப் படைப்பாகத் திகழ்கிறது. புனேவில் உள்ள தேசியத் திரைப்பட ஆவணக் காப்பகத்தில் இப்படத்தின் புத்தம் புதிய பிரிண்ட் ஒன்று பாதுகாக்கப்படுகின்றது. சமூகப் பிரச்சனைகள் குறித்துப் பேசும் ஒரு படம், தமிழ் சினிமாவில் வணிக ரீதியாகவும் வெற்றியடையக் கூடிய

சாத்தியத்தின் அறிகுறியாகவே இப்படம் இருந்தது. ஆகிய இத்தனை காரணங்களினால் 'வீடு' படம் ஓர் ஆழமான ஆய்வுக்குத் தகுதியுடையதாகிறது.

பணி ஓய்வு பெற்ற சங்கீத வாத்தியாரான தன் தாத்தா முருகேசனுடனும், தங்கை இந்துவுடனும் ஒரு சிறிய வீட்டில் வாழும் இளம் பெண் சுதா பற்றிய கதையே வீடு. சென்னையில் ஒரு வங்கியில் எழுத்தராகப் பணியாற்றும் இவளின் குறைந்த சம்பளத்தை வைத்தே அந்தக் குடும்பம் சமாளித்து வருகிறது. வீட்டின் உரிமையாளர் ஒரு மாதத்தில் இவர்களை வெளியேறச் சொல்லி வக்கீல் நோட்டீஸ் அனுப்புகிறார். சுதா வேறு வீடு பார்த்து அலைகிறாள். ஒன்றும் கிடைத்தபாடில்லை. அவளிடம் வேலை பார்ப்பவர்கள் ஒரு வீட்டைக் கட்டி விடுவதே நல்லது என்று அறிவுரை கூறுகிறார்கள். அவள் வீடு கட்டும் வேலையைத் தொடங்கியதும் பல்வேறு பிரச்சனைகளில் உழல்கிறாள். சென்னை மாநகர மேம்பாட்டு ஆணையம், பதிவாளர் அலுவலகம், வங்கி எனப் பலவற்றை அவள் சமாளிக்க வேண்டியிருக்கிறது. அரசு அலுவலர்கள் லஞ்சம் கேட்கிறார்கள். காண்ட்ராக்டர் ஏமாற்றுகிறார். மேலதிகாரி கடன் வாங்கித்தரும் பொருட்டு அவளையே விலையாகப் பேசுகிறார். அவளின் காதலன் கோபியும், உடன் வேலை பார்ப்பவரும் அவளின் வீடு கட்டும் முயற்சிக்குத் துணை நிற்கின்றனர். அவனுடன் இணைந்து ஒவ்வொரு அலுவலகமாகச் சென்று கட்டிடம் கட்டத் தொடங்குவதற்கான அனைத்து வேலைகளையும் முடிக்கிறாள். வீடு கட்டி முடிவடையும் தருவாயில் தாத்தா இறந்து போகிறார். அந்தச் சோகம் தீர்வதற்குள், மாநகரக் குடிநீர் ஆணையம் அவளது வீடு ஆணையத்துக்குச் சொந்தமான ஒரு கிணற்றினை ஒட்டிக் கட்டப் பட்டுள்ளதாக மிரட்டுகிறார்கள். கடைசிக் காட்சியில் கோபியும், சுதாவும் ஒரு பஞ்சாயத்து அலுவலகத்தில் காத்திருக்கிறார்கள். அக்காட்சி உறைந்து பின்னணியாக ஒலிக்கும் குரல் அவள் சட்டப்பூர்வ நடவடிக்கை எடுக்கப் போவதாய்ச் சொல்கிறது.

சமூகப் பிரச்சனைகளே இங்கே முன்னிருத்திப் பேசப்படுகின்றன. தொடக்கக் காட்சியிலே "இது சர்வதேச உறைவிட வருடம்" என்று விவர

அட்டை கூறுகின்றது. அடுத்த அட்டை "இப்படம் வீடற்றவர்களுக்கு அர்ப்பணிக்கப்படுகின்றது" என்கிறது. இக்கதையில் மூன்று முக்கியப் பிரச்சனைகள் சொல்லப்படுகின்றன. உறைவிடம் என்ற அடிப்படைத் தேவை, அதிகாரத்தின் அடக்குமுறை, முதுமையின் பிரச்சனைகள் இவை அத்தனையும் ஒரு நகர்ப்புற, கீழ் மத்தியதரக் குடும்பத்தின் வழியே சொல்லப்படுகின்றது. இப்படத்தின் சாரம், ஆர்தர் எல்டன், எட்கர் ஆன்ஸ்டே இயக்கிய வீட்டு வசதிப் பிரச்னைகள்(1935) என்னும் பிரிட்டனின் சேரி வாழ்க்கை நிலையை எடுத்துக் கூறும் ஆவணப்படத்தை நினைவூட்டுகின்றது. தமிழ்ப் படைப்பாளிகளும் இது போன்ற குடியிருக்குமிடம் சார்ந்த பிரச்சனைகள் குறித்து நேரடியாக இல்லாவிடினும் சற்று மறைமுகமாகப் படமாக்கியுள்ளனர்.

மிஸ்ஸியம்மாவில் (எல்.வி.பிரசாத் 1955) திருமணமாகாத ஒருவருக்கு வாடகைக்கு வீட்டை யாரும் கொடுக்காத சூழலில் அதன் பொருட்டு இரண்டு இளம் ஆசிரியர்கள் கணவன் மனைவியாக நடிப்பர். கே.பாலச்சந்தரின் எதிர் நீச்சல் (1968) படத்தில் கீழ்-மத்தியதரக் குடும்பங்கள், ஒரு வீட்டின் சிறுசிறு பகுதிகளில் வசிப்பார்கள். ஆனால் இந்தப் பிரச்சனையை ஆழமாகப் பார்த்த முதல் தமிழ்ப்படம் "வீடு" ஆகும்.

வசிப்பிடம் குறித்தான பிரச்சனைகளின் ஊடே, இப்படம், இதுவரையில் எந்த ஒரு தமிழ்ப்படமும் காட்டியிராத வகையில், ஒரு மாநகரத்தில் மாதச் சம்பளத்தில் வாழ்வு நடத்தும் ஏழைக் குடும்பத்தின் பல்வேறு இன்னல்களை நம் கண்முன் நிறுத்துகின்றது. இதற்கு முன்பு ஒரு வங்கி எழுத்தரின் பணப் பிரச்சனைகள் குறித்துப் பேசிய "முதல் தேதி" படம் 1955ல் வெளிவந்தது. சர்ரியலிசக் காட்சிகள் நிறைந்த கிரிஷ் காசரவல்லியின் "மனே" (கன்னடம் 1990) படமும் குடியிருப்பு பற்றிய பிரச்சனைகளையே பேசுகின்றது. ஆனால் அதன்முன் வந்த 'வீடு' படத்தில் கதைக்குச் சம்மந்தமில்லாத பொழுதுபோக்கு அம்சங்களான நகைச்சுவைக் காட்சிகளையும், ஆடல் பாடல்களையும் ஒதுக்கி விட்டு, கதை சொல்லலில் மட்டுமே கவனம் செலுத்தி, பாலு மகேந்திரா இப்படத்தின் தாக்கத்தைக் கூட்டுகிறார்.

வீடு குறித்த பிரச்சனைகளே கதையின் முக்கிய அம்சமாக இருந்த போதிலும், ஒரு நகரத்தில் வாழ்பவரின் மற்ற அல்லல்களைப் பற்றியும் படம் பேசுகின்றது. குடிநீர்த் தட்டுப்பாடு, தண்ணீரைத் தனியார்மயப்படுத்தும் பிரச்சனை - போன்றவை, பல வருடங்களாக சென்னையில் ஊடகங்களிலும், சட்ட மன்றங்களிலும் விவாதிக்கப் பட்டுக் கொண்டிருந்தன. படத்தில் ஒரு காட்சியில் தாத்தா சுதாவிடம் பொன்னும் மண்ணும்தான் விலைமதிப்பு மிக்கவை என்று கூறும்போது தண்ணியும்தான் என்று சொல்கிறாள். தாத்தாவின் நிலத்தின் ஒரு பகுதியை விலைக்கு வாங்கும் வியாபாரி ஒருவன், தான் அந்த நிலத்தில் ஒரு கிணறு தோண்டி, அதில் வரும் நீரை அருகே உள்ள வீடுகளுக்கு விற்பனை செய்யப் போவதாய்க் கூறுகின்றான். அவன் அந்தச் சிறுபகுதியை முருகேசனிடமிருந்து விலைக்கு வாங்க வரும் தருணத்தில், ஒரு கிளாஸ் நீரை வாங்கிப் பருகிச் சோதனையிடுவான். தண்ணீர்ப் பற்றாக்குறை இக்கதையில் ஒரு முக்கியப் பங்காற்றுகின்றது. அதில் சுதா சிக்கிக் கொள்வது படத்தின் இறுதியில்தான் அவளுக்கே தெரிய வருகின்றது.

இப்படம் நகர வாழ்வின் இயல்பைக் காட்சிகளாலும், இசையாலும், அழுத்தமாக பிரதிபலிக்கின்றது. காய்கறிக்கடை, அந்தப் பழைய வீடு, கட்டுமானங்களால் மூச்சு முட்டும் புறநகர்ப் பகுதி, பேருந்துகள், கடற்கரை, அண்ணாசாலைக் காட்சிகள், கட்டிடத் தொழிலாளர்கள் பேசும் சென்னைத்தமிழ் இவையத்தனையும் படத்தின் நம்பகத்தன்மையைக் கூட்டுகின்றது. மகேந்திரா, படத்திற்குப் பின்னணி இசைக்குப் பதிலாக ரயில் ஓடும் ஒலி போன்ற சுற்றுப்புற ஒலிகள் மூலமே, படத்தின் முக்கியக் காட்சிகளைக் கோடிட்டுக் காண்பிக்கின்றார்.

ஒரு புத்தகத்தின் முக்கியமான வரிகளை அடிக்கோடு இடுவதைப் போல் படத்தில் சுற்றுப்புற ஒலிகளையும் இசையையும் தேவைப்படும் இடத்தில் மட்டும் ஆங்காங்கே பயன்படுத்தியுள்ளார் பாலுமகேந்திரா. ஒரு நேர்காணலில் சினிமாவில் இசையின் பங்கை அவர் விளக்கும்போது ஒரு ஆற்றின் போக்கை உவமையாக எடுத்துக் கொள்கிறார். நதியின் ஓட்டத்தை அது பாயும் நிலவாகுதான் தீர்மானிக்கின்றது. சமவெளியில் மெதுவாகவும், கீழ் நோக்கிப் பாயும் பொழுது வேகமாகவும், பாறைகளில்

மோதும்பொழுது நுரை ததும்பியும் ஓடுகின்றது. இது போலவே ஒரு படத்தின் திரைக்கதை இசையின் தன்மையைத் தீர்மானிக்கின்றது. வெறும் கோடுகளை ஒலியாக்காமல், தேவையான இடத்தில் அழகாக இசையாக்கிப் பயன்படுத்தியிருப்பார். வீடு படத்தில் பெரும்பாலான இடங்களில் பின்னணி இசையே இல்லை. சுற்றுப்புற ஒலி மட்டுமே பயன்படுத்தப் பட்டிருக்கும். ஸ்டுடியோவில் உள்ள செட்டில் இல்லாமல் நிஜமான இடங்களில் படம் எடுக்கப்பட்டிருப்பது படத்தின் நம்பகத் தன்மையைக் கூட்டுகின்றது.

இளையராஜாவின் ஆல்பம் "How to name it" லிருந்து சில பகுதிகளை எடுத்து இப்படத்தில் தேவையான இடத்திற்குப் பின்னணி இசையாகப் பயன்படுத்தியிருக்கின்றார் பாலுமகேந்திரா. இவர், இளையராஜாவுடன் மூடுபனியில் (1982) தொடங்கி பத்து படங்களுக்கும் மேலாக, கிட்டத்தட்ட 25 வருடங்களாக பணியாற்றியுள்ளார். 1981ஆம் ஆண்டு இளையராஜாவுடனான ஒரு கலந்துரையாடலின் போதுதான் படத்தின் இசைக்கு ஆறு பற்றிய உவமையைப் பயன்படுத்தி விளக்கியதாக நினைவு கூறுகின்றார். இசையின் எந்தப் பகுதி படத்தின் எந்த இடத்தில் பயன்படுத்தப் படவேண்டும் என்பதை ஒரு இயக்குனராக பாலுமகேந்திராவே தேர்ந்தெடுக்கிறார். இருந்த போதிலும், இங்கு எப்போதும் காட்சிகளின் மீது இசை ஆதிக்கம் செய்யாமல், மாறாக அவற்றின் தாக்கத்தை அதிகரிக்கவே பயன்படுத்தப்பட்டுள்ளது.

பாரம்பரிய சினிமாவின் நடிகர்களிலிருந்து விலகி பின்னணிப் பாடகர்களோ, நடனங்களோ இன்றியே படம் உருவாக்கப் பட்டிருக்கின்றது. குறிப்பாக முருகேசன் தாத்தா பாத்திரத்திற்கு, சொக்கலிங்க பாகவதரை நடிக்க வைத்ததைச் சுட்டிக் காட்டலாம். தலைப்பு போடும்போதுகூட சொக்கலிங்க பாகவதரின் நடுங்கும் குரலைக் கேட்கலாம். மேலும் மூன்று இடங்களில் கொஞ்ச நேரம் மட்டும் கம்பெனி நாடக இசையைக் கேட்கலாம். திருஞானசம்பந்தரின் கோளறு பதிகத்தில் வரும் "வேயுறு தோளி பங்கன் விடமுண்ட கண்டன்" மாயூரம் வேத நாயகம் பிள்ளையின் "நிர்மல சித்தத்தைத் தேடு" ஆகிய புகழ்பெற்ற பாடல்களின் சில முக்கியமான வரிகளையும் பாகவதரே பாடுகின்றார்.

இந்தப் படத்தில்தான் முதன்முதலாக பாலுமகேந்திரா, திரைக்கதைக்கு இடைஞ்சலாகக் கருதிய பாடல் காட்சிகளை முற்றிலுமாய்த் தவிர்த்துவிட்டார். தனக்குப் பிடித்த படமாக இவர் கூறும் 'சந்தியாராகத்திலும்' இப்படியான தவிர்த்தலைக் காணலாம்.

எடுத்துக்கொண்ட சமூகத் தெளிவின் அடிப்படைக்கு ஏற்றவாறு, பாதி கட்டிய நிலையில் இருக்கும் அந்த வீடு, அக்குடும்பத்தின் நிறைவேறாத கனவைப் பிரதிபலிப்பதாகவே இருக்கும். பூமிபூஜை போடப் பட்டதிலிருந்து அவ்வப்போது கட்டிடம் கட்டப்படும் காட்சிகள் காட்டப்படும். அந்த வீட்டிற்கு அருகிலேயே உள்ள இடத்தில் இருக்கும் சிறுகுடிசையில் வசிக்கும் கட்டிடத் தொழிலாளி மங்காத்தாவே அங்கிருந்தபடி கட்டிடப் பணிகளையும் மேற்பார்வை இடுகின்றாள். மாடி கட்டப்பட்டுக் கொண்டிருக்கும் அவ்வேளையில் தான் முருகேசன் கட்டிடத்தைப் பார்வையிட வருகின்றார். வீட்டிற்குள் அலைந்தபடி, படிகளில் ஏறி, பூசப்படாத சுவரில் அன்பொழுகக் கைகளால் தடவியபடி இருப்பார். இப்படத்தில் முழுமையடைந்த வீடு காட்டப்படுவதேயில்லை. அங்கு வரும் நீலநிறத் தண்ணீர்த்தொட்டி லாரி, சுதாவின் வீடு மாநகரத் தண்ணீர் ஆணையத்தினால் கைப்பற்றப்பட்டு விடும் என்பதைப் பார்வையாளனுக்கு உணர்த்துகின்றது.

இன்னொரு நேர்காணலில் பாலுமகேந்திரா கூறினார்: "பெண்கள் என் வாழ்வில் நேர்மறையாகவும் எதிர்மறையாகவும் முக்கியப் பங்காற்றியுள்ளனர். அவர்கள் தொடர்ந்து பாதிப்பு ஏற்படுத்துகின்றனர்" அவருடைய படங்களிலும் பெண் கதாபாத்திரங்கள் அழுத்தமாகப் படைக்கப்பட்டிருப்பர். மறுபடியும் (1993) பட நாயகி, சதிலீலாவதியில் (1995) வரும் டாக்டரின் மனைவி போன்ற பாத்திரங்களை எடுத்துக்காட்டாகக் காட்டலாம். "வீடு" படத்திலும் சுதாவிற்காக காண்ட்ராக்டரிடத்தில் சண்டையிடும் கட்டிடத் தொழிலாளி மங்காத்தா வலுவான கதாபாத்திரமாக அதிகாரம், ஊழல், ஏமாற்றம் இவற்றிற்கிடையே அவள் ஒருத்தி மட்டும் படத்தின் ஒரே நம்பிக்கையாக மிளிர்வாள்.

இந்தப் படத்தின் தன்மையும் எடுத்துக் கொண்ட பல்வேறு விஷயங்களும் நல்ல சினிமாவை நோக்கிய தமிழ் சினிமாவின் ஏறுமுகத்தை உணர்த்துகின்றன. மற்ற இயக்குனர்களைப் போலவே, மகேந்திராவும் இளம் வயதிலேயே சினிமாவின்மீது ஈர்க்கப்பட்டவர். அதே நேரத்தில் மக்களால் எதிர்கொள்ளப்படுகின்ற சமூக, பொருளாதாரச் சிக்கல்களில் அவரின் அக்கறை சார்ந்திருந்தது.

பாலுமகேந்திரா 1946ல் ஸ்ரீலங்காவின் மட்டக்களப்பில் உள்ள அமிர்தகலியில் பிறந்தார். அவரின் பெயரின் முன்பகுதியான "பாலு" கல்லூரி பௌதிகப் பேராசிரியராகப் பணியாற்றிய அவரின் தந்தை பெயரான பாலநாதனிலிருந்து வந்தது. தனது 13ம் வயதில் அவரின் தந்தை ரூ 14 மதிப்புள்ள ஒரு கோடாக் கேமிராவைப் பரிசாகத் தந்தார். அதுதான் அவரின் கற்பனை உலகில் விழுந்த முதல் வித்து. விரைவில் ரூ500க்கு ஒரு காமிராவை வாங்கிப் புகைப்பட போட்டியில் பங்கேற்றுப் பரிசும் பெற்றார்.

அவர் கத்தோலிக்கப் பள்ளியில் படித்துக் கொண்டிருந்த பொழுது அங்கிருந்த பாதிரியார் ஒருவர் திரைப்படங்களின்மீது பற்று மிக்கவராக இருந்தார். வகுப்பு நேரங்களுக்குப் பிறகு மாணவர்களுக்கு 16மிமி திரையில் படங்களிட்டுக் காட்டுவார். இங்குதான் பாலுமகேந்திரா "பைசைக்கிள் தீவ்ஸ்" (1948) படத்தைப் பார்த்து சினிமாவின்மீது பித்து கொண்டார். அவரின் 15 ஆவது வயதில் கண்டி அருகே டேவிட் லீன் "தி பிரிட்ஜ் ஆன் தி ரிவர் கிவாய்" (1957) படமெடுப்பதைக் காணும் வாய்ப்பைப் பெற்றார். அதுதான் படமியக்கும் ஆர்வத்தை அவருள் விதைத்தது. (பல வருடங்களுக்குப் பிறகு புனே திரைப்படக் கல்லூரியில் டேவிட் லீனைச் சந்தித்தார்) யாழ்ப்பாணம் கல்லூரியில், பௌதிகத்தில் பட்டம் பெற்று, ஸ்ரீலங்கா அரசின் சர்வே துறையில் புகைப்படக்காரராகப் பணியாற்றினார். வானத்தில் பறந்து, பல்வேறு நிலத்தின் தன்மைகளைப் பகுப்பு வரைபடத்தில் இடம்பெறச் செய்யும் பொருட்டு புகைப்படம் எடுப்பதே இவரின் வேலை. ஆனால் அவரின் எண்ணமெல்லாம் திரைப்படத்தின்மீது குவிந்திருந்தன. அவரின் தந்தையளித்த ஊக்கத்தின்

பயனாய் புனே திரைப்படக் கல்லூரியில் இயக்குனர் பயிற்சிக்கு விண்ணப்பித்தார். ஆனால் அவருக்கு ஒளிப்பதிவுப் பயிற்சியிலேயே இடம் கிடைத்தது. அங்கு 1969 ஆம் ஆண்டு தங்கப் பதக்கத்துடன் பட்டம் பெற்றார்.

1960 களிலும், 1970 களிலும் ஐரோப்பாவின் சினிமா மேதைகளின் தாக்கம் அந்தக் கல்லூரியில் அதிகமிருந்தது. அவ்வகையில் மகேந்திரா, விக்டோரியா டி சிகாவினால் ஈர்க்கப்பட்டார். வங்கத்தில் சத்யஜித்ரே அறிமுகப்படுத்திய இத்தாலிய நியோரியலிசம் நிரந்தரமான பாதிப்பை மகேந்திராவிடம் ஏற்படுத்தியது. பாலுமகேந்திரா தன் திரைப்பட நுண்ணறிவைப் பட்டை தீட்டிக் கொள்ள திரைப்படப் பேராசிரியர் சதீஷ் உதவினார். பாலுவுடன் படித்த ஏ.கே.பிர் - பிற்காலத்திய ஒரிய சினிமாவின் முக்கிய இயக்குனர் - போன்றவர்களும் மகேந்திராவிடம் தாக்கத்தை ஏற்படுத்தினர். பிற்காலத்தில் மகேந்திரா அமெரிக்க சினிமாவின் தாக்கத்தினால் ‘மூடுபனி’ (சைக்கோ படத்தின் பாதிப்பு) பிளேன் எட்வர்சின் “மிக்கி +மாட்” படத்தைத் தழுவி ‘ரெட்டைவால் குருவி’ போன்ற படங்கள் எடுத்தார். அதே நேரத்தில் இந்தியாவின் இளம் படைப்பாளிகளிடத்தே மகேந்திராவின் தாக்கம் அதிகம் இருந்ததும் குறிப்பிடத்தக்கது. வீடு படத்தில் தபால்காரராக வரும் இயக்குனர் பாலா, மகேந்திராவிடம் உதவியாளராகப் பணியாற்றியவரே. அவரே பிற்காலத்தில் ‘நந்தா’ (2001)‘பிதாமகன்’ (2003) போன்ற நினைவில் நிற்கும் படங்களை எடுத்து, தென்னிந்தியாவின் முக்கிய இயக்குனர்களுள் ஒருவராக உருவெடுத்தவர்.

மகேந்திரா ஒளிப்பதிவாளராகப் பணியாற்றிய அக்காலத்தில் ஒளிப்பதிவை முறையாகக் கற்றுத்தேறி வந்த ஒரு சிலரில் அவரும் ஒருவராக இருந்தார். மலையாளத்தில் ராமு காரியத் எடுத்த ‘நெல்லு’ திரைப்படமே மகேந்திரா ஒளிப்பதிவாளராக அறிமுகமாகிய முதல் திரைப்படம். அப்படத்திற்காகச் சிறந்த ஒளிப்பதிவாளருக்கான தேசிய விருது பெற்றார். அதுவே அவர் பெற்ற பத்து விருதுகளில் முதன்மையானது. (சிறந்த ஒளிப்பதிவாளராக அவரது திறமை மூன்று

முறை அங்கீகரிக்கப்பட்டுள்ளது. விருதுகளை அடிக்கடி பெற்றவர்களே பொதுவாக தேர்வுக்குழுவில் இடம் பெறுவர். அவ்வகையில் மகேந்திரா, 1992ஆம் ஆண்டு தேசியத் திரைப்பட விருதுக்குழுவின் தலைவராக நியமிக்கப்பட்டார்.) பின்பு, அவரே ஒளிப்பதிவாளராகவும் இயக்குனராகவும் கன்னடா (கோகிலா 1977), தமிழ் (முள்ளும் மலரும், 1978) மலையாளம் (யாத்ரா, 1985) தெலுங்கு (நிரீக்ஷனா, 1992) போன்ற பல தென்னிந்தியப் படங்களில் பணியாற்றினார்) இவர் 1983-ல் வெளியான சத்மா (1982) வின் மூலம் இந்தி சினிமாவிலும் கால் பதித்தார்.

இவருடன் படித்த ஏ.கே.பிர், ஷாஜி கருண், கோவிந்த் நிகலானி போன்ற ஒளிப்பதிவாளர்கள் போலவே இவரும் படம் இயக்குவதில் ஈடுபடலானார். ஒரு திரைப்படம் செய்வதன் ஆணிவேர் இயக்குனரே என்பதையறிந்து அவ்வழி சென்றார். இயக்குனராக இவரது பயணம் கன்னடாவின் "கோகிலா" படத்தில் ஆரம்பித்தது. அப்படத்திற்கு சிறந்த இயக்குனராக தேசிய விருதும் பெற்றார்.

மகேந்திரா ஒரு பேட்டியில் அவரது படங்கள் அவரது சொந்த அனுபவங்களையே பிரதிபலிக்கின்றன என்றார். 'வீடு' படம்கூட, பள்ளி ஒன்றில் தலைமை ஆசிரியராகப் பணியாற்றிய தனது தாயாரின் தாக்கத்திலேயே உருவானது என்கிறார். அவருக்குச் சிறு வயதாக இருக்கும்போது இவரது தாயார் வீடு ஒன்றைக் கட்டத் தொடங்கினார். அதன் பொருட்டு எழுந்த மனஅழுத்தம் காரணமாக அவரின் இயல்பே மாறிவிட்டது. புன்னகைக்கக்கூட மறந்துவிட்டு எப்போதும் சிடுசிடுப்பாகவே இருந்திருக்கிறார். இது பாலுவிடம் ஆழ்ந்த பாதிப்பை ஏற்படுத்தியிருக்கிறது. அதுவே பிற்காலத்தில் இப்படத்திற்கான கதையாக உருக்கொண்டிருக்கிறது. "இவையெல்லாம் உங்களிடமிருந்தும், மற்றவர்களின் அனுபவங்களிலிருந்தும் எடுத்துக் கொண்டதுதான். எனக்கு ஏழு வயதாக இருக்கும்பொழுது எனது அம்மா ஒரு வீடு கட்டத் தொடங்கினார். அப்போது வீட்டில் சண்டைகள் அதிகமாயின. அவள் தனியாக அழத் தொடங்கியிருந்தாள். அவைதான் என் அம்மாவைப் பற்றிய எனது முதல் ஞாபகங்கள். அவைதான் பிற்காலத்தில் வீடு

கட்டுவதன் பொருட்டு எழும் பிரச்சினைகளை முன் வைத்து வீடு என்ற படமாக உருவெடுத்தது"

லண்டனில் வாழ்ந்த ஸ்ரீலங்கரான கலா தாஸின் தயாரிப்பில் ரூ1,12,000ல் பாலுமகேந்திரா இத்திரைப்படத்தை எடுத்தார். செட்டுகள் போட்டுப் பணம் செலவழிப்பதைத் தவிர்க்க, அந்தந்த இடங்களுக்குச் சென்றே படம் பிடித்தார். இருபதாம் நூற்றாண்டின் முற்பகுதியில் வழக்கிலிருந்த கற்கள் பதித்த வீடும், புறநகர்ப் பகுதியான வளசரவாக்கத்தில் கட்டப்பட்டுக் கொண்டிருந்த வீடும் இதற்காகத் தேர்ந்தெடுக்கப்பட்டன. இப்படத்தில் பெரும்பாலான காட்சிகள் இயல்பான வெளிச்சத்தில் எடுக்கப்பட்டன. அதுவே படத்தின் நம்பகத்தன்மைக்கும் உதவியது. வீட்டிற்குள்ளும், அலுவலகத்திற் குள்ளும் எடுக்கப்பட்ட காட்சிகளில் மட்டுமே லைட்டுகள் பயன்படுத்தப்பட்டன.

மகேந்திராவே இயக்குனராகவும், ஒளிப்பதிவாளராகவும் இருந்ததால், கதை சொல்லும் உத்தி, இயக்கத்தைவிட ஒளிப்பதிவிற்காகவே அவர் அதிகமாய் விமர்சிக்கப்பட்டார். டீப் போகஸ் இதழின் பாலு சுப்ரமணியன் மட்டுமே அவரிடமிருந்த இயக்குநரை சுட்டிக்காட்டினார். முருகேசன் தாத்தாவும், அவரது நண்பர் அந்தோணிசாமியும் நடந்து செல்லும் காட்சிகளைப் பற்றி கூறினார். அந்தக் காட்சிகளின் அழகியலை விளக்கியிருந்தார். இது போன்ற விமர்சனங்களுக்குப் பதில் சொல்லுமிடத்தில் மகேந்திரா "நான் படம் எடுக்கும் பொழுது ஓர் இயக்குனராகச் சிந்தித்து, ஓர் ஒளிப்பதிவாளராகச் செயல்படுவேன்" என்று கூறுகின்றார்.

'வீடு' படத்திற்குப் பிறகு 'சதிலீலாவதி' (1995) ஜூலி கணபதி (2003) ஆகிய படங்களை இயக்கினார். எனினும் முதுமை பற்றிப் பேசும் 'சந்தியாராகம்' (1989) படத்தை மட்டுமே வீடு படத்தின் வரிசையில் சேர்த்துக் கொள்கிறார். இதைப்பற்றிக் கூறும்பொழுது தன்னைச் சூழப்போகும் முதுமை குறித்த முன்னெடுத்தல் என்கிறார். அவர் 52 குறும்படங்களை இயக்கியுள்ளார். இவையத்தனையும் டி.வியில்

தொடராக வந்தன. இவை, அதிகாரத் திமிர், சுற்றுச்சூழல் மாசுபாடு போன்ற பல்வேறு கருத்தாக்கங்களை அடிப்படையாகக் கொண்டவை. அதிகாரத்தை எதிர்கொள்ளும் ஒரு சாதாரண மனிதனின் கையாலாகாதத்தன்மை இவருக்குப் பிடித்தமான கருக்களுள் ஒன்று.

1970களில் புதிய திரைப்படங்களுக்கான வாய்ப்புகள் இருந்தபோதும், குறுகியகால அம்முயற்சிகள் எல்லாம் ரஜினிகாந்த், கமல்ஹாசன், விஜயகாந்த் போன்ற நட்சத்திரங்களாலும், பெரிய பட்ஜெட் படங்களாலும் மூடி மறைக்கப்பட்டு விட்டன. மற்றவர்களின் முயற்சிகள் முறியடிக்கப்பட்டாலும் பாலுமகேந்திரா பல இளம் படைப்பாளிகளுக்கான பாதையை முன்னெடுத்துச் சென்றார்.

வீடும் விடுதலையும்
பாலு மகேந்திராவின் திரைப்படைப்பின்
அர்த்தத்தளங்கள்

ராஜன் குறை

தமிழில் திரைப்படம் பற்றி விமர்சனம் செய்வதென்றால் முதலில் "திரைப்படம் என்பது காட்சி அடிப்படையிலான கலை" (visual art) என்று சொல்லவேண்டும். காட்சி மொழி(visual language) என்று சொல்லத் தெரிந்திருந்தால் இன்னமும் விசேஷம். இதையே கிளிப்பிள்ளை போலப் பல பத்தாண்டுகளாகச் சொல்லும் திரைப்பட அறிஞர்கள் ஒரு புறமிருக்க, புதிதாக உருவாகும் விமர்சனப் புலிகளும் இந்த மந்திரத்தையே உச்சாடனமாகக்கொண்டு களம் இறங்குகிறார்கள். இதன் அடிப்படைப் பிரச்சனை என்னவென்பதை விளக்கினாலும் புரிந்து கொள்ளப்படுவது அபூர்வம் என்று படுகிறது. இருந்தாலும் மீண்டும் ஒரு முயற்சி. திரைப்படம் என்பது பிம்பங்களை வைத்துக் கதை சொல்லும் கலை என்பதை யாரும் மறுக்க முடியாது. ஆனால் அதற்கு ஒலி வடிவமாக வளம் சேர்க்கும் மிகப் பெரிய ஆற்றல் இருப்பது மிகவும் முக்கியம். வசனமோ, இசையோ, பாடலோ பிம்பங்களைத் தீர்மானம் செய்வதில் எந்தத் தவறுமில்லை. வெறும் காட்சி மூலமாக எதையாவது உணர்த்திவிடுவதில் அப்படி என்ன மகத்துவம் இருக்கிறது என்பதை யோசிக்க வேண்டும். துவக்கப்பள்ளி வகுப்புகளில் குழந்தைகளுக்கு "படம் பார்த்துக் கதை சொல்" என்று ஒரு பயிற்சி வைத்திருப்பார்கள். இந்தக் காட்சி மொழிப் பித்தர்கள் சினிமாவை அது போன்றதொரு சிறுபிள்ளைப் பாடமாகப் புரிந்து வைத்திருக்கிறார்களோ என்ற சந்தேகம் எனக்கு உண்டு. அதாவது வெறும் காட்சியில் காண்பிக்கப் படுவதை வைத்தே இவர்கள் கதையைப் புரிந்துகொள்வதில் மிகப்பெறும் புத்திசாலித்தனம் இருப்பதாக நினைக்கிறார்கள். எப்படி வசனமே இல்லாமல் ஒரு விஷயத்தை உணர்த்திவிட்டது இந்த காட்சி என்று சிலாகிக்க முடிவதே சிறந்த படம் என்பது இவர்கள் கருத்து. இது மிகவும் கொச்சையான புரிதல் என்பதே என் எண்ணம்.

தமிழ் சினிமா விமர்சனத்தின் அடுத்த பிரச்சனை யதார்த்தம். பொதுவாக இது எப்படி புரிந்து கொள்ளப்படுகிறது என்றால் வழக்கமாக வெகுஜன / வணிகப் படங்களில் உள்ள சண்டை, காமெடி, பாடல், மிகை உணர்ச்சிக்காட்சிகள் இல்லாமலிருப்பது என்பதுதான். அதாவது "மசாலா" எனப்படும் கதையாடல் சூத்திரங்களுக்குக் கட்டுப்படாமல்

இருப்பது யதார்த்தம் என்று சுட்டப்படும் வாய்ப்பு அதிகம். சுருக்கமாக வெகுஜன ரசனை என்பதாக வணிக சினிமாவின் வெற்றி தோல்விகள் சுட்டிக்காட்டும் ஒன்றினை அனுசரிக்காத படங்கள் திரைப்படக் கலையின் சாத்தியங்களை அதிகம் பயன்படுத்துவதாகவும், அப்படங்களை நோக்கிய ரசனை மேம்பாடு சமூக அறிவின் முதிர்ச்சியை குறிப்பதாகவும் நம்பப்படுகிறது. நூறு சதவீத கல்வி அறிவு கொண்ட, பெரும்பான்மை யோர் உயர்கல்வி பெற்ற அமெரிக்கச் சமூகத்தில் ஏன் ஸ்பைடர் மேன், ஜேம்ஸ் பாண்ட் போன்ற சாகசப் படங்கள் மிகப்பெரிய வசூலை சாதிக்கின்றன. ஏன் "நவீன நாகரீகத்தின் தொட்டிலான" ஐரோப்பிய நாடுகள் அனைத்தும் இந்த ஹாலிவுட் சாகசப் படங்களுக்கு அடிமையாக இருக்கின்றன என்பது போன்ற கேள்விகளைத் தமிழர்கள் கேட்பதில்லை என்பதால் அவர்கள் திரைப்பட விமர்சனம் மிக மேலோட்டமாக ரசனை மேம்பாடு குறித்த கற்பிதங்களால் உருவான இளம்பிள்ளைவாதத்தால் பாதிக்கப்பட்டுள்ளது. இந்த நிலையில் பாலுமகேந்திராவின் வீடு போன்ற ஒரு திரைப்படம் தவறான காரணங்களுக்காகப் பாராட்டப்படுவதே சகஜம் என்று அஞ்சுகிறேன். என்னிடம் இந்தப் படம் குறித்த விமர்சனக் கட்டுரைகளின் தொகுப்பு எதுவும் கைவசம் இல்லை. படித்த விமர்சனங்களின் நினைவும் இன்று மங்கலாகத்தான் இருக்கிறது. ஒரு ஊகமாகத்தான் இதை இன்று கூறுகிறேன்.

என்னுடைய பார்வையில் "வீடு" படத்தின் சிறப்பம்சமே வசனம் மற்றும் இசையின் பயன்பாடுதான். படம் நடைமுறை வாழ்க்கைச் சூழலை உருவகமாகக் காட்டும் அளவு யதார்த்தமாகக் காட்டவில்லை என்றும் நான் நினைக்கிறேன். அந்த விதத்தில் இது பொதுவான தமிழ் சினிமாவின் எல்லைக்குள்தான் இயங்குகிறது. எனவே காட்சியில் கதை சொல்லல், யதார்த்தவாதம் என்ற பிழையான விமர்சனக் கோட்பாடுகளால் இந்தப் படத்தின் சிறப்பம்சங்களை உணர முடியாது என்று கருதுகிறேன்.

வசனத்தின் சிறப்பு

வீடு படத்தின் சிறப்பம்சங்களில் வசனம் பிரதானமானது. கதாபாத்திரங்களின் உளவியல் அழுத்தங்களை வசனம் மிக அழகாகப்

பல இடங்களில் வெளிக்கொண்டு வருகிறது, அதைத் தவிரவும் சமூகத்தின் பொது மனநிலை சார்ந்த பல நுட்பமான வெளிப்பாடுகளும் இடம் பெறுகின்றன. முதல் உதாரணம் ஓய்வு பெற்ற பாட்டு வாத்தியார் முருகேசுவும் (சொக்கலிங்க பாகவதர்) அவருடைய பேத்திகளும் வீடு பார்க்கச் செல்லும் இடம். வீட்டின் வாசலில் அழைப்பு மணியை அழுத்திவிட்டுக் காத்திருக்கிறார்கள். வீட்டுக்காரர் வருகிறார். யார் என்ன என்று கேட்கிறார். காலி வீட்டின் சாவியை எடுத்துவர உள்ளே செல்கிறார்.

சொக்கலிங்க பாகவதர் பேத்திகளைத் திரும்பிப் பார்த்துத் தாழ்ந்த குரலில் "பிராமின்ஸ்" என்று சொல்கிறார். அந்த ஒற்றை வார்த்தை ஓராயிரம் அர்த்தத் தளங்களை உடையது என்று சொன்னால் மிகையில்லை. இந்தப் படத்தின் வசனம், ஆங்கில வரிகளாக சப் டைட்டில்களுடன் இருக்கும்படி வெளிநாட்டில் திரையிட்டால் படத்தைக் கூர்ந்து பார்ப்பவர்கள், இந்த ஒற்றை வார்த்தையின் பொருள் என்ன என்று நிச்சயம் கேட்பார்கள். அதை விளக்குபவர் எத்தனை சாத்தியங்களை விவரிக்க வேண்டியிருக்கும் என்பது சுவாரசியமானது. தமிழ்ச் சமூக வரலாற்றின் உள்ளடுக்குகள் அனைத்தையும் தொட்டுச் செல்லும் வார்த்தையல்லவா அது. படத்தில் இடம் பெறும் பிராமணர்களின் குணச்சித்திரமும் ஆராயத்தகுந்தது என்பதில் ஐயமில்லை. வீடு கட்டுவதற்கான ஆலோசனைகளைத் தருவது ஒரு ஐயங்கார் என்பதும் குறிப்பிடத்தகுந்தது. உள்ளடக்கமாகப் பல விமர்சனங்கள் அதில் பொதிந்துள்ளன என்று யாரும் ஊகிக்கலாம்.

படத்தில் வசனம் மிகவும் சிறப்பாகப் பயன்படும் இன்னொரு இடம், பஞ்சாயத்து அலுவலக எழுத்தர் பேசுவது, விலைவாசி ஏறுவது, சம்பளப் பற்றாக்குறை ஆகியவற்றை ஏற்ற இறக்கத்துடன் சொல்லி, இலஞ்சம் கேட்பதை நியாயப்படுத்தும் அவரது குரல் மறக்க முடியாதது. "வீட்டில் உட்கார்ந்துகொண்டு கொண்டா, கொண்டான்னா எங்கே சார் போறது?" என்று மனைவியின் மேல் பழியைப் போடும் அவர் சமர்த்து மீண்டும் பல்வேறு சமூகவியல் பிரச்சனைகளைச் சுட்டுகிறது. குறிப்பாக பொருட்களின் விலைவாசியைப் பட்டியல் போடும்போது அவர்

ஒவ்வொரு உதாரணமாகக் கூறிக்கொண்டே வந்து மிளகா? என்று அழுத்தத்துடன் கேட்பார். படம் முடிந்த பின்னும் அந்த மிளகா என்ற ஒற்றை வார்த்தை நம்முள் ஒலித்துக்கொண்டே இருக்கும்.

யதார்த்தம், நடைமுறைத் தர்க்கம், மிகை

யதார்த்தம் என்பது கலைகளின் இலட்சியம் கிடையாது. உண்மையில் கலை என்பது யதார்த்தத்தைச் சிறப்பாக உருவகம் செய்வதுதானே தவிர அப்படியே பிரதிபலிப்பதோ, பிரதிநிதித்துவம் செய்வதோ அல்ல என்பதே பல்வேறு விமர்சனக் கோட்பாடுகளின் நிலைப்பாடு. அதனால் வீடு படத்தின் சிறப்பம்சம் அதன் யதார்த்தவாதம் அல்ல என்று சொல்லும்போது அந்தப் படத்தை குறை சொல்கிறேன் என்று அர்த்தமில்லை. யதார்த்தம் என்பதை நாம் இரண்டு வகையாகப் பார்க்கலாம். ஒன்று, காட்சிப்படும் சூழலின் யதார்த்தம். இரண்டாவது, நிகழ்வுகளின் யதார்த்தம் அல்லது நடைமுறைத் தர்க்கம்.

வீடு படத்தின் காட்சிகளில் வாழும் சூழல் நம்பகத்தன்மையுடன் இருக்கிறதே தவிர யதார்த்தமாக இல்லை. அலுவலகம், பேருந்துப் பயணம், சொக்கலிங்க பாகவதர் வீடு எல்லாமே ஒரு நம்பகமான ஏற்பாடாகத்தான் இருக்கிறதே தவிர, அன்றாட வாழ்வை ஊடுருவும் தன்மை கொண்டதாக இல்லை. ஆனால் இந்தக் காட்சியமைப்புகளில் ஒருவித நளினம் இருக்கிறது. பேருந்தில் பலமுறை அர்ச்சனா, பானுசந்தர் இருவரும் கிட்டத்தட்ட ஒரே இடத்தில் அமர்ந்து கொண்டு பயணிப்பது அழகியல் ரீதியாகப் படத்திற்கு வலுச் சேர்க்கிறது. அதே போல அலுவலகத்தில் அர்ச்சனாவிற்குத் தொலைபேசி அழைப்பு வரும்போதெல்லாம் காட்சியமைப்பு அப்படியே மறுநிகழ்வுபோல இருப்பது அலுவலக வாழ்க்கையின் அலுப்பூட்டும் தினப்படித் தன்மையை வலியுறுத்துவதாக இருக்கிறது. ஆனால் நடைமுறை வாழ்க்கையில் அலுவலகமும், பேருந்தும் இப்படி இருக்குமா என்பது கேள்விக்குரியது. அதிலும் பஞ்சாயத்து அலுவலகம் முற்றிலும் யதார்த்தத்திற்குப் புறம்பானது என்று சொல்லலாம். அது ஒரு உருவகம் மட்டுமே.

காட்சிப்படுத்துதல் இப்படியிருக்க, நிகழ்வுகளின் தர்க்கமும் யதார்த்தம் சார்ந்ததாகச் சொல்லமுடியாது. மெட்ரோ வாட்டர் நிலத்தை ஆர்ஜிதம் செய்ய முடிவு செய்தால் நிலத்தின் சொந்தக்காரருக்கு அதைத் தெரிவிக்க மாட்டார்களா என்ன? இருபத்தைந்து ஆண்டுகளாக நிலம் சொக்கலிங்க பாகவதர் பேரில்தானே இருக்கிறது? அவரும் ஒரே வீட்டில்தானே குடியிருக்கிறார்? அவருக்குக் கடிதம் போடமாட்டார்களா? ஓய்வூதியம் பெறும் ஒரு கிழவர் நண்பருக்காக அவர் அறியாமல் தரக்கூடிய மிகக் குறைந்த அளவிலான கையூட்டுப் பணத்திற்காக போர்ஜரிவரை சென்று சிக்கலான அனுமதி வழங்க ஒரு எழுத்தர் துணிவாரா? இப்படிப் பல கேள்விகளை எழுப்ப முடியும். படம் முழுவதில் நிகழ்வுத் தர்க்கத்தில் பல பிரச்சனைகள் இருக்கின்றன. அதையெல்லாம் வரிசையாக எழுதினால், தமிழ் சினிமாவின் திரைக்கதை பலவீனங்களை வீடு திரைப்படமும் பகிர்ந்து கொள்வதை எளிதில் புரிந்துகொள்ளலாம்.

படத்தின் நம்பிக்கை ஊற்றாக, இலட்சிய பிம்பமாக விளங்கும் மங்கா கதாபாத்திரம் மிகையானது என்பது வெளிப்படை. ஆனால் இந்தப் படம் திரையரங்குகளில் வெளியிடப்பட்டு ஓடியதற்குக் காரணம் அந்த மிகைதான் என்று சொல்லலாம். இலட்சியத்தை உருவகப்படுத்தினால் மிகையாகத்தான் இருக்கும். சுருக்கமாகச் சொன்னால் வீடு படத்தின் சிறப்பம்சம் யதார்த்தவாதம் இல்லை.

மூதாதையரின் சொத்துகளை இழக்கும் சமூகம்

என்னுடைய பார்வையில் வீடு என்பது ஒரு உருவகம் என்றுதான் நினைக்கிறேன். படம் சொக்கலிங்க பாகவதரின் தேவாரப் பாடல் கறுப்புத் திரையில் பங்கேற்பாளர்கள் பெயர்கள் போடும்போது ஒலிப்பதிலிருந்து தொடங்குகிறது. கிழவர், தான் வாங்கி வைத்துள்ள நிலத்தை வீடு கட்டக் கொடுப்பதுடன், சிக்கலான சமயத்தில் தன் கையிருப்பான சேமிப்பையும் கொடுக்கிறார். வீட்டிற்குத் தளம் போட்டுவிட்டார்கள் என்று தெரிந்ததும் வெயிலில் தள்ளாமையுடன் தனியாக அந்த வீட்டிற்குச் சென்று பார்க்கிறார். பார்த்துவிட்டு வெளியேறியதும் மாரடைப்பில் இறந்து விடுகிறார். அவரது இறுதிச்சடங்கு சில நொடிகளில் உணர்த்தப்பட்ட

பிறகு, படத்தின் இறுதிக்காட்சி நிகழ்கிறது. வீட்டு மனைக்கு வரும் அர்ச்சனாவும், பானுசந்தரும் தாத்தாவின் மரணம் பற்றிப் பேசிக் கொண்டிருக்கும்போது மெட்ரோ வாட்டர் அலுவலர்கள் வந்து அந்த இடத்தில் வீடு கட்டியது தவறு என்று கூறுகிறார்கள். இருவரும் அடுத்த காட்சியில் பஞ்சாயத்து அலுவலகத்தில் இருக்க, அதிகாரி போர்ஜரி செய்த எழுத்தரைக் கடிந்து கொள்ள, வீட்டைக் குறித்த வழக்கு கோர்ட்டில் இருப்பதாகப் பின்னணி குரல் கூறும்போது அர்ச்சனா, பானுசந்தரின் உறைந்த சட்டகத்துடன் படம் முடிகிறது. சுருக்கமாக சொன்னால் தாத்தாவின் சொத்து பேத்திக்கு வந்து சேரவில்லை என்று சொல்லலாம்.

திரைப்படம் நகர்மயமான நவீன மத்தியதர வாழ்க்கையின் மீதான ஒரு விமர்சனமாகத்தான் வீர்யம் பெறுகிறது. யார் யாரோ செய்யும் முடிவுகளின்படிதான் கதாபாத்திரங்களால் வாழ முடிகிறது. ஒரு சாதாரண மனிதரால் புரிந்துகொள்ள முடியாத விதிமுறைகள், கபடங்கள், எந்த வழியிலேனும் பணம் சம்பாதிக்க வேண்டிய அழுத்தம், எளிமையாக வாழ்பவர்கள், முட்டாள்கள், பணம் குவிப்பவர்கள், புத்திசாலிகள் என்ற விவரம் எல்லாமே சோகை பிடித்துப்போன வாழ்வின் பரிமாணங்களாகப் படத்தில் விரிகிறது. இவற்றிற்கெல்லாம் தொடர்பில்லாமல் வாழ்ந்துவிட்ட ஆசுவாசமே பாட்டுவாத்தியார் சொக்கலிங்க பாகவதரின் தேவாரத்தில் ஒலிக்கிறது. அவருடைய காலம் கடந்த காலம் அல்ல. வாரிசுகள் இழந்துவிட்ட காலம் என்று சொல்லலாம். அந்த இழப்பின் குறியீடாகவே முக்கால்வாசி கட்டி முடித்துக் கைக்கு வராத வீட்டை நாம் புரிந்துகொள்ள முடியும்.

நம் மூதாதையரிடமிருந்து நம் கைக்கு வராத சொத்து, நிலம் நீச்சு போன்ற சொத்துகளல்ல. நமக்கு அந்நியமாகிப்போய்விட்ட அவர்களது பண்பாட்டு வளம். வாழ்வதற்காகச் சம்பாதிப்பது போய், சம்பாதிப்பதற்காக வாழ வேண்டியதாகிவிட்ட நகர்ப்புற மத்தியதர வாழ்க்கையின் சோகம்தான் வீடு. அந்தக் கலாச்சார வறுமையை நேர்த்தியாகவும், இளையராஜாவின் மனதைத் தொடும் இசையால் நிர்ணயமான பிம்பங்கள் மூலமாகவும் நம்மை உணரச் செய்ததுதான் வீடு திரைப்படத்தின் வெற்றி.

வீடும் சில நினைவுகளும்
மு.புஷ்பராஜன்

சமீபத்தில், பாலுமகேந்திராவின் வீடு திரைப்படத்தினைப் பார்க்க முடிந்தது. மெல்லிய பெருமூச்சு ஒன்று எழுந்தது. மதிப்பிற்குரியதான, இழந்துபோன ஒன்று நம் நினைவில் மீள்கையில் எழும் பெருமூச்சு அது. வளமாய், உறுதியாக ஆரம்பித்த மரபை, நாம் இழந்துகொண்டு போகின்றோம். இது பாலுமகேந்திரா பற்றிய உணர்வு அல்ல. பாலுமகேந்திரா என்ற கலைஞன், தமிழ் சினிமாவிற்கு அளிக்க முனைந்த வளமான மரபின் இழப்புப் பற்றிய பெருமூச்சு.

உலகத் திரைப்பட விழாவில், தங்க மயில் பரிசுபெற்ற, லெஸ்ரர் ஜேம்ஸ் பீரிசின் "கிராமப் பிறழ்வு" என்ற சிங்களத் திரைப்படம், தமிழ் சினிமாவின் கனவுலகை என்னுள் கலைத்துவிட்டது. தமிழ் சினிமா கோலோச்சிய காலங்களில்தான், சிங்களத் திரைப்படங்கள் ஆரம்பமாகியது. ஆனால், எவ்வளவு விரைவில் அவர்கள் சர்வதேசத் தரத்தை எட்டிவிட்டார்கள். லேஸ்ரர் ஜேம்ஸ் பீரிசைத் தொடர்ந்து இன்றுவரை, கலைப்படங்கள் பற்றிய ஒரு மரபின் அறுபடாத தொடர்ச்சி அங்கு நிலவுகிறது. புலம்பெயர் வாழ்வுச் சூழல், சர்வதேசத் திரைப்படவிழா, மற்றும் தனித்துவம் வாய்ந்த கலைத்துவ நெறியாளர்களது படவிழாக்களைப் பார்க்கும் வாய்ப்பை அதிகமாகவே அளித்திருக்கிறது. முடிந்தவரை வாய்த்த இவ்வகைத் திரைப்பட விழாக்களுக்குச் சென்று மீள்கையில், இவ்வகையில் அமைந்த எமது மொழித் திரைப்படங்களை இங்கு பார்க்கும் வாய்ப்பு எப்போது என்ற ஏக்கம் எழுவதுண்டு. விதிவிலக்காக மணிரத்தினத்தின் திரைப்பட விழா நிகழ்ந்ததுண்டு. அவரது திரைப்படங்கள், நான் பார்த்தவகையான திரைப்படங்களுக்கு அமைவானது அல்ல.

திரைப்படம் அதிக அளவு முதலீட்டைக் கொண்ட தொழில் துறையாக இருப்பதனால், முதலீடு செய்யப்பட்ட பணத்தை மீள எடுப்பதும் அதனுடன் இலாபம் சம்பாதிக்க வேண்டிய தேவையும் இருக்கிறது. இது எல்லா நாட்டிற்கும் பொதுவான நியதியாக இருப்பதனால், வர்த்தக முனைப்பைக் கொண்ட கனவுமயமான திரைப்படங்கள், எல்லா நாட்டிற்கும் பொதுவானதே. ஆனால், அநேக நாடுகள் இந்த வர்த்தக

முனைப்பு கொண்ட சினிமாமுறையுடன், நடைமுறை வாழ்வின் சிக்கல்களை, உக்கிரங்களை முன்வைக்கும் யதார்த்தமிகு கலைத்துவப் படங்களின் வரவையும், அளவில் குறைந்ததாயினும் சமாந்திரமாகத் தொடர்ந்து கொள்கிறது. இந்தியாவின் குறிப்பாக வங்காளம், மலையாளம், தெலுங்கு, கன்னடம் ஆகிய பிராந்திய மொழிப் படங்களும் இந்த மரபைப் பேணியே வருகின்றது. தமிழ்மொழியில் இத்தகைய வரவுகள் அங்கொன்றும், இங்கொன்றுமாகக் குறிஞ்சிப்பூ பூக்கும் கால இடைவெளிகளில் வந்து கொண்டிருக்கிறது. வர்த்தக சினிமா தயாரிப்பாளர்கள், நெறியாளர்கள், எப்போதும் தங்கள் பக்க நியாயமாக, அடித்தட்டு மக்கள் வாழ்வை, வறுமை நிலையைத் திரைப்படங்களில் முன்வைப்பது இந்தியாவிற்கு அவமானம் என்ற கருத்தை முன்வைப்பதுண்டு. ஆனால் இவ்வாறு கூறுபவர்கள் தமது படங்கள் கொள்ளைக்காரர்களையும் கடத்தல்காரர்களையும் என்றும் மாறாத கற்பழிப்பாளர்களையும் கொண்டிருப்பதை உணர்வதில்லையா?

அகிரோ குரசோவாவின் 'ரசமோன்' திரைப்படத்தின் பாதிப்பில் ஒரு 'அந்த நாள்' அதன்பின் நீண்ட மௌனம். பின்னர் 'திக்கற்ற பார்வதி' அதன்பின் 'தாகம்' 'பாதை தெரியுது பார்' என்ற திரைப்படங்கள் வந்ததாக ஞாபகம் உண்டு. பின் அந்த நீண்ட மௌனம், பின்னர் கே.பாலச்சந்தர், பாரதிராஜா, மணிரத்தினம், கே.மகேந்திரன், ருத்ரய்யா ஆகியோரது முயற்சிகள்... இவர்களில் முதல் குறிப்பிடப்படும் மூவரின் திரைப்படங்கள், மாற்றம் என்றில்லாவிட்டாலும், அதுவரை வந்த மரபில் ஒரு சிறிய சலனங்கள்தான். கே.பாலச்சந்தரின் 'அவள் ஒரு தொடர்கதை' அதிகம் பேசப்பட்டாலும், அதன் மூலம் ரித்விக் கடக்கின் 'மேகம் கவிந்த தாரகை' இந்த இரு படங்களையும் ஒப்பீடு செய்துகொண்டால், இவைகளுக்கான இடைவெளிகளை, இலகுவில் கண்டு கொள்ளலாம். இவற்றுள் 'தண்ணீர் தண்ணீர்' ஒரு தற்செயலான விதிவிலக்கு. ருத்ரய்யா 'அவள் அப்படித்தான்' என்ற முக்கியப் படைப்பிற்குப் பின், அவர் தன்னை வெளிப்படுத்திக் கொள்ளவேயில்லை.

இவர்களின் படங்கள், வர்த்தக முனைப்பான, கனவுமயத் திரைப்படங்களுக்கும், யதார்த்தவகைக் கலைப்படங்களுக்கும் இடையில்

இரு கரையும் தொடாது இடைநடுவில் பயணிக்கும் போக்கைக் கொண்டிருந்தது. நகர்ப்புற வாழ்வின் நெருக்கடிகளையும், ஒரு தேசம் எதிர்கொள்ளும் தேசியப் பிரச்சனைகளையும், சமகால வாழ்வின் கொதிநிலைகளையும் கொண்டிருந்தன.

மணிரத்தினம் திரைப்பட உரையாடல்களில் சொற்களை விரயப்படுத்தாமல், கூர்மையாகப் பயன்படுத்தினார். திரைப்படம் ஒரு கட்புல ஊடகம் என்ற கவனம் இவரிடம் இருந்துள்ளது. இவரது 'ஆயுத எழுத்து'ன் உருவ வெளிப்பாட்டு முறை 'ரமோனின்' வெளிப்பாட்டு முறைதான். பாரதிராஜா ஒரு மாற்றமாக கதைக் களங்களை, கிராமத்திற்கு மாற்றி, ஒரு யதார்த்த முறையை அறிமுகப்படுத்தினார். அவரது பார்வையாளர்களை அவர் திட்டவட்டமாக வரையறுத்துக் கொண்டார். அதனால்தான் அவரது எல்லாத் திரைப்படங்களும் 'எனது இனிய கிராமத்து மக்களே' என்று ஆரம்பமாகிறது. கிராமத்து மாந்தருள், நவீனக் கருத்தியல் முறைக்கு அமைவான பாத்திரங்களை உருவாக்கினாலும், வழமையான திரைப்பட மரபு முறைகளிலிருந்து விலகிட அவரால் முடியவில்லை. கே.மகேந்திரன் இவர்கள் அனைவரையும்விட ஆற்றல் வாய்ந்தவர் என்பதை 'உதிரிப் பூக்கள்' உறுதிப்படுத்தியபோதிலும் அவரும் மரபு முறையிலிருந்து விலகும் தொடர்ச்சியைக் கொண்டிருக்கவில்லை. மொத்தத்தில் இவர்கள், வர்த்தகத் திரைப்படங்கள் பக்கமே தமது அதிகச் சாய்வைக் கொண்டிருந்தனர். இந்த இடைநிலைப் போக்குகளுடன் ஜெயகாந்தனது திரைப்படப் பிரவேசக் காலங்களில் வெளிவந்த அவரது படங்களையும் இங்கு முக்கியமாகச் சேர்த்துக்கொள்ள வேண்டும். இவரது படங்கள் கலைத்துவப் படங்களின் பக்கமே தன் சாய்வைக் கொண்டிருந்தது. இச்சூழலில் பாலுமகேந்திரா ஒரு புதிய மாற்றத்தினை ஏற்படுத்த முனைந்துள்ளார். 'அழியாத கோலங்கள்' 'மூன்றாம் பிறை' ஆகியவை மரபு ரீதியான அமைப்புக்குள் இயங்கினாலும் அதற்குள்ளும் ஒரு தனித்தன்மையைப் பேணிக் கொண்டது. அவரது 'வீடும்' 'சந்தியா ராகமும்' கலைத்துவத்தின் பக்கம் பெருமளவு சாய்வுத் தன்மையைக் கொண்டிருந்தது. அதிலும் 'சந்தியாராகம்' மிக உயர்ந்த தரத்தினைக் கொண்டிருந்தது.

வீடு நகர்ப்புற வாழ்வின் இயங்கு திரையுள் சிக்கித் தம் இருப்பைக் குலைத்துக்கொள்ளும் கீழ் மத்தியதர வர்க்கத்தின் கதை. மத்தியதர வர்க்கத்தின் வாழ்வு முறையே அலைதல்தான். மேலும் போக முடியாமல் கீழிறங்கி வரவும் முடியாமல், மன அவசத்துடன் வாழும் வாழ்வு, அதிலும் கீழ் மத்தியதர வர்க்கமென்றால், தரித்து நிற்காது அலையும் மனம் நிலைபெற்றிருக்கும் வாழ்வு.

புகையிரத இரைச்சல், கார்களின் சத்தம் இவற்றின் நடுவில் ஒரு வீடு. அலுவலக உத்தியோகத்தை நம்பி வாழும் சுதா. அவளுக்கு ஒரு தங்கை. இளைப்பாறிய ஒரு பாட்டு வாத்தியாரான தாத்தா. சுதாவின் அலுவலகத்தில் கூட வேலை பார்க்கும் அவள் காதலன், அவனுக்கு இரு தங்கைகள். இந்தத் தங்கைகளுக்கான திருமணப் பொறுப்பைச் சுமப்பவர்களாக சுதாவும் அவள் காதலனும். நகர்ப்புற வாழ்வின் வேகத்துள், மிக மெதுவாக, ஈர மனமுடன் நகரும் வாழ்வு. நகரத்தின் தேவைகள் அதிகரிக்க, அதற்கமைவான தேவையில் இழுபட்டுச் செல்லும் வாழ்வு. திடீரென்று வீடு மாறவேண்டிய நிலை, ஒரு பெரிய கேள்விக்குறியாக மாறி, அவர்கள் இயல்பு வாழ்வை அசைத்தது. புதிதாக வாடகை வீடு தேடும் அலைவும், அலைவின் மீதான சலிப்பும். நண்பர்களின் ஆலோசனை, சிறுகச்சிறுக எதிர்காலத்திற்குச் சேர்த்த பணம், வங்கிகள் அளிக்கக் கூடிய கடனுதவி, வேலை செய்யும் அலுவலகம் அளிக்கக்கூடிய வீட்டுக் கடன், சில தேவைகளைச் சுருக்குதல் ஆகியவை மூலம் நிலையாக நிலைத்திருப்பதை நாடுகிறது மனம். இனி செய்ய வேண்டியது, சொந்தமாக வீடு ஒன்றைக் கட்டுதலே.

தீர்மானங்கள் செயல்வடிவாகும் பொழுதுதான் வாழ்வின் உண்மையான நெருக்கடிகளை எதிர்கொள்ள நேரிடுகிறது. அதுவரை, நமக்குத் தீமை தராத வகையில் அலங்கார விளக்குடன் மனதில் அமர்ந்திருந்த கற்பனைகள், யதார்த்தத்தில் உடைந்து விழுகிறது. அந்தரித்துக் போகின்றோம். சுதாவிற்கும் அதே நிலைதான். அதுவரை அவள் கண்டுகொள்ளாத தீய மனங்கள், அலுவலகக் கதிரைகளில், அதிகாரப் பதவிகளுள், ஒளித்துக் கொண்டிருப்பதைக் காண நேர்கிறது. நமது தேவைகளுக்காக அமர்த்தப்பட்டவர்கள் என்ற கற்பிதங்களின்

உள்ளே, உறங்கிக் கொண்டிருந்த தீய நினைவுகள், லஞ்சமாய் பெண்ணாசையாய் வெளிவருகின்றது. தேவைகளினால் நசிந்து போயிருக்கும் மனிதப் பலவீனங்களில் இலகுவாக இரைதேட முயல்கிறது. நம்பியவர்கள் ஏமாற்றமடைகிறார்கள். எல்லா எதிர்ப்புகளையும், கரையும் கண்களுடன் எதிர்கொண்டு வெற்றிகொள்ள முயல்கிறார்கள்.

வீடு திரைப்படம், பார்வையாளர்களை முட்டாள்களாக்கி அவமானப்படுத்தவில்லை. அல்லது பாலர் வகுப்புப் பிள்ளைகளாய் அரங்கினுள் அமர்ந்திருப்பவர்களைக் கருதி, கைப்பிரம்புடன் கற்பிக்கும் வாத்தியாராக என் முன் காட்சிப்படுத்தப்படவில்லை. வாழும் வாழ்க்கையாக, நாம் அறிந்த ஒரு வாழ்க்கையாக நகர்கிறது. மேலதிகப் பணத்திற்காக அலுவலக வீட்டுக் கடன் வழங்கும் அதிகாரி முன் நிற்கையில், அவனது உள்நோக்கம் அறிந்த கணத்தில், மதுரையை எரிக்கும் வீர வசனங்கள் இல்லை. முன் இருக்கும் தீய அதிகார உருவத்திடமிருந்து இயலாமையுடன் நகர்ந்து கொள்ளும் யதார்த்தம் இருக்கிறது. சிமெண்ட் திருடும் கட்டிட ஒப்பந்தக்காரன் முன்னால் அழுகையுடனும் கண்ணீருடன்தான் நிலமையை விளக்க முடிந்தது. அதனால்தான் நாம் அன்னியப்படவில்லை. அதற்குள் உள்வாங்கப்படுகிறோம். அந்தத் துயரோடு கரைந்து கொள்கிறோம்.

திரைப்படம் ஒரு கட்புல ஊடகம் என்பதை வீடு தொடர்ந்து உணர்த்திக்கொண்டே இருக்கிறது. பார்வையாளர்களின் இணைவுக்கான வெளிகள் தாராளமாகவே அனுமதிக்கப்பட்டுள்ளது. மறுக்கப்பட்ட எமது சுவைப்புக்குரிய இடம் கௌரவமாகவே வழங்கப்படுகிறது. ஓவியங்களாய் விரியும் ஒவ்வொரு காட்சிகளிலும் மனம் விரிகிறது. இயற்கையின் சீற்றத்தில் போராடி, தமது வாழ்விற்காகச் சேர்த்த அத்தனை வளங்களையும் நம்பிக்கையில் அர்ப்பணித்து நிமிர்ந்தவர்கள் முன்னால், குடிநீர்ச் சட்ட வாரியத்தின் நில அபகரிப்பு ஏதுமற்றவர்களாக ஆக்க முயல்கிறது. அவர்கள் எதிர்த்துப் போராடுகிறார்கள். முடிவு எதுவுமாக இருக்கலாம். வெற்றிக்கும் தோல்விக்கும் அப்பால் போராட

வேண்டியிருக்கிறது. இயற்கையின் தடை, இலஞ்சம், ஊழல், பாலியல் சுரண்டல் இவை யாவற்றின் முன்னாலும் போராடித் தீரவேண்டிய வாழ்வு முறைதான் விதிக்கப் பெற்றிருக்கிறது.

தமிழ்த் திரைப்படச் சூழல் சார்ந்து சிந்திக்கையில் பாலுமகேந்திரா கலைத்துவத்தால் கட்டமைக்கப்பட்ட ஒரு மரபை - ஒரு வீட்டைக் கட்டமைக்க முனைந்துள்ளதை உணர முடிகிறது. இத்தகைய ஒரு மரபை உருவாக்க முனைகையில் எதிர்கொள்ளும் நெருக்கடிகள் அதிகமாக இருக்கலாம். முதலீடு, விநியோகம் எனப்பல இருக்கலாம். அதற்குள்ளும் அவர் கலைத்துவ மரபை உருவாக்க முயன்றுள்ளார். சில வர்த்தகப் படங்களில் ஈடுபடுதல், ஒரு கலைத்துவப் படம் எடுப்பதற்காக என அவர் கூறியதாக ஞாபகம். அந்த ஆவல் விரிந்தும் ஆழமாகவும் சென்றிருக்க வேண்டிய ஆவல். அவ்வாறான ஆவல், ஒரு குரசோவாவின் ‘ரசமோனையோ’ ரேயின் ‘பதேர் பாஞ்சாலியையோ’ நோக்கி நகர்ந்திருக்க வேண்டும். தமிழ்ச் சூழலின் துரதிருஷ்டம் அவ்வாறு நகராமல் அவரை இடைநிறுத்திவிட்டது.

இன்று தமிழ் சினிமாவின் நட்சத்திர அந்தஸ்துடன் கூடிய பொழுதுபோக்கிற்கு மாறாகப் பல புதிய நெறியாளர்களது படைப்புகள் அதிக அளவில் வந்துகொண்டிருக்கிறது. அவர்கள் மாற்றத்தை விரும்புகிறார்கள் என்பதை அவர்களது படங்கள் வெளிப்படுத்துகின்றது. அவை ஆச்சரியப்படத்தக்க விதமாகத் தொடர்பறாமல் வந்துகொண்டிருப்பதையும் உணர முடிகிறது. அது நட்சத்திர அந்தஸ்து நீங்கிய பொழுதுப் போக்காக மாறும் சூழல் வாய்த்தால் அவர்கள் ‘சந்தியா ராகம்’ அளவிற்கு இல்லாவிட்டாலும் வீடு போன்ற படங்களையாவது தங்கள் இலக்காகக் கொண்டால் தமிழ் மொழியாள் மகிழ்ந்து கொள்வாள்.

'வீடு' சொல்வது யாதெனில்...
எம்.ரிஷான் ஷெரீப்

வீடுகள் எப்பொழுதும் அழைத்துக் கொண்டேயிருக்கின்றன. மலைக்காடுகளிலுள்ள கருங்குகைகள் குடையப்பட்டு இருப்பிடங்களாகத் தோற்றம் பெற்ற காலத்திலிருந்தே மனிதன் தனது உறைவிடம் குறித்துச் சிந்திக்கத் தொடங்கி விட்டான். பறவைகளுக்கு இருப்பிடம் பற்றிய பிரச்சனைகள் எவையும் இல்லை. அவற்றிற்கு மரங்களே கூடுகள். பறத்தலே தேடல். மனிதன் எப்பொழுதுமே தேடலைத் தொடர்ந்தபடி அலைபவன். பெருவிருட்சங்களைப் போல அவனது பாதங்கள் ஓரிடத்தில் மாத்திரம் தரித்து நின்று விடுவதில்லை. அவன் தனது வாழ்வாதாரத்தைத் தேடிக்கொண்டே இருக்கிறான். அத்தேடல்களின் பின்னே அவனது வாழ்வு குறித்த ஒரு ஏக்கம் சுமையென அழுத்திக் கொண்டேயிருக்கிறது. அந்த ஏக்கம் அவனைத் துரத்துகிறது. அவனை ஒரு நதியென மாற்றிச் சுழல விடுகிறது. நதி கணத்துக்குக் கணம் மாறிக்கொண்டே இருக்கிறது. மனிதனும் அவ்வாறேதான். உணவிற்கான பசியும், கௌரவத்தைக் காப்பாற்றிக் கொள்ளத் தேவையான ஆடையும் கணத்துக்குக் கணம் மனிதனை இயங்கச் செய்து கொண்டேயிருக்கிறது. எல்லாவற்றுக்கும் அஸ்திவாரமாக அமைதியாக அமர்ந்திருக்கிறது வீடு. அது மாயக்கரம் கொண்டு தன் பக்கம் ஈர்த்துக் கொண்டே இருக்கிறது. உலகம் முழுவதும் மனிதன் அலைந்து திரிந்தாலும் அவனது இறுதி இலக்காக அவனது வீடே அமைகிறது. ஒரு மனிதன் எங்கு பயணித்தாலும் அவன் மீளத் திரும்புவது தனது இருப்பிடத்துக்கேயாகும்.

இயக்குநர் பாலுமகேந்திராவின் 'வீடு' மூன்று தசாப்தங்களைக் கடந்து வந்திருக்கிறது. அந்த வீட்டில் வாழும் மனிதர்கள் எல்லாக் காலத்து மனிதர்களையும் மிகவும் கூர்மையாகப் பிரதிபலிக்கிறார்கள். எல்லா மனிதர்களுக்குள்ளும் குடியிருக்கும் உள்மன ஆசைகளிலொன்று சொந்தமாகத் தனக்கென ஒரு வீடு என்பதுதான். அவ்வாறான ஒரு வீட்டைத் தனக்கெனச் சொந்தமாக்கிக் கொள்வதில் எழும் நடைமுறைப் பிரச்சனைகள்தான் 'வீடு' திரைப்படத்தின் கதைக் களமாக அமைந்திருக்கிறது. சொந்தமாக ஒரு வீடு இல்லாமல் வாடகைக்குக் குடியேற வேண்டிய நிர்பந்தங்களுள்ள மூவரும், அவர்களுக்கு உதவும் உள்ளங்களுமெனப் படம் முழுவதும் நாம் அடிக்கடி அயலில் பார்க்கும்

மனிதர்களே நிறைந்திருக்கிறார்கள். அம்மக்களுக்குள் எம்மைக் காண முடிகிறது. நமது உணர்வுகளைக் கொண்டு வாழும் மனிதர்களை 'வீடு' திரைப்படம் மூலம் காட்சிப்படுத்தியிருக்கிறார் இயக்குனர் பாலுமகேந்திரா.

வாடகைக்குக் குடியிருக்கும் மனிதர்களுக்குள் எப்பொழுதும் ஒரு துரும்பு உள்ளத்தில் இடறிக் கொண்டேயிருக்கும். என்னதான் வாடகையை ஒழுங்காகச் செலுத்தியபோதும், எல்லா விதத்திலும் ஒரு நிரந்தரமற்ற தன்மை அவர்களுக்குள் உறுத்திக் கொண்டேயிருக்கும். மனம் சொந்தமாக ஒரு இருப்பிடத்தை எப்பொழுதும் கற்பனை பண்ணிக் கொண்டேயிருக்கும். வீட்டின் சொந்தக்காரன் எப்பொழுது வெளியேறச் சொல்வானோ ? தனது செயற்பாடுகள் வீட்டை இழக்கச் செய்துவிடுமோ? என்பன போன்ற ஐயங்கள் மனதின் மூலையிலிருந்து கிளர்ந்து கொண்டேயிருக்கும். ஒரு நிலையில், வாடகைக்குக் குடியிருக்கும் வீட்டை விட்டு, இன்னுமொரு வாடகை வீட்டுக்கு மாற வேண்டிய நிலைமை ஏற்படும்போது உள்ளுக்குள் ஏற்படும் சங்கடங்கள் மிகவும் ஆழமாகத் தாக்கங்களை ஏற்படுத்தக் கூடியன. தனக்குப் பொருத்தமான வீட்டினை வாடகைக்குத் தேடியலைவது, வீட்டுக்கான வாடகை தனது எண்ணத்திற்கேற்ப அமைவது, வீட்டின் அமைவும், உள்ளக வசதிகளும் தனக்குப் பிடித்த வகையில் அமைவது என எல்லாச் சிந்தனைகளும் வாடகை வீடு எனும் மையத்தினை நோக்கியே குவிந்திருக்கும். அவ்வாறான சிந்தனைச் சுழலின் அலைகள் வீடெங்கும் பரவ ஆரம்பிக்கும் நிலையினைச் சித்தரிக்கும் திரைப்படத்தின் தொடக்கக் காட்சிகள் பார்வையாளனைத் திரைப்படத்திற்குள் இழுத்துச் சென்று விடுகின்றன. குடும்பத்துக்கு ஆதாரமாக இருக்கும் வேலைக்குப் போகும் பெண்ணானவள், இச்சிக்கலில் என்ன செய்யப் போகிறாள் என்பது குறித்த எண்ணத்தையும் இப்படிச் செய்தால் என்ன? என அவளுக்குத் கருத்துக் கூற வைக்கும் தன்மையையும் பார்வையாளன் அக்காட்சிகளின் மூலம் ஒருங்கே பெற்றுவிடுகின்றான்.

கதாநாயகியின் உள்ளுக்குள் புதைந்திருக்கும் சொந்த வீடு குறித்த ஆசையைக் கிளறிவிடுகிறார் சக அலுவலர். அதற்கான வழிகளையும்

அவர் விவரித்துச் சொல்கையில் கதையின் நாயகிக்குள் கிளர்ந்தெழும் சொந்த வீடு குறித்த ஆசை பார்வையாளனுக்குள்ளும் எழுகிறது. சொந்த வீடு கட்டுவதற்கு எழும் பணம் குறித்தான நடைமுறைச் சிக்கல்களைத் தீர்க்கும் விதங்களை அவர் விவரிக்கையில் நமக்குள்ளும் அப்படியொரு வீடு கட்டிப் பார்த்தாலென்ன? என எழும் கேள்வியைத் தவிர்க்க முடியாதுள்ளது. அவரது உரையைச் செவிமடுக்கும் அர்ச்சனாவின் முகத்தில் தோன்றும் மாற்றங்களை நோக்கி கேமரா நகர்வதானது பார்வையாளனின் மனநிலையையே சித்தரிக்கிறது. அவள் இங்கு என்ன சொல்லப் போகிறாள்? அவளது முடிவு என்னவாக இருக்கும் போன்ற கேள்விகளோடு அவள் இதற்கு சம்மதிக்க வேண்டுமேயென்ற எண்ணமும் நமக்குள் எழுகிறது.

காணியைப் பார்க்கச் செல்லும் மழைநாளும், நிலத்தின் குழிகளில் தேங்கியிருக்கும் சேற்றுநீரும் அந்தக் காலநிலையை அற்புதமாகப் பிரதிபலிக்கிறது. இயக்குநர் அந்தக் காலநிலையைத் தேர்ந்தெடுத்ததற்கு, கதை மாந்தர்களுக்குள் அவ்வாறான நிலைமையில் எழுந்திருக்கக் கூடிய மனச் சஞ்சலங்களும் காரணமாக இருந்திருக்கக் கூடும்.

திரைப்படத்தின் மையக் காட்சிகள் எல்லாமே வீட்டினைச் சுற்றியே நகர்கிறது. படத்தில் நடித்திருக்கும் எந்த நடிகர்களுமே வீணாக வந்து செல்லவில்லை. எல்லாக் கதாபாத்திரங்களுமே படத்தினை நகர்த்திச் செல்ல மிகவும் இன்றியமையாதவையாக உள்ளன. திரைப்படத்தின் ஒரு காட்சியில் அந்த வீட்டினைக் கட்ட வைக்க வேண்டி, மேல்மாடியில் குடியிருப்பவர் தாத்தாவுக்குத் தெரியாமல், அதிகாரிக்கு லஞ்சம் கொடுக்கிறார். சக வாடகை வீட்டார்களிடத்தில் அரிதாக இருக்கும் "தனக்கு இல்லாவிட்டாலும் அவர்களாவது சொந்த வீட்டில் குடியிருக்க வேண்டும்" என்ற நல்லெண்ணத்தை இயக்குனர் கையாண்டிருக்கும்விதம் போற்றத்தக்கது. அவ்வாறே வீட்டு மனைக்கிணற்றில் தண்ணீரெடுக்க வரும் பெண்களை ஒப்பந்தக்காரர் திட்டி விரட்டுகையில் அவரது குணநலன்களையும், அதனைத் தடுக்கும் கதை நாயகனின் குணநலன்களையும் ஒரே காட்சியில் இயக்குனர் தெளிவுபடுத்தியிருப்பது குறிப்பிடத்தக்கது. ஒப்பந்தக்காரர் ஏமாற்றிய பிற்பாடு, வீடு கட்டும்

பொறுப்பை ஏற்றுச் செவ்வனே கட்டி முடித்திடும் மேஸ்திரியும், சித்தாளும் சமூகத்தில் நமது கவனத்துக்குள் வந்து செல்லாதவர்கள். அவர்களது இருப்பும் செயற்பாடுகளும் குறித்து எவ்விதக் கவலைகளுமற்று நாகரீக மனிதர்களாக உலவும் சமூகத்தைக் கிண்டலடிக்கும் விதமாக, அவர்களுக்குள் வாழும் நல்ல மனிதர்களைச் சமூகத்தின் பார்வைக்கு முன் வைத்திருப்பது சிறப்பு. வீடு கட்டும் தேவைக்காகக் கடன் கேட்டுப் போகையில், நவீன மனிதர்களாகக் காட்டிக் கொள்ளும் தோழியின் வீட்டில் கிடைக்கப் பெறும் அவளது கணவனது வசையும், தான் இரகசியமாகச் சேர்த்து வரும் பணத்தைப் பேத்தியிடமே கையளித்துவிட்டு அமைதியுறும் நோயாளித் தாத்தாவின் இயல்பும் என முரண்களைச் சித்தரிப்பதன் மூலம் தற்காலச் சமூகத்தின் நிலைப்பாடுகளைத் தெளிவாகச் சொல்லியிருக்கிறார் இயக்குனர். பணம் படைத்தவர்களின், மேலும் மேலும் பணம் சம்பாதிக்கும் ஆசையையும், பணத் தேவையுள்ளவனின் சொத்துகளை மிகக் குறைந்த விலையில் வாங்குவதற்கான ஆர்வத்தையும் படத்தின் ஒரு காட்சி சொல்கிறது.

வளசரவாக்கத்திலிருக்கும் தமக்குச் சொந்தமான நிலம் குறித்த உரையாடலோடு, பார்க்கச் செல்லும் வாடகை வீடானது தமது கனவு வீட்டோடு மிகவும் பொருந்திப் போகும்போதும், வீட்டுக்காரர் மிகவும் நல்லவராக இருப்பதாலும் ஏற்படும் மகிழ்வானது, தொடர்ந்து வரும் காட்சிகளில் சித்தரிக்கப்படும் பண நெருக்கடி சம்பந்தமான பிரச்சனைகளால் துயரமாக மாறுகிறது. வீடு மறுதலிக்கப்பட்டுத் திரும்பும் தாத்தாவின் சோகம் ததும்பிய முகமும் "கொளுத்துதில்ல.. குடையைத்தான் விரியுங்களேன்" என யாரென்றே அறியாதபோதும் பாசத்துடனும் உரிமையுடனும் தாத்தாவிடம் கூறும் தெருவோரக் காய்கறிக்காரரின் மனப்பான்மையுமென படத்தின் நகர்வு மனிதர்களால் பூரணமடைந்திருக்கிறது.

'வீடு' திரைப்படத்தின் பிரதான கதைக் கருவாக 'வீடு' அமைந்திருந்த போதிலும் படத்தில் எக்காலத்திலும் மாற்றமுறாத மிகவும் முக்கியமான விடயங்களும் காட்சிகளில் சித்தரிக்கப்பட்டுள்ளன. தனது சொந்த

நிலத்தில் வீடொன்றைக் கட்டுவதற்காகப் பாடுபடும் பெண்ணிடம் லஞ்சமாக உடலையும், பணத்தையும் எதிர்பார்க்கும் நிலைமை இன்றும் எங்கும் வியாபித்துள்ளது. காலத்தின் ஓட்டத்தில் எவ்விடயத்திலும் மாற்றமுறாத திரைப்படமாக வீடு எனும் இந்த அற்புதமான திரைப்படத்தைக் குறிப்பிடலாம். ஒரு வீடு கட்டுவதிலுள்ள அத்தனை சிரமங்களையும், எதிர்கொள்ளும் இடர்களையும் மிகவும் தெளிவான திரைக்காட்சியாக ஆக்கியுள்ளார் இயக்குநர்.

படத்தின் பின்னணி இசையும் படத்திற்கு வலு சேர்த்திருக்கிறது. அர்ச்சனாவும் குடும்பத்தினரும் வாடகைக்கு வீடு தேடியலையும் போதும், வீடு சம்பந்தமான ஆவணங்களுக்குரிய அதிகாரிகளிடம் கையெழுத்துகளை வேண்டி நிற்கும்போதும் சிறு மனஸ்தாபத்துக்குப் பிறகு பேருந்துக்குள் நாயகனதும், நாயகியினதும் பாசப் பரிமாற்றத்தைச் சித்தரிக்கும் காட்சியிலும், வீடு சிறிதுசிறிதாகக் கட்டியெழுப்பப்படும் காட்சிகளிலும், படத்தின் இறுதிக் காட்சியில் புது வீட்டினைத் தாத்தா பார்க்கச் செல்லும் காட்சியிலும் தாத்தாவின் மரணத்திற்குப் பிறகு வரும் காட்சிகளிலும் எனப் படத்தின் நகர்வுக்கு இளையராஜாவின் இசையும் மிகவும் பிரதானமாகவும் அருமையாகவும் அமைந்துள்ளது. அத்தோடு ஆழமான அன்பு கொண்ட காதலர்களுக்கிடையிலான யதார்த்தம் மிகுந்த உரையாடல்களாக அமையும் பானுசந்தருக்கும், அர்ச்சனாவுக்கு மிடையிலான காட்சிகள் மிகவும் இயல்பாகவும் யதார்த்தமானதாகவும் இருப்பது கவனத்துக்குரியது.

‘வீடு’ திரைப்படத்தின் நடிகர்கள் தேர்வும், அவர்களது நடிப்பும் கதாபாத்திரங்களை உச்ச அளவுக்கு உயிரூட்டியுள்ளதைக் குறிப்பிட்டே ஆகவேண்டும். திரைப்படத்தின் கதாநாயகி அர்ச்சனாவின் நடிப்பு மிகவும் அருமை. அத்தோடு இத்திரைப்படத்தின் மூலம் மேலும் இருவர் எப்பொழுதும் மனதில் இருக்கின்றனர். தாத்தாவாக நடித்திருக்கும் K.A.சொக்கலிங்க பாகவதரின் பாத்திரப் படைப்பு மிகவும் நேர்த்தியானது. தனது முக பாவனைகளாலேயே கதையின் ஆழத்தை உணர்த்துகிறார் அவர். தனது பேத்தி புதிதாகக் கட்டியிருக்கும் வீட்டினைப் பார்க்கச்

செல்கையில் அவரில் தென்படும் சோர்வும், பார்க்கும்போது எழும் பூரிப்பும் பார்வையாளனையும் தனக்குள் உணரச் செய்வன. அடுத்ததாகக் குறிப்பிட்டுச் சொல்ல வேண்டிய நடிப்பு சத்யாவினுடையது. தமிழ் சினிமாவில் அதிகம் கண்டுகொள்ளப்படாத திறமை மிக்க நடிகையான சத்யா, சித்தாளாக வந்து சென்னைத் தமிழில் தனது தேர்ந்த நடிப்பை வெளிப்படுத்தியிருக்கிறார்.

திரைக்கதை, வசனம், எடிட்டிங், ஒளிப்பதிவு, இயக்கமென ஒரு திரைப்படத்துக்குத் தேவையான அனைத்து அம்சங்களையும் சிறப்பாகக் கையாண்டிருக்கும் இயக்குனர் பாலுமகேந்திராவின் மிகவும் தைரியமான முயற்சி இத்திரைப்படம் என்பதனைக் குறிப்பிட வேண்டும். டிஸ்கோ ஆட்டங்களும், கவர்ச்சி நடனங்களும், சண்டைக் காட்சிகளோடு வீர வசனங்கள் பேசிப் பழிக்குப் பழி வாங்கும் கதைகளும் செறிந்திருந்த தமிழ் சினிமாவின் ஒரு காலப் பகுதியில், இவ்வாறான யதார்த்த வாழ்வியலையும், நடைமுறைச் சிக்கல்களையும் சித்தரிக்கும் ஒரு அருமையான திரைப்படத்தினைத் தந்திருக்கும் இயக்குநர் பாலுமகேந்திராவைப் பாராட்டியே ஆக வேண்டும். பார்வையாளர்கள் ஏற்றுக் கொள்வார்களா? திரைப்படத்துக்கென செலவாகும் பணத்தினை மீளப் பெற்றுக் கொள்ள முடியுமா? என்பது போன்ற திரைப்படத் துறை அச்சங்களைப் புறந்தள்ளி சிறந்த கதை இருந்தால் திரைப்படம் காலத்தை வென்று வாழும் என்பதை நிரூபித்துள்ளார் இயக்குனர் பாலுமகேந்திரா.

வீடு- மத்திய வர்க்கத்தின் மாபெரும் கனவு
கார்த்திக் பாலசுப்பிரமணியன்

“பார்பிக்யூ நேசன்” உணவகத்திற்குச் சென்றிருக்கிறீர்களா? கொடியை இறக்கும்வரை கொட்டிக் கொண்டே இருப்பார்கள். உணவைவிட அங்கு எனக்கு மிகவும் பிடித்தது அவர்கள் பரிமாறும் நேர்த்தி. குறிப்பறிந்து பரிமாறுவர். ஒவ்வொரு முறையும் உணவொன்றைப் பரிமாறிவிட்டு பக்கத்தில் வந்து நின்று “எப்படி இருக்கிறது ஐயா?” என்பதைக் கொஞ்சம் கசடான ஆங்கிலத்தில் கேட்பார்கள். (அங்கே வேலை பார்ப்பவர்கள் பெரும்பாலானோர் வடகிழக்கு மாநிலத்தவர். இன்று நகரத்தின் பெரும்பான்மை உணவகங்களில் அவர்களே வேலை செய்கிறார்கள். எனக்கு அவர்களைப் பார்க்கும் போதெல்லாம் நாஞ்சில்நாடனின் தன்ராம்சிங் சிறுகதைதான் ஞாபகம் வருகிறது) நீங்கள் பொதுவாக‘குட்’ என்று சொல்லிவிட்டீர்களானால் போயிற்று. நீங்கள் எதிர்பார்க்காத அடுத்த கேள்வியைக் கேட்பார்கள். “நாங்கள் எப்படிப் பரிமாறினால் நீங்கள் எக்ஸலண்ட் என்று சொல்வீர்கள்?” எங்களுக்குத் தேவை ‘எக்ஸலண்ட்’ ‘குட்’ அல்ல. இதுதான் அவர்களின் தாரக மந்திரம். நீங்கள் எக்ஸலண்ட் சொல்வதற்காக இயன்றவரையில் எல்லாம் செய்வார்கள்.

சிறந்ததொரு படைப்பைத் தரும் எந்த ஒரு படைப்பாளியும் வெறும் ‘குட்’ வார்த்தையுடன் திருப்தி அடைய மாட்டான். அவனுக்குத் தேவை எக்ஸலண்ட். இப்படி குட் என்ற வார்த்தையில் திருப்தியடைந்திருந்தால் பாலுமகேந்திரா நெல்லுடனோ(அவர் ஒளிப்பதிவு செய்து அதற்குத் தேசிய விருதுபெற்ற அவரது முதல் திரைப்படம் -மலையாளம்) கோகிலாவுடனோ (அவர் இயக்கிய முதல் திரைப்படம். அதில் இயக்குனருக்கான தேசிய விருது பெற்றார்-கன்னடம்) நின்றிருப்பார். அவர் வாங்கிய குட் என்பதே தேசிய விருதுதான். அவரைக் கேட்டால்தான் இன்னும் எக்ஸ்லண்ட் வாங்குவதற்காகப் போராடிக் கொண்டிருப்பதாகவே கூறுவார். அவரின் ஆகச் சிறந்த படைப்புகளான ‘வீடு’ மற்றும் ‘சந்தியா ராகம்’ படங்களைப் பற்றிக் கூறும்போதுகூட அவை சிறந்தவை என்று கூற மாட்டார். தான் அறிந்த வரையில் மிகக் குறைந்த தவறுகள் உள்ள படங்கள் அவை இரண்டும் என்பதே அவரது வாதம்.

பொதுவாக நான் மதிக்கும் பெரும் எழுத்தாளுமைகள் பலரும் கூட, மத்திய வர்க்கத்தைச் சுற்றிச் சுழலும் எழுத்தை, அவர்களின் அன்றாட வாழ்வின் துயரங்களை குமாஸ்தா இலக்கியம் என்று எள்ளளோடு விளிப்பதைக் கவனித்திருக்கிறேன். என்னைப் பொருத்தவரையில் இந்தியாவே ஒரு குமாஸ்தா நாடுதான். அடிமைப்பட்ட காலத்திலிருந்து அப்படியே பழகிவிட்டது நமக்கு. பெரும் போராட்டங்களற்ற குமாஸ்தா வாழ்வில் ஊறிப்போன ஒரு எழுத்தாளன் விளிம்புநிலை மனிதர்களைப் பற்றி எழுதினால்தான் அதில் போலித்தன்மை மிகுந்திருக்கும். உள்ளிருந்து எழும் உண்மையான படைப்புகள் மட்டுமே உன்னதங்களைத் தொட முடியும். உலகின் ஆகச் சிறந்த படைப்புகள் பலவும் அவ்விதமே. அவ்வகையில் 'வீடு' படத்தின் கரு உருக்கொண்ட பொழுது பாலுமகேந்திரா தனது பால்யத்தைத் தாண்டியிருக்கவில்லை. அவரின் அன்னை வீடு கட்டும் முயற்சியில் அவர்தம் சுயத்தைத் தொலைத்த நிகழ்வே இக்கதையின் கரு. 'வீடு' மட்டுமல்ல, தமிழ்த் திரையுலகமே தலையில் வைத்துக் கொண்டாடிய "மூன்றாம் பிறை" கூட அவரின் உயிர்ச் சினேகிதியான ஷோபாவின் பிரிவில் உயிர்த்த கதையே. இதையும் அவரே ஒரு பேட்டியில் கூறியுள்ளார்.

மத்திய வர்க்கத்தின் மாபெரும் கனவு, சொந்தமாக ஒரு வீடு. அவர்களை நோக்கித்தான் நாளிதழ்களின் பக்கங்கள் எல்லாம் பில்டர்ஸ்களின் விளம்பரங்களால் ததும்புகின்றன. ஆனானப்பட்ட பாரதியே காணிநிலம் கேட்டான் என்றால் சாதாரண நாமெல்லாம் எம்மாத்திரம். இப்படி வீடு பற்றிய கனவொன்று ஒவ்வொருவருக்கும் உண்டு. ஆனால் ஆசைப்பட்டபடி ஒரு வீடு கட்டி முடிப்பது என்பதென்ன அவ்வளவு சாதாரண காரியமா? அது எத்தனை பேருக்குச் சாத்தியமாகின்றது? இதற்கஞ்சி வாடகை வீடுகளிலேயே வாழ்க்கையைக் கழித்துவிடுகிறவர்கள் தாம் எத்தனை எத்தனை? அப்படியே வாடகை வீடுகளில் காலம் தள்ளுவது மட்டும் சுலபமான காரியமா என்ன?

பம்பு அடிக்கும்போது மெதுவா அடிக்கணும். தக்கு புக்குன்னு அடிக்கக் கூடாது. பம்புக்கு வாஸர் போடணும்னா வாடகைக்குக் குடியிருக்கவுஹ தான் துட்டுப் போட்டு வாஸர் வாங்கிப் போடணும். என்ன சொல்லுதீய?

ராத்திரி ஒன்பது மணிக்குள்ளே யாரா இருந்தாலும் வீட்டுக்குள்ள வந்திரணும். சரியா ஒம்பதுன்னா ஒம்பதுக்கு தலைவாசல் கதவச் சாத்திடுவேன். அப்புறமா அம்மான்னாலும் முடியாது. அய்யான்னாலும் தொறக்க முடியாது. கதவைத் தாழ்ப்பாள் போட்டு சாவியை நான் வச்சிருப்பேன்.

வீட்டுக்குள்ள கண்ட எடத்துலேயும் ஆணி அடிக்கக் கூடாது. விறகு அடுப்பு வச்சு சமையல் பண்ணக் கூடாது. சமையல் கட்டுலே ஒரு பொட்டுக் கரியைப் பார்த்தாலும் எனக்குப் புடிக்காது. என்ன சொல்லுதீய?

ஆங்... சொல்ல மறந்துட்டேனே... துணிமணிகளை மொட்டை மாடியிலே கொண்டு போய்க் காயப் போடக்கூடாது. மொட்டை மாடிக்கு யாரும் போகவே கூடாது. வத்தல் போடுதேன், துணி காயப் போடுதேன். வீட்டுக்கு வந்த விருந்தாளிகளைப் படுக்க வைக்கேன்னு ஆரம்பிச்சிரக் கூடாது. என்ன சொல்லுதீய?

- இவையெல்லாம் வண்ணநிலவனின் ஆகச் சிறந்த சிறுகதைகளுள் ஒன்றான “வீட்டுக்கார சொர்ணத்தாச்சி” சிறுகதையில் வரும் சொர்ணத்தம்மாள் ஆச்சி வாடகைக்குக் குடி வருபவர்களிடத்தே போடும் கண்டிஷன்களில் சில. வாடகை வீடுகளில் குடியிருக்கும் ஒவ்வொருவரும் அன்றாடம் சந்திக்க நேரிடும் பிரச்சனைகளுள் இவையத்தனையும் உள.

தமிழ்த் திரைப்பட வரலாற்றில் இப்படி முழுக்க முழுக்க வீட்டைச் சுற்றிச் சுழலும் ஒரு படம் இதற்கு முன்போ இதற்குப் பின்போ வந்ததாக நினைவில் இல்லை. (வீட்டுக்குள் சுற்றிச் சுற்றி எடுக்கப்பட்ட படங்கள் ஏராளம் உண்டு) ஏன் தமிழ் இலக்கியத்தில் கூட இது போன்ற ஒரு சில சிறுகதைகளைத் தவிர, வீட்டைப் பற்றி எழும்பிய நல்லதொரு நாவல் ஏதும் இருக்கிறதா? அப்படி ஏதேனும் இருப்பின் நண்பர்கள் குறிப்பிடலாம்.

படத்தின் நாயகி சுதா ஒரு வங்கியில் குமாஸ்தாவாகப் பணியாற்றுகிறாள். அவள் பணி ஓய்வு பெற்ற சங்கீத ஆசிரியரான தன்

தாத்தாவுடனும், பள்ளி செல்லும் தன் தங்கையுடனும் ஒரு வாடகை வீட்டில் வசித்து வருகிறாள். வீட்டுச் சொந்தக்காரர் திடீரென்று வீட்டைக் காலி செய்யச் சொல்கிறார். அதன் பொருட்டு வாடகைக்கு வீடு தேடியலைந்து சோர்ந்து போகிறாள். அப்பொழுது தன் உடன் வேலை பார்க்கும் அவளது காதலனும் மற்றும் ஒரு நண்பரும் சொந்தமாய் வீடு கட்டிக் குடியேற அறிவுறுத்துகின்றனர். அவளும் சம்மதித்துத் தன்னுடைய நிலத்திலேயே வீட்டைக் கட்ட ஆரம்பிக்கின்றாள். அப்போது தேவைப்படும் வீட்டு லோனிலிருந்து, கட்டட வேலைவரை ஒவ்வொன்றிலும் அவள்படும் இன்னல்களும் அவற்றிலிருந்து அவளின் மீட்சிகளுமே மீதிக் கதை.

ஒரு படம் எடுக்கப்பட்டு 25 ஆண்டுகளுக்குப் பின்னரும் பேசப்படுவதே அதன் மகத்தான வெற்றி. அதிலும் நட்சத்திரக் கதாநாயகர்களை மையப்படுத்தாமல் ஆடல், பாடல், சண்டை போன்ற எந்த ஒரு வழமையான வியாபார சமரசங்களுக்கும் இடம் கொடுக்காமல் எடுக்கப்பட்ட ஒரு படம் அது. வெளியாகி 25 ஆண்டுகளுக்குப் பின்னாலும், பேசப்படுகிறது, விவாதிக்கப்படுகின்றது, கொண்டாடப்படுகின்றது.

லஞ்சத்தாலும், ஊழலாலும் பழுதடைந்திருக்கும் அரசு இயந்திரத்தின் மெத்தனப் போக்கைக் கடுமையாகச் சாடியிருக்கிறது இப்படம். இந்தியன் படத்தில் வரும் சுஜாதாவின் இந்த வசனம் "இங்க தேசிய ஒருமைப்பாடுங்கறதே லஞ்சத்துல மட்டும் தான்டா இருக்கு"- இன்றைக்கும் பொருந்திப் போகிறது. இன்னும் இருபத்தைந்து ஆண்டுகள் கழித்தும் பொருந்திப் போகும் என்றே தோன்றுகின்றது.

80களில் வீட்டிலும், சமூகத்திலும் பெண்களின் நிலையை, அவர்களின் உணர்வுகளை மிக நுணுக்கமாகப் படமாக்கியிருப்பார் பாலுமகேந்திரா. சிமெண்ட் மூட்டைத் திருட்டுப் போவது கண்டு சுதா குரல் உயர்த்தும் அவ்விடத்தில், வாழ்ந்து நிற்கும் ஒவ்வொரு பெண்ணின் மீதும் காலம் காலமாகச் சுமத்தப்படும் பழிச்சொல் சுதாவின் மீதும் சுமத்தப்படும். அதேபோல் எத்தனைதான் படித்து, உழைத்து முன்னுக்கு வந்த போதும் தாமே சுயமாகச் சம்பாதித்த போதும், உள்ளச் சினேகிதிக்கு உதவ நேரிடும்

வேளையில் கூடக் கணவனின் கண்ணசைவிற்காகக் காத்து நிற்பாள் சுதாவின் அலுவலக தோழி. ஒருத்தன் நெனப்ப நெஞ்சுக்குள்ள வச்சிக்கினு இன்னொருத்தனுக்கு எப்படிக் கண்ணு முந்தானை விரிக்கிறது. இது கட்டிட தொழிலாளி மங்காத்தா, சுதாவிடம் கூறும் வசனம். இப்படி எளிமையிலும் பேரன்பு போற்றுவாள் ஒருத்தி. பாலுமகேந்திராவின் படங்களில் வரும் பெண்களின் அந்தச் செல்லக் கொஞ்சலும், மெல்லிய சலிப்பும் அடடா!

அர்ச்சனாவிற்குச் சிறந்த நடிகைக்கான தேசிய விருது பெற்றுத் தந்த படம். அதற்கு, தான் முழுத் தகுதியுடையவர் என்பதை ஒவ்வொரு காட்சியிலும் நிரூபித்திருப்பார் அர்ச்சனா. தன் கண்முன்னே சிமெண்ட் மூட்டை திருட்டுப் போவதைக் கண்டும் ஒன்றும் செய்யவியலாத நிலையில் பொங்கி வரும் அந்தக் கண்ணீரில்தான் எத்தனை இயல்பு, எதார்த்தம், கோபம், இயலாமை. வீடு கட்டும் பொறுப்பின் மிகுதியால் ஏற்படும் தன் இயல்பு மாற்றத்தை அவ்வளவு அருமையாக வெளிக்காட்டியிருப்பார். தங்கையிடமும், காதலனிடமும் கோபத்தில் பொங்குவதும் பின்பு தன் தவறை உணர்ந்து மருகுவதும் என்று சுதாவாகவே வாழ்ந்திருப்பார் அர்ச்சனா.

தாத்தாவாக வரும் சொக்கலிங்க பாகவதரின் முதுமையே அவரின் மேல் நம்மிடத்தில் ஒரு பரிவை, ஒரு நெருக்கத்தை உண்டு பண்ணிவிடுகிறது. அவரின் முகமும் பாவமும் அப்படி. தன் நண்பர் இறந்த செய்தியைக் கேள்விப்பட்டதும் உயில் எழுதி வைக்கிறார். இந்நிகழ்வு முதுமையை எதிர்கொள்ளும் அவரின் பக்குவத்தையும், மரணம் பற்றிய பயத்தையும் ஒருங்கே வெளிப்படுத்துகின்றது. இவர் தவிர சுதாவின் காதலனாக வருபவரும், அலுவலக நண்பராக வருபவரும் தங்களுக்கான பணியைச் செவ்வனே செய்து போயிருக்கிறார்கள். வீடு கட்டும் கட்டிடத் தொழிலாளியான மங்காத்தாவும், அவளின் சென்னைத் தமிழும் அப்படியே மனதில் ஒட்டிக் கொள்கிறது.

தனது நண்பரின் மரணம் குறித்துச் செய்தி சொல்லும் மற்றொரு நண்பரிடம் அதிர்ச்சியுடன் கேட்பார் பாகவதர்- “என்னாச்சு?” அதற்கு

நண்பர் சிறு இடைவெளியுமின்றி சொல்லுவார் "வயசாச்சு" அதே போல ஒரு காட்சியில் "தங்கத்துக்கும் நிலத்துக்கும்தான் காசு" என்று பெரியவர் சொல்ல, உடனே அர்ச்சனா சொல்வார் "தண்ணிக்கும்" இப்படிச் சின்னச் சின்ன வரிகளில் அர்த்தம் பொதிந்த வசனங்கள்.

குறைந்த ஒளி மட்டுமே ஊடுருவும் அந்த வாடகை வீடு, பெரியவர் அமரும் அந்த நாற்காலி, ஒவ்வொரு நிலையாக மெதுவாக எழும் வீடு, வரிசை கலையாத டேபிள்கள் நிறைந்திருக்கும் அலுவலகம், மக்கள் உலாவும் மார்க்கெட் என்று அஃறிணைகளையும் உயிர்ப்பித்து உலவவிடுகிறது பாலுமகேந்திராவின் காமிரா என்ற மாய இயந்திரம்.

ராஜாவின் இசையில் பித்துகொண்டு அலையும் ஒரு கூட்டமே இருக்கின்றது. அவர்களின் பித்தை முற்றச் செய்யும் இப்படத்தின் பின்னணி இசை. குடும்பத்துடன் வீடு தேடி அலையும் காட்சிகளில் வெளிப்படும் இசை உலகத்தரம். அதேபோல வீட்டுவேலை ஆரம்பமாகும் இடத்திலும், பேருந்தில் சுதா தன் காதலன் கையைப் பற்றும்பொழுதும் வரும் ப்ளூட்தான் எத்தனை இனிமை.

மௌனத்தையெல்லாம் இசையென்னும் சொற்களால் நிரப்பியிருக்கிறார் ராஜா. படத்தின் பல இடங்களில், ராஜாவின் ஹவ் டு நேம் இட் ஆல்பத்திலிருந்து எடுத்தாண்டிருக்கிறார் பாலுமகேந்திரா. இதற்காகவே இசைத்தது போலப் படத்துடன் அவ்வளவு அழகாகப் பொருந்திப் போகிறது அவ்விசை.

வாடகைக்கு வீடு தேடி அலைபவர்கள் படும் பாட்டை அப்படி வாழ்க்கையில் ஒரு முறையாவது அலைந்தவர்களால் மட்டுமே உணர முடியும். அதுவும் சென்னை போன்ற மாநகரத்தில் வீடு தேடுவதென்பது அவ்வளவு சுலபமில்லை. அப்படியொரு காட்சியில் வீடு தேடியலைந்து வீடு எதுவும் கிடைக்காத விரக்தியில், களைப்பில், கொளுத்தும் வெயிலில் நடந்து வந்து கொண்டிருப்பாள் சுதா. அவள் வைத்திருக்கும் மடக்கிய குடையை நீங்கள் பார்க்காதவரை இது வெறும் சாதாரண காட்சிதான். வெளியில் வெயில் கொளுத்துகின்றது. உள்ளே விரக்தியும் ஆற்றாமையும் கொழுந்து விட்டெரிகின்றது. அந்த வெம்மையில்

புறவெயில் பெரிதாகத் தோன்றுவதில்லை. அதனால்தான் அவளுக்குக் கையில் வைத்திருக்கும் குடையை விரிக்கக் கூடத் தோன்றியிருக்காது. மனம் சோர்ந்திருக்கும் ஒரு நாளில் யாரும் முகப்பூச்சில் கவனம் செலுத்துவதில்லை. அதே போல மற்றொரு காட்சியில் புதுவீட்டைப் பார்வையிட வரும் பெரியவர் முதலில் இடதுகால் வைக்க வந்து வலது காலால் ஏறுவார். அதே போல அந்தப் பெரியவர் இறந்ததும் அடுத்த காட்சியில் காட்டப்படும் அந்த நாற்காலி, அவரில்லாத வெறுமையை அழகாக எடுத்தியம்பும். இப்படி ஒவ்வொரு காட்சியிலும் எளிய மனிதர்களின் உணர்வுகளை பாலுமகேந்திரா மிக நுட்பமாக வெளிப்படுத்தியிருப்பார்.

தான் பார்த்துப் பார்த்துக் கட்டிய வீட்டை, திடீரென்று அவ்வீடு நல்ல தண்ணீர் வரும் இடத்தில் அமைந்திருப்பதால் மாநகரக் குடிநீர் ஆணையம் அதைக் கைப்பற்ற முயற்சிக்கும். (படம் வெளிவந்த காலத்தில் சென்னையில் கடும் குடிநீர்ப் பஞ்சம் நிலவியது இங்கே குறிப்பிடத்தக்கது) இவ்வாறாக, குடிநீர் ஆணையத்திலிருந்து தன் வீட்டைக் கையப்படுத்தும் முயற்சியில் அதற்கு எதிராக வழக்கு தொடுப்பாள் சுதா.

வழக்கின் முடிவு என்னவாக இருக்கும் என்பது உங்களுக்கும், எனக்கும் ஏன் சுதாவிற்கும் தெரியும் என்பதால், வழக்கு தொடுக்கும் காட்சியுடனே படத்தை முடித்திருப்பார் இயக்குநர். கடைசி வரையில் கட்டி முடிக்கப்படாத அவ்வீடு, நிறைவேறாத மத்திய வர்க்கத்தின் மாபெரும் கனவின் எச்சமாக எஞ்சியிருக்கும்.

வீடு-வெள்ளி விழா

அருண் மோகன்

தமிழ்நாட்டில் திரைப்படங்கள் என்றாலே பாடல், அதற்கடுத்து வசனம் என்று இருந்த நிலையை மாற்ற முயற்சித்தவர்கள் அனைவரும் இறுதியில் தமிழ்த் திரைப்படங்களுக்காகவே தங்களை மாற்றிக் கொண்டார்கள். அதுதான் வியாபார சினிமா. ஆனால் அவ்வப்போது தமிழ் சினிமாவில் சில முத்துகள் பிறக்கும். அதில் ஒன்று வீடு. இத்தனை ஆண்டுகாலத் திரைப்பட வாழ்வில் எந்த சமரசமும் செய்து கொள்ளாமல் நான் படைத்தது இரண்டு படங்கள்தான். ஒன்று "வீடு" இரண்டு "சந்தியா ராகம்" என்று பாலுமகேந்திரா அடிக்கடி சொல்வார். ஆனால் 12 லட்சத்தில் உருவான வீடு திரைப்படம் 75 லட்சங்கள் வசூலித்தது என்கிற புள்ளிவிவரத்தையும் பார்க்கும்போது, கொண்ட கொள்கையில் உறுதியாக இருந்தால் போதும், நிச்சயம் அந்தப் படைப்பு வெற்றி பெறும் என்பது உறுதியாகிறது.

சின்ன பட்ஜெட் படங்கள் என்றும், மாற்று சினிமா என்றும், வணிகப் படங்கள் என்றும் தமிழ் சினிமா பிளவுண்டு கிடக்கும் வேளையில் வீடு மாதிரியான ஒரு படத்தைக் கொண்டாடுவது இன்றியமையாததாகிறது. நல்ல படைப்புகள் கொண்டாடப்பட்டால் அடுத்தடுத்து நிறைய நல்ல படங்கள் வெளிவரும்.

திரைப்படம் என்பது ஒரு காட்சி ஊடகம். இங்கே வார்த்தைகளுக்கு அதிகம் வேலை இல்லை. மேலும், ஒரு படைப்பு உலக அளவில் சென்றுசேர மொழி ஒரு தடையாக இருக்கக் கூடாது. என்னதான் sub title போட்டு உலகம் முழுக்கப் படங்கள் அனுப்ப நினைத்தாலும், தாய்மொழியில் உருவாகும் அதிர்வு இன்னொரு மொழியில் அப்படியே உருவாக வாய்ப்பில்லை. உலக அளவில் போற்றப்படும் அனைத்துப் படங்களையும் பாருங்கள். அது மிக அதிகமாகக் காட்சிகளால் உருவான படைப்பாகவே இருக்கும். திரைப்படம் என்பது காட்சிகளுக்கு இடையே நடக்கும் உரையாடலின் மௌன கீதம். அங்கே அதிகமான வசனங்களுக்கோ, சப்தங்களுக்கோ வேலை இல்லை. வீடு திரைப்படம் இதில் ஓரளவிற்கு வெற்றி பெற்ற படம். தமிழ்நாட்டில் நாம் கொண்டாடும் படங்களை எல்லாம், தமிழ்நாட்டில் உள்ள மற்ற படங்களோடுதான்

ஒப்பிட்டுப் பார்க்க வேண்டும். காரணம் இங்கே நல்ல படங்கள் வெளிவருவது அத்தனை எளிதல்ல. தமிழ்நாட்டில் இதுவரை வெளியான நல்ல படங்களின் எண்ணிக்கையை இரண்டு கைகளில் எண்ணி விடலாம். அதில் நிச்சயம் "வீடு" திரைப்படத்திற்கு ஒரு இடம் உண்டு.

"வீடு" திரைப்படத்தின் கதையே நமக்கு மிக நெருக்கமானது. தமிழ்நாட்டில் பெரும்பாலானோர் இத்தகைய பிரச்சனையை எதிர் கொண்டிருப்பார்கள். ஆனால் அதைத் திரைமொழியில் சொல்வதென்பது மிகுந்த சிக்கலான விஷயம். ஆனால் பாலுமகேந்திரா போன்ற ஒளியியலாளர்கள் அதனை மிகச் சிறப்பாகச் செய்ய முடியும். இந்தப் படத்தில் வரும் பல காட்சிகள் உலக சினிமாக்களுக்கு ஈடாகத் தமிழ் சினிமாவை உயர்த்தி நிற்க வைக்கிறது.

சொக்கலிங்க பாகவதர் தோன்றும் எல்லாக் காட்சிகளிலும் வசனங்கள் ஒதுங்கி நின்று காட்சிகளைத் தரிசித்து நிற்கிறது. வீட்டில் இருந்து வெளியே வரும் சொக்கலிங்க பாகவதர், கொஞ்சம் அண்ணாந்து பார்த்துவிட்டு மீண்டும் வீட்டுக்குள் போவார். பின்னர் மீண்டும் வெளியில் வரும்போது குடையை விரித்துக் கொண்டு வருவார். இந்த இடத்தில் மற்ற தமிழ்ப் படங்களில் வருவது போல், வெளியில் வெயில் கொஞ்சம் ஜாஸ்தி இருக்கு. குடையை எடுத்துக் கொண்டு போவோம் என்று வசனங்கள் எல்லாம் வரவில்லை. அதுதான் சினிமா. காட்சியின் மூலம் உணர்த்துவது. ஆனால் இந்த மாதிரியான காட்சிகள் எங்களுக்குப் புரியவில்லையே என்று சிலர் சொல்லக் கூடும். அங்கேதான் நமக்குப் பயிற்சி தேவைப்படுகிறது. திரைப்படங்கள் இப்படித்தான் இருக்க வேண்டும். அதைப் புரிந்து கொள்ள நாம் கொஞ்சம் மெனக்கெட வேண்டும். ஆனால் இங்கே திரைப்படங்கள் கட்டமைக்கப்பட்ட விதமே வேறு.

படத்தின் இன்னொரு முக்கியமான காட்சி, சொக்கலிங்க பாகவதர் இறந்ததும் அந்த வீட்டில் எந்தவிதச் சலனமும் இருக்காது. பின்னர் ஒரு நாள் அவரது பேத்தி அவர் பெட்டியை எடுத்துப் பார்க்கும்போது அவர் நினைவு வந்து கதறி அழுவார். எத்தனை கனமான, நேர்த்தியான காட்சி

அது. இந்த ஒரு காட்சியே வீடு திரைப்படத்தைக் கொண்டாடப் போதுமானது. ஆனால் வீடு திரைப்படத்தைக் கொண்டாட நிறைய காரணங்கள் நமக்கு இருக்கின்றன.

பாலுமகேந்திரா நினைத்திருந்தால் இந்தப் படத்தைப் பார்ப்பவர்களைக் கதறிக்கதறி அழ வைத்திருக்கலாம். ஆனால் மிக மென்மையான உணர்வுகளின் மூலம் படத்தை அதன் கருவும், அரசியலும் மாறாமல் படைத்திருக்கும் விதம் மிக நேர்மையான ஒன்று. அவரே அடிக்கடி சொல்வார். படைப்புகள் கழிவிரக்கங்களைக் கோரக் கூடாது என்று. அதை அவர் நிகழ்த்திக் காட்டியிருக்கும் இடம் வீடு திரைப்படம். ஒரு வீடு கட்டுவதன் வழியாக இந்தச் சமூகத்தில் மலிந்துபோய்க் கிடக்கும் பல விசயங்களைப் போகிற போக்கில் சாடிவிட்டுப் போவார். அரசாங்க எந்திரம் எவ்வளவு பாழ்பட்டுப் போன ஒன்று என்பது இந்தப் படத்தின் இறுதியில் நமக்குப் புரிந்து விடுகிறது.

ஒரு படைப்பு காலம் தாண்டியும் அதன் கருத்தியலுக்காகவும், நேர்த்திக்காகவும் பேசப்படவேண்டும். வீடு திரைப்படத்தை இன்று பார்த்தாலும், அதனை எந்தவித நெருடலும் இல்லாமல், ரசித்துக் கொண்டாட முடிகிறது என்றால் அதுதான் அந்தப் படைப்பின் வெற்றி. வீடு திரைப்படத்திற்காகவே பாலுமகேந்திராவை இன்னும் சில நூற்றாண்டுகள் கொண்டாடலாம்.

பாலுமகேந்திராவுடன் ஒரு நேர்காணல்
கு. ஜெயச்சந்திர ஹஸ்மி

வீடு திரைப்படம் வெளிவந்து 25 ஆண்டுகள் ஆவதை முன்னிட்டு அதன் வெள்ளிவிழாவைப் போற்றும் வகையில் வீடு திரைப்படத்தின் இயக்குனர், பாலுமகேந்திராவுடன் ஒரு நேர்காணல்.

வீடு - ஒவ்வொரு நடுத்தர வர்க்க வாழ்க்கை வாழும் குடும்பத்திற்கும் ஒரு லட்சியம். நாம் போகும் பாதையில் கற்களாய் எழுப்பப்பட்டுக் கொண்டிருக்கும் ஒவ்வொரு வீட்டின் பின்னும் பல வலிகளும் கண்ணீரும் கலவையாகவே கலக்கப்படுகின்றன.

சினிமா நாயகனின் அதிரடி அறிமுகம், ஹீரோயினின் கவர்ச்சியாட்டம், நகைச்சுவைக்குத் தனி ட்ராக், சண்டை, பாடல்களென பிம்பம் எழுப்பப்பட்டிருக்கும் சினிமாவின் உண்மையான இயல்பும் வீச்சும் தாக்கமும் மிக பிரம்மாண்டமானது. நம் மனதில் கண்ணறியாமல் நுழைந்து பல நாட்கள், மாதங்கள், ஏன் வருடங்கள்கூட நம்மை அலைக்கழிக்க வைக்க ஒரு சிறந்த திரைப்படத்தால் முடியும். அது ஒரு அனுபவம். ஒரு மொழி. மொழி அறிந்தவர்கள் அக்கலையைக் கையாளும்போது நம்மால் அந்த மொழியின் தனித்தன்மையை உணர முடியும்.

மேலே உள்ள இரண்டும் நம் வாழ்க்கையில் மிக மிக முக்கியமான ஒரு அங்கமாகவே மாறிப்போய்விட்ட ஒன்று. நம் வாழ்க்கையில் இருந்து எடுக்கப்பட்டு, பார்ப்பவனின் மனதை அசுத்தப்படுத்தாத, அம்மாவின் சாப்பாடுதான் நல்ல சினிமா என்று பாலுமகேந்திரா அடிக்கடி குறிப்பிடுவார். 25 வருடங்களுக்கு முன் அவர் படைத்த அம்மாவின் முழுச் சாப்பாட்டை இன்றுவரை வயிறு நிறைய நம்மால் உண்ண முடியும். வீடு திரைப்படம் வணிக சினிமாவின் கோரவாய் உள்ளே இழுத்து அபகரிக்க முயன்றபோதும், அதனிடம் சிக்காமல் பலர் நடக்க மறுக்கும் பாதையில் நடக்கும் கலைஞர்கள் சினிமா என்பது ஒரு வியாபாரம் அல்ல, கலை என்பதை நிரூபித்துக் கொண்டிருக்கின்றனர். அப்படிப்பட்ட கலைஞர்களால் படைக்கப்பட்ட படைப்புகளுக்கு காலமும் வியாபாரமும் தடைகள் போட்டுவிட முடியாது. அப்படியான ஒரு படைப்பைப் பற்றி, அப்படியான ஒரு கலைஞனிடம் நடத்திய நீண்ட உரையாடலில் இருந்து...

வீடு படத்திற்கான உந்துதல் எது?

நான் பல தடவை இது குறித்துச் சொல்லியிருக்கிறேன். எனது தாய் ஒரு வீடு கட்ட, பட்ட வேதனைகளையும் அனுபவங்களையும் அருகிலிருந்து பார்த்திருக்கிறேன். அப்போது மனதில் பதிந்துவிட்ட விஷயங்கள்தான் வீடு படத்திற்கான உந்துதல்.

நீங்கள் செய்த படங்களிலேயே உங்களுக்கு மிகவும் மனத் திருப்தி தந்த படம் வீடு என்று பலமுறை கூறியிருக்கிறீர்கள். அதற்குக் குறிப்பிட்டு ஏதேனும் காரணம் இருக்கிறதா?

நான் செய்த படங்களிலேயே எந்தவிதச் சமரசமும் செய்து கொள்ளாமல் எடுக்கப்பட்ட முதல் படம் வீடுதான். எந்தவிதமான சமரசமும் இல்லாமல் இப்படித்தான் சினிமா எடுக்க வேண்டும் என்று நான் எப்படி நினைத்திருந்தேனோ, அதே போன்று நான் எடுத்த சினிமா வீடு. முழுக்க முழுக்க நான் விரும்பிய சினிமாவை என்னால் எடுக்க முடிந்தது வீடு படத்தின் மூலம்தான். ஆதனால்தான் எந்தச் சமரசமும் இல்லாமல் செய்த அந்தப் படம் இன்றுவரை எனக்கு மிகுந்த மனத்திருப்தியை அளிக்கிறது.

முழுக்க முழுக்க மசாலா சினிமாக்கள் கோலோச்சிக் கொண்டிருந்த காலகட்டத்தில் வீடு போன்ற ஒரு ரியலிச சினிமாவை எடுத்த அனுபவம் எப்படி இருந்தது?

நான் முன்பே சொன்னேன் இல்லையா? இந்தப் படம் எடுக்கும்போது, இந்த படம் ஓடுமா ஓடாதா, பணம் வருமா வராதா, வியாபாரம் ஆகுமா ஆகாதா என்றெல்லாம் நான் யோசிக்கவில்லை. சினிமா என்றால் இப்படித்தான் இருக்க வேண்டும், தமிழ் சினிமாவில் இப்படிப்பட்ட படங்கள் வரவேண்டும் என்று நான் ஆசைப்பட்டு எடுத்த படம் வீடு. அதனால்தான் எந்தச் சமரசங்களும் பண்ணவில்லை. முக்கியமாக வணிகச் சமரசங்கள் செய்யவேயில்லை. அதனால், அந்தக் காலத்தில் எந்தப் படம் எப்படி வந்தால் எனக்கென்ன? I am not bothered.

பொதுவாக, ஒரு கதாபாத்திரத்தின் முன்கதையைச் சொல்லிவிட்டு, களத்தை விளக்கிவிட்டுப் பின்தான் கதைக்குள்ளேயே செல்வார்கள். ஆனால் வீடு படத்தில் முதல் காட்சியில் இருந்தே கதை ஆரம்பித்து விடுகிறதே...

ஐயா, மற்றவர்கள் படம் எப்படி எடுப்பார்கள், எடுக்கிறார்கள் என்பதைப் பார்த்து நான் சினிமா எடுக்க மாட்டேன். இது என் படம், நான் இங்கேதான் ஆரம்பிப்பேன். இங்கேதான் முடிப்பேன்.

இந்தப் படத்தின் திரைக்கதையை எழுதும்போது உங்களுக்கு ஏற்பட்ட சவால்கள் என்னென்ன?

ஒரு சவாலும் இல்லை. சந்தோஷமாக எழுதினேன். ரொம்ப சந்தோஷமா எழுதினேன். இந்தப் படத்துக்காக ஒரு வீடு கட்ட வேண்டியிருந்தது. அதற்கான பணமும் இடமும் அப்போது இருந்தது. கட்டினேன். அதுகூடச் சவாலாக இல்லை. மகிழ்ச்சியாகவே அனைத்தையும் செய்தேன்.

வீடு படத்தின் களம் மிகச் சிறியது. ஒரு வீடு, ஒரு அலுவலகம் இவற்றைச் சுற்றித்தான் திரைக்கதை சுழலும். அத்தகைய சிறிய களத்தில் ஒரு முழுநீளப் படத்தை எடுத்துச் செல்வதில் ஏதாவது சிரமங்கள் உள்ளதா?

சிரமம் ஏதும் இருப்பதாக எனக்குத் தெரியவில்லை. ஒரு படத்தின் கதைதானே அதன் களத்தையும் கதையின் பயணத்தையும் முடிவு செய்கிறது. ஜூலி கணபதி படத்தை எடுத்துக்கொண்டால் ஒரு பெட்ரூமை சுற்றித்தான் மொத்த படமும் நகரும். அதுபோல் இந்த படம் வீடு, அலுவலகம் என்ற சிறிய களத்தில்தான் அமைக்கப்பட்டுள்ளது. அதற்குள்தான் இது நகர வேண்டும்.

வீடு படத்தில் ஒரு அழகான காதலும் சொல்லப்பட்டிருக்கிறது. அப்படத்தில் கையாளப்பட்டுள்ள காதலைப் பற்றி சொல்லுங்கள்.

வீடு படத்தில் சொல்லப்பட்ட காதல் மாதிரி என்னுடைய எந்த படத்திலும் காதல் அழுத்தமாகச் சொல்லப்படவில்லை. அல்லது, வேறு

எந்த சோ கால்ட் வணிக சினிமாவில் காதல் இவ்வளவு அழுத்தமாகச் சொல்லப்பட்டதாக எனக்குத் தெரியவில்லை. இங்கு காதலர்கள் வாயில் இருந்து காதல் என்ற வார்த்தையே இல்லை. மரத்தைச் சுற்றிப் பாட்டுப் பாடவில்லை. அவர்களின் செய்கைகளின் மூலம் அவர்கள் செயல்பாடுகளின் மூலம் அவர்கள் இருவரும் ஆழமாகக் காதலிக்கிறார்கள் என்று நமக்குப் புரியும். அப்படித்தான் சொல்லவேண்டும் என்று நினைத்தேன். சொன்னேன்.

இந்த படத்திற்கென ஒரு வீடு கட்டினீர்கள். வீடும் ஒரு கதாபாத்திரமாகப் படத்தோடு பயணமாகும். வீடு கட்டி இந்தப் படத்தையும் முடிக்க எத்தனை நாட்களானது?

இப்போது எனக்கு அது சுத்தமாக நினைவில் இல்லை. சரியாக சொல்லமுடியவில்லை. ஆனால் படத்திற்கென ஒரு வீட்டை கட்டியதால் அதற்கேற்ப படப்பிடிப்பை நடத்த வேண்டி இருந்தது. மழை வந்து வீட்டுவேலைகள் பாதிக்கப்பட்டால் படப்பிடிப்பும் தள்ளிப்போகும். அது கொஞ்சம் சிரமமாக இருந்தது.

ஒரு திரைக்கதை உங்களுக்கு எந்தவிதமான பாதிப்பை ஏற்படுத்தினால் இதைப் படமாக்கலாம் என்று அடுத்த கட்டத்திற்குச் செல்வீர்கள்?

வீடு படத்தின் தாக்கம் என்றால், நான் 7 அல்லது 8 வயதிருக்கும் போதே எனக்கு ஏற்பட்ட தாக்கம் அது. அது என்னுள் விதையாக இருந்து வளர்ந்து வெளியில் வந்ததுதான் வீடு. எனவே குறிப்பாக இதன் திரைக்கதையின் தாக்கத்தைப் பற்றி என்னால் சொல்ல முடியவில்லை.

முழுக்க முழுக்க உங்கள் திருப்திக்காக எடுக்கப்பட்ட படமா வீடு?

என்னோட திருப்திக்கு என்பதை விட, தமிழுக்கு இப்படியொரு படம் கண்டிப்பாக வேண்டும். I have my own way. எனக்குச் சுதந்திரம் இருந்தால் இப்படியான திரைப்படங்களைத்தான் நான் எடுக்க விரும்புவேன். இப்படியான படங்களை எடுக்க வேண்டும் என்பதுதான் என்னுடைய ஆசை. ஆனால் சினிமாவைத் தாண்டி எனக்கும் குடும்பம் இருக்கிறது.

சினிமா என்பது என் கலாரீதியான வழிபாடு மட்டுமல்ல. என் தொழிலும் கூட. தொழில் என்கையில் அதில் வரும் வருவாயை வைத்துதான் நான் சாப்பிட வேண்டும். அதனால் மத்த படங்களை சமரசங்களோடு பண்ண வேண்டிய வேலைக்கு நான் தள்ளப்படுகிறேன்.

வசனங்கள் மிகக் குறைவாகக் கையாளப்பட்ட படம் வீடு. ஒரு படத்தில் வசனம் வகிக்கும் இடம் என்ன? வீடு படத்தைப் பொறுத்தவரையில்...

எந்தப் படத்தைப் பொறுத்தவரையிலும், சினிமா என்கிற அந்த ஊடகத்துக்கு, காட்சிப்பூர்வமாக ஒரு விஷயத்தைக் கூற முடியவில்லை என்ற நிலை வரும்போதுதான் வசனத்தோட உதவியை நாட வேண்டும். எல்லாப் படங்களுக்கும் இது பொருந்தும்.

திரைக்கதையில் இடம் பெற்று படமெடுக்க முடியாமல் போன, எடிட்டிங்கில் தூக்கப்பட்ட முக்கியமான காட்சிகள் ஏதாவது இருக்கின்றதா?

சரியாக ஞாபகமில்லை. 25 வருசத்துக்கு முன்னாடி நடந்த விஷயம், ஞாபகமில்லை. எடுக்கமுடியாமல் போன, திரையில் வராமல் போன காட்சிகள் என்று எதுவும் இல்லை என்று நினைக்கிறேன்.

இந்தப் படத்துல இடைவேளை எங்கே வருகிறது?

இடைவேளை இல்லை. இந்தப் படத்துக்கு இடைவேளையே இல்லை.

தமிழ் சினிமாவைப் பொறுத்தவரை இடைவேளை என்ற ஒரு அமைப்பு எப்படி உருவாகியிருக்கும்?

இடைவேளை என்பது வியாபாரியின் கண்டுபிடிப்பு. தியேட்டர்ல போண்டா, சமோசா, டீ விக்கணும். அதுக்கு தியேட்டருக்கு உள்ளேயே ஒரு இடம். அதுக்கு தியேட்டர் ஓனருக்கு வாடகை வேணுமில்லையா? அதுக்காக உருவாக்கப்பட்டதுதான் இடைவேளை. இது முழுக்க முழுக்க வியாபாரிகளின் கண்டுபிடிப்பு.

இப்போது பார்க்கும்போதும், உங்களை மிகவும் உணர்ச்சிவசப் பட வைக்கும், இந்த படத்தில் உங்களுக்கே மிகவும் பிடித்த காட்சி எது?

தங்கைக்குத் தெரியாமல் அக்கா அவளுக்குப் பட்டுப் பாவாடை வாங்கி வைத்திருக்கிறாள். அதைத் தங்கச்சி ஆச்சர்யத்தில் சரியாக இருக்கிறதா என்று பார்க்கிறாள். அவளுக்குத் தெரியாமல் பின்னால் நிற்கும் அக்கா, பிடித்திருக்கிறதா என்று கேட்கிறாள். தங்கை திரும்புவாள். அப்போது அவள் கண் நனைந்திருக்கிறது. பிறகு அக்கா தங்கையைக் கட்டிக் கொள்கிறாள். ஒவ்வொரு முறை பார்க்கும்போதும், என்னை உணர்ச்சிவசப்பட வைக்கும், எனக்கு மிகவும் பிடித்த காட்சி இது.

சினிமா என்பது *willing suspension of disbelief* என்பார்கள். இது நடக்காது என்ற தெரிந்தும் இது சினிமாதானே என்று மக்கள் ஏற்றுக்கொள்ளும் மனநிலை அது. இப்படி சினிமாவை வாழ்க்கையில் இருந்து வேறாகப் பார்க்கும் மக்களிடத்தில் அவர்களின் வாழ்க்கையை அப்படியே கொண்டு சென்று சேர்த்த படம் வீடு. இந்த வேறுபாட்டை எப்படிப் பார்க்கிறீர்கள்?

எந்த மாதிரியான சினிமா என்பதைப் பொறுத்தும், எந்த வகையான மக்கள் அதைப் பார்க்கிறார்கள் என்பதைப் பொறுத்தும் இது வரையறுக்கப்படும். பைசைக்கிள் தீவ்ஸ், சில்ட்ரன் ஆப் ஹெவன், பதேர் பாஞ்சாலி போன்ற படங்களைப் பார்க்கும்போது இந்தச் சந்தேகம் வந்ததா? இல்லையே... எனவே எந்த மாதிரியான படங்களை நாம் பார்க்கிறோம் என்பதைப் பொறுத்து இது மாறுபடும்.

ஒவ்வொரு படமுமே பார்வையாளனிடம் ஒரு உணர்வை விதைக்க வேண்டும் என்று ஒரு படைப்பாளி விரும்புவதுண்டு. இந்தப் படம் பார்க்கும் ரசிகனிடம் எந்த மாதிரியான உணர்வை விதைக்க வேண்டும் என்று விரும்பினீர்கள்?

அப்போது எந்த மாதிரியான எண்ணம் இருந்தது என்று இப்போது என்னால் ஞாபகப்படுத்த முடியவில்லை. ஆனால் வீடு படம் இரண்டு

தளங்களில் பயணிக்கிறது. ஒன்று, அந்தக் கல்வீடு எப்படிப் படிப்படியாக முழுமையடைகிறது? இரண்டு, அந்த வீடு கட்டுபவரின் மனநிலை வீடு கட்டுகையில் எப்படிப் படிப்படியாக மாறுகிறது? வீடு கட்ட ஆரம்பிக்கும்போது இருந்த அதே மனநிலையில் தான் வீடு கட்டி முடிக்கும்போதும் இருக்கிறார்களா, அவர்களின் சுயம் மாறுகிறதா என்ற இரண்டு தளங்களில் இயங்குகிறது வீடு. ஒன்று, பிசிக்கலா இந்த வீடு கட்டப்படுவது. இரண்டு அந்த வீடு கட்டுபவர்களின் மெண்ட்டல் நிலையை எப்படிப் பாதிக்கிறது?

இந்தப் படத்தின் மையக் கதாப்பாத்திரம் ஒரு பெண். வீடு கட்டும் அனைத்துக் கஷ்டங்களையும் தாங்கி முன்னேறுவது ஒரு பெண். இதில் மையமாக ஒரு பெண்ணைப் படைத்தது கதையின் போக்கிற்கு எவ்வாறு உதவுகிறது?

இது என் அம்மாவுடைய அனுபவம். அந்த நினைவுகளின் வெளிப்பாடுதான் வீடு என்று சொன்னேன். ஆனால் இப்ப திரும்பிப் பாக்குறப்ப அது பெண்ணாகத்தான் இருக்க வேண்டும் என்று எனக்குப் படுகிறது. ஏனெனில் இவள் பெண்ணாக இல்லாத பட்சத்திலே, ஆணாதிக்கத்தையும் ஆண் வக்கிரத்தையும் நான் அங்கே காண்பிக்க முடியாது. காண்ட்ராக்டர் பெண்ணை அவமதித்துக் கேட்பது போன்ற விஷயங்கள் இடம் பெற்றிருக்க முடியாது. அடுத்து, வீடு என்பது அழுத்தமான பெண்ணியம் சார்ந்த விஷயம். வீடு படத்தில் மட்டுமல்ல என் எல்லாப் படங்களிலும் இது இருக்கும்.

இந்தப் படத்தின் திரைக்கதை அமைப்பைப் பற்றிச் சொல்லுங்கள். பரபர திருப்பங்கள் போன்று எதுவும் இல்லாமல் வெறும் உணர்வை மட்டுமே வைத்து நகர்கிறது. உணர்வுகளுடனே பயணிக்கும் இந்தத் திரைக்கதை அமைப்பைப் பற்றி...

அது என்னுடைய சொந்த அனுபவமாக இருக்கும். நான் இந்த பரபர டிவிஸ்டுகளுக்கு ஆளாகிறவன் இல்லை. என் வாழ்க்கையில் அந்த மாதிரியான சமாசாரங்கள் இல்லை. இரண்டாவது, எனக்கு அதுபோன்ற விஷயங்களில் நம்பிக்கையும் இல்லை. அதிரடி டிவிஸ்டுகள் போன்ற

விஷயங்கள் செய்ய வேண்டும் என்ற அவசியமே எனக்குக் கிடையாது. நீ ஒரு கதை சொல்ற. அந்தக் கதைக்குத் தேவையான ஒரு போக்குல போ. அந்தக் கதை சொல்லிட்டு இருக்கும்போது, அத வியாபாரி வாங்கணுமே, அங்க ரெண்டு நாள் ஓடணுமே என்றெல்லாம் யோசிக்காதே. அந்தக் கதையோட போக்குலயே அந்தக் கதையைச் சொல்லிவிடு.

இந்தப் படத்தோட மிகப்பெரிய பலம் இசை. இதில் வசனக்காட்சிகளில் இசை இல்லாமலும், குறைவாகவும், மௌனக் காட்சிகளில், மாண்டேஸ்களில் இசை அதிகமாவும் பயன்படுத்தப் பட்டிருக்கிறது. இதற்கான காரணம் என்ன?

என்னைக் கேட்டால் ஒரு படத்திற்கு இசை என்பதே திணிப்புதான். வேண்டியது இல்லை. சில சமயங்களில் இசை என்பது படத்தில் சொல்லப்பட்டிருக்கும் உணர்வுகளை அடிக்கோடிட்டுக் காட்டும். ஆனால் நிச்சயமாக இசை இடம்பெற வேண்டும் என்ற அவசியம் இல்லை. இசை இல்லாமல் எடுக்கப்பட்ட பல படங்களை நான் பார்த்திருக்கிறேன். இசை இல்லையென்றாலும் வாழ்க்கையின் இதர சத்தங்கள் அதில் இருக்கும்.

காட்சிக்கு இசை எங்கே வரவேண்டும் என்பதை எப்படி தீர்மானம் செய்வீர்கள்? அப்படித் தீர்மானம் செய்வதில் இசையமைப்பாளரின் பங்கு என்ன?

"மூன்றாம் பிறை" என்று என்னுடைய வலைப்பூ ஒன்று இருக்கிறது. நீங்கள் தயவு செய்து அதைப் படித்துப் பாருங்கள். அதில் இளையராஜாவைப் பற்றி இரண்டு பதிவுகளை எழுதியிருக்கிறேன். நீங்கள் கேட்ட இந்தக் கேள்விக்கான பதில் அதில் முழுமையாக இருக்கும்.

How to name it என்ற ஆல்பத்தில் பயன்படுத்தப்பட்ட இசைக் கோர்வையை இந்தப் படத்திற்குப் பயன்படுத்தியிருக்கிறீர்கள். அதைப்பற்றி....

இளையராஜா அப்போது ரொம்ப பிசியாக இருந்த காலம். அதே நேரம், இது 12 லட்சம் செலவில் பண்ணப்பட்ட படம், அந்த வீடு கட்டப்பட்டதையும் சேர்த்து. அப்போது இளையராஜாவிற்குக்

கொடுக்கப்பட்ட சம்பளமும் அதிகம். அவ்வளவு பணம் என்னிடம் இல்லை. இளையராஜாவிடம் கேட்டிருந்தால் இலவசமாகக் கூடச் செய்து கொடுத்திருப்பார். ஆனால் என் நட்பை அப்படித் தவறாகப் பயன்படுத்துவதை நான் விரும்பவில்லை. அதனால் நான் ராஜாவிடம் நான் உன்னுடைய இசையைத்தான் பயன்படுத்துவேன் என்று சொல்லி அந்த ஆல்பத்திலிருந்த இசையைப் பயன்படுத்தினேன். அதற்காக அவருக்கு ஒரு தொகையும் கொடுத்தேன். அதில் எனக்கொரு திருப்தி. அந்த இசைக்கோர்வை, படத்துக்கு மிகப் பொருத்தமாகவும் இருந்தது. அந்த ஆல்பத்தின் பெயர் How to name it. நான் படம் முடிந்தவுடன் ராஜாவிடம் சொன்னேன். It has a name now. its veedu film music.

ஏற்கனவே அமைக்கப்பட்ட ஒரு இசை. அதை மனதில் வைத்துத்தான் காட்சிகளை அமைத்தீர்களா?

இல்லை நிச்சயமாக இல்லை. நிச்சயமாக இல்லை. இந்தப் படம் முடிக்கும்வரை எனக்கு அப்படியொரு ஆல்பம் வெளிவந்திருப்பதே தெரியாது. படம் முடித்து இசை சேர்க்க வேண்டும் என்று எண்ணும் போதுதான் அதைப்பற்றிக் கேள்விப்பட்டு, அதைக் கேட்டுப்பார்த்துப் பிடித்தவுடன், இளையராஜாவிடம் அதைப் பயன்படுத்தப் போகிறேன் என்று சொன்னேன்.

காட்சியமைப்பு, இசை, மௌனம் எல்லாம் சேர்ந்து ஒரு படம், ஒரு பார்வையாளனுக்கு ஒரு முழுத் திரையனுபவம் கொடுக்கிறது. ஒரு படத்தின் திரை அனுபவம் என்பது எந்தக் கட்டத்தில் தீர்மானிக்கப்படுகிறது? திரைக்கதை எழுதப்படும்போதா, படப்பிடிப்பின்போதா, போஸ்ட் ப்ரொடக்சன்போதா?

திரைக்கதை எழுதும்போதுதான் அதன் முழு வடிவமும் தீர்மானிக்கப்படுகின்றது. ஸ்கிரிப்ட் எழுதப்படும்போதே அதன் திரை அனுபவம் தீர்மானிக்கப்படுகிறது. என்னைக் கேட்டால் ஒரு படத்தின் ஸ்கிரிப்ட்தான் அதன் ப்ளூபிரிண்ட். ஒரு கட்டடக் கலைஞன் ஒரு கட்டடத்தின் வரைபடத்தை வரையும்போதே, அவனளவில் அந்தக் கட்டடம் கட்டப்பட்டு விடுகின்றது. திரைக்கதையில்தான் எல்லாமே

தீர்மானிக்கப்பட்டு விடுகிறது. ஷூட்டிங் கட்டத்திற்குச் செல்கிறது. ஆனால் திரைக்கதைதான் அடிப்படை.

இப்படத்திற்கும் நீங்கள்தான் ஒளிப்பதிவு. திரைக்கதை எழுதும்போதே காட்சிபூர்வமாக எழுத உங்களுக்கு இது நிச்சயம் உதவியிருக்கும். படமெடுக்கும்போது நீங்களே ஒளிப்பதிவு என்பது எந்தளவிற்கு உங்களுக்கு உதவியது?

நானே ஒளிப்பதிவாளன், நானே இயக்குனன் என்பதில் எனக்கு இருக்கும் பெரிய உதவி என்பது, கம்யூனிக்கேஷன். ஒரு இயக்குநர் என்ன நினைக்கிறார் என்பதை ஒளிப்பதிவாளரிடம் முழுமையாகப் புரிய வைக்க வேண்டும். சில நேரங்களில் இயக்குனர் சொல்வது ஒளிப்பதிவாளருக்கு முழுமையாகச் சென்றடையாமல் இருக்கலாம். இரு தரப்பிலும் உள்ள கம்யூனிக்கேஷன் பிரசினையினால் இது வரலாம். அப்போது ஒரு காட்சி முழுமையாக இயக்குநர் நினைத்தவாறு வராமல் போகலாம். அந்தப் பிரச்சனை இல்லையே எனக்கு. நான் நினைப்பதை நானேதான் செய்யப் போகிறேன். இந்த கம்யூனிக்கேஷன் கேப் எனக்கு இருக்காது. அதனால்தான் என் எல்லா படத்துக்கும் நானே ஒளிப்பதிவு செய்கிறேன்.

அதில் ஏதாவது சவால் இருக்கிறது என்று நினைக்கிறீர்களா?

கஷ்டமான வேலை. ரொம்ப ரொம்பக் கஷ்டமான வேலை. மனதாலும் உடலாலும் கஷ்டப்பட வேண்டியிருக்கும். களைச்சுப் போயிடுவேன் சில நேரங்களில். ஆனால் அதுதான் எனக்குப் பிடித்திருக்கிறது. என் மகன் நல்ல ஒளிப்பதிவாளர்தான். ஆனால் அவனையும் நான் என் படத்திற்கு ஒளிப்பதிவு செய்ய அனுமதித்ததில்லை. ஏனென்றால் எனக்கு ஒளிப்பதிவு வேறு, இயக்கம் வேறு அல்ல. நான் காமிரா மூலமாகத்தான் கதை சொல்கிறேன். அதனால் என்னால் பிரிச்சுப் பார்க்க முடியாது. இன்னொருத்தரை எடுக்கச் சொல்லிவிட்டுப் பக்கத்தில் இருந்து பார்க்கவும் முடியாது.

நீங்கள்தான் உங்கள் படங்களுக்குப் படத்தொகுப்பும் செய்கிறீர்கள். மிகவும் விரும்பி எழுதிய, விரும்பிப் படமாக்கப்பட்ட

ஒரு காட்சியை எடிட்டிங் டேபிளில் நீக்கும் நிலை வரும்போது, அதன்மேல் உங்களுக்கு ஒரு சாப்ட் கார்னர் நிச்சயம் இருக்கும்தானே?

என்னுடைய கதைக்குத் தேவையில்லாத ஒரு ப்ரேம் அங்கே இருக்காது. என்னுடைய உதவியாளர்கள், சார் அற்புதமான காட்சி, ஷாட் என்பார்கள். அப்படியென்றால் அதை வீட்டுக்குக் கொண்டுபோய் வைத்துக்கொள்ளலாம் என்பேன். இது கதைக்குத் தேவையில்லை. இது வேண்டாம் என்பேன். ஐயாம் ரூத்லெஸ். போட்டோகிராபி பண்ணும்போதுகூட அப்படித்தான். நான் ஒளிப்பதிவு செய்யும்போதும் இயக்குநராகத்தான் சிந்தித்து அந்தக் காட்சியை எடுக்கிறேன். நான் எவ்வளவு விரும்பி எழுதிய காட்சியாக இருந்தாலும், சிலாகிச்சு எடுத்த காட்சியாக இருந்தாலும், எடிட்டிங் டேபிளுக்கு வரும்போது அது படத்திற்குத் தேவையில்லை என்றால் தேவையில்லை தான். எந்தச் சமரசங்களும் இருக்காது.

ப்லிம்மேக்கிங்கின் முக்கியமான மூன்று துறைகளையும் நீங்களே கையாளுகிறீர்கள். இதனால் நீங்கள் எழுதும் படத்தை அப்படியே திரைக்குக் கொண்டுவர முடிகிறது என்று நம்புகிறீர்களா?

மூன்றையுமே நான் செய்வதால்தான் நான் நினைத்த படத்தை திரைக்குக் கொண்டு வர முடிகிறது என்று நான் நம்புகிறேன். கதை, இயக்கம், ஒளிப்பதிவு, படத்தொகுப்பு என்று ஒவ்வொன்றிற்கும் ஒருவர் என்று செயல்பட்டால், இந்த டோட்டல் கமாண்ட், முழுக் குவிப்பு இருக்குமா என்பது எனக்குச் சந்தேகம்தான். அப்போது மற்ற இயக்குநர்களுக்கு அந்த கமாண்ட் இல்லையா என்றால் அது எனக்குத் தெரியாது. எனக்கு இப்படித்தான் இயக்கத் தெரியும். இப்படி இயங்குவதன் மூலமாகத்தான் ஒவ்வொரு ப்ரேமிலும் என் ஆளுமை இருக்கிறது என்று நான் நினைக்கிறேன்.

இப்படியொரு ரியலிஸ்டிக்கான படத்தை எடுத்தபின், அதை வெளியிடும்போது அத்தகைய சூழலில் ஏதாவது தடைகள் இருந்ததா?

பாலுமகேந்திரா

ஒரு தடையும் இல்லை. இன்னும் சொல்லப்போனால் இந்தப் படத்தின் மொத்த பட்ஜெட் 12 லட்சம். அந்த வீடு கட்டும் செலவையும் சேர்த்து. படம் மொத்தமாக வசூலித்த தொகை 72 லட்சம். இதற்குக் காரணம் சொந்த வீடு என்பது அனைவருடைய கனவாகவும் இருப்பதாக இருக்கலாம் என்ற நினைக்கிறேன். இல்லையென்றால் பாட்டில்லாத ஒரு படம் அந்தக் காலத்தில் எடுபட்டது என்றால், அதற்குக் காரணம் அதில் சொல்லப்பட்டிருக்கும் விஷயம் எல்லாருக்கும் பொதுவான விஷயமாக இருப்பதால்தான். நமக்கு ஒரு சொந்த வீடு வேண்டும் என்பது நம் எல்லாருடைய விருப்பமும்தானே.

அப்படியென்றால் வீடு வணிக ரீதியாகவும் வெற்றி பெற்ற படம்தான் இல்லையா?

இந்த வெற்றி தோல்வி என்ற பதமே எனக்குக் கோபமூட்டுகிறது. நாம் என்ன போரா செய்கிறோம் வெற்றி, தோல்வி என்று சொல்வதற்கு? வெற்றிப்படம் என்பதற்கு நீங்கள் வணிக ரீதியான வெற்றியை மட்டும்தான் அளவுகோலாக வைத்திருக்கிறீர்கள். அதன் வியாபார வெற்றியை மட்டும்தான் சொல்கிறீர்கள். அது அபத்தமான விஷயம் இல்லையா? பணம் சம்பாதிக்கிற படம் வெற்றிப்படம் என்பது தவறான கருத்து இல்லையா? நாம் என்ன பாலியல் தொழிலா செய்கிறோம்?

வணிக ரீதியாகவும் செலவு செய்த பணத்தை விட அதிக பணத்தை எடுத்த படம் வீடு, அதன்பிறகு அது போன்ற படங்களை நீங்களே கூட எடுக்காதது ஏன்?

அது போன்ற படங்கள் பண்றதுக்கான அடிப்படைச் செலவுகள் செய்யப் பணம் என்னிடம் இல்லை. அதற்காக நான் இன்னொருவரிடம் செல்ல வேண்டியிருக்கிறது. அவர் வேறு மாதிரியான படங்களை எடுக்கச் சொல்கிறார். அதில் எனக்கு உடன்பாடில்லை. சரி நல்ல படம் என்றும் சொல்லப்பட வேண்டும். எனக்கும் திருப்தி தர வேண்டும், வியாபார ரீதியாகவும் பணம் போட்டவனுக்குப் பணமும் வரவேண்டும் என்று ஒரு கயிற்றில் நடக்கும் நிலையில்தான் நான் இருந்தேன். என் எல்லாப் படங்களும் அதைப் பூர்த்தி செய்தன.

commercially, successful, aesthetically pleasing, satisfying and meaningful.

இந்தப் படத்தில் எனக்கு உறுத்தலாகப் பட்ட ஒரு விஷயம். நடிகர்களின் பங்களிப்பு மிகச் சிறப்பாக இருந்தது. ஆனால் படத்தில் வரும் பேக்ரவுண்ட் ஆர்ட்டிஸ்ட்களின் நடிப்பு மிகவும் செயற்கையாக இருந்ததாகப் பட்டது. அது பற்றி என்ன நினைக்கிறீர்கள்?

அது உங்களுடைய தனிப்பட்ட அபிப்ராயம். எனக்கு அதுபோன்று எந்த இடத்திலும் படவில்லை.

திரைமொழி என்றால் என்ன? அது ஒவ்வொரு படத்திற்கும் மாறும் என்று நினைக்கிறீர்களா?

தமிழ் ஒவ்வொரு வடிவத்திலும் மாறுகிறதா? இல்லையே. அதுபோல்தான் திரைமொழியும். தமிழ்ச சிறுகதை, நாவல் என்று ஒவ்வொரு வடிவத்திலும் மாறவில்லை இல்லையா? அதுபோல்தான் திரைமொழியும். அது தெரிந்தால் சரியாகக் கையாளலாம். இல்லையென்றால் முடியாது.

படம் முழுக்க ஒரு காட்சிரீதியான ஒரு படமாகச் சென்றுகொண்டிருக்கிறது. வசனங்கள் குறைச்சலாக, காட்சிரீதியான ஒரு படமாகச் சென்று கொண்டிருக்கும் படத்தின் இறுதிக்காட்சியில், நாயகனும் நாயகியும் ப்ரீஸ் செய்யப்பட்டு ஒரு வாய்ஸ் ஓவரில் படம் முடிவதுபோல் அமைத்தது ஏன்? காட்சிரீதியாகவே படத்திற்கு ஒரு முடிவு கொடுத்திருக்கலாமே?

ஏனென்றால் எனக்கு அந்த முடிவு தெரியாது. அதற்குப் பிறகு அந்தக் கதையில் என்ன நடந்திருக்கும் என்று எனக்குத் தெரியாது. எனக்குத் தெரியாத ஒரு விஷயத்தை எப்படி நான் உங்களுக்குச் சொல்லுவேன்? அதனால்தான் இப்படியொரு பிரச்சனை நடக்கிறது. வழக்கு நடக்கிறது, இவள் காத்திருக்கிறாள் என்று முடித்தேன். அது ஒரு ஓப்பன் என்ட். விபச்சாரத்தைப் பற்றியோ, லஞ்சத்தைப் பற்றியோ நான் ஒரு படம்

எடுத்தால் அதற்கான தீர்வு எனக்குத் தெரியாது. பிறகு எப்படி நான் ஒரு முடிவைச் சொல்ல முடியும்?

35. வீடு படம் 25 வருடத்திற்கு முன் எடுத்த படம். அதில் சொல்லப்பட்டிருந்த சமூக நிலைமை இப்போது எந்தளவிற்கு மாறியிருக்கிறது? வீடு படம் இன்றைக்கும் பொருந்திப் போவதற்குக் காரணம், அதன் உட்கருத்தா, இல்லை மாறாத சமூக நிலைமையா?

மாறாத சமூக அமைப்பு என்றுதான் நான் சொல்லுவேன். வீடு படத்தில் சொல்லப்பட்ட சமூக நிலைமை இன்னும் மாறாமல் அப்படியேதான் இருக்கிறது. அதனால்தான் வீடு படத்தை இப்போது பார்ப்பவர்கள்கூட, இது ஏதோ போனவாரம் எடுத்த படம் போல் இருக்கிறது என்று சொல்கிறார்கள்.

இந்தப் படத்தை இன்று பார்க்கும்போது, ஒரு இயக்குநராக உங்கள் மனதில் என்னென்ன எண்ண ஓட்டங்கள் ஓடுகின்றன?

25 வருடங்களுக்கு முன், நான் இளமையாக இருந்தபோது இப்படியொரு படம் சாத்தியப்பட்டதே என்று சந்தோஷமாக இருக்கிறது. நிறைவாக இருக்கிறது. இப்படியொரு படத்தைத் தமிழில் என்னால் கொடுக்க முடிந்திருக்கிறது என்று கர்வமாக இருக்கிறது. இப்படியொரு படத்தைத் தமிழுக்குக் கொடுத்ததற்காக நான் மிகவும் பெருமைப்படுகிறேன். தமிழுக்கு, தமிழ் சினிமாவிற்கு நான் என்ன செய்தேன் என்ற கேள்வி ஒவ்வொரு இயக்குநருக்கும், தயாரிப்பாளருக்கும் வரவேண்டும். அந்தக் கேள்வியை என்னை நான் கேட்டுக்கொண்டதற்கான பதில்தான் வீடு. பணம் சம்பாதிப்பது மட்டும் இங்கே வேலையில்லை. அதுவும் தேவைதான். அதனூடே தமிழ் சினிமாவிற்கும் ஏதாவது செய்ய வேண்டும். ஏதோ ஒரு இடத்தில் தமிழ் சினிமாவிற்கு நான் இப்படியொரு படத்தைக் கொடுத்தாக வேண்டும் என்ற என் அழுத்தமான ஆசைதான், விருப்பம்தான் இந்தப்படம். தமிழ் சினிமாவிற்கு என்னுடைய பங்களிப்புதான் வீடு, சந்தியா ராகம், கதைநேரத்தில் வந்த படங்கள்.

சொக்கலிங்க பாகவதர், படத்தின் முக்கியமான ஒரு தூண். அவர் இந்தப் படத்திற்குள் எப்படி வந்தார்?

வீடு படத்திற்குச் சொக்கலிங்க பாகவதர் இடையில்தான் வந்தார். முதலில் அவர் இல்லை. ஸ்கிரிப்ட் முடிஞ்சதும், ஷூட்டிங் நெருங்க நெருங்க வயதானஒருவரை வைத்து நான் படப்பிடிப்பை ஆரம்பித்துவிட்டேன். ஒரு 4, 5 நாட்கள் சென்றவுடன் எனக்குத் தெரிந்தது, இது அல்ல நான் நினைத்த கதாபாத்திரம் என்பது. 12 லட்சம் செலவில் எடுக்கப்பட்ட அந்தப் படத்தில் அந்த 4 நாட்கள் எடுத்த அனைத்துக் காட்சிகளையும் தூக்கிப்போட்டு வேறு ஒருவரைத் தேடினேன். பிறகுதான் சொக்கலிங்க பாகவதரைப் பிடித்தேன். அது மிகவும் பொருத்தமாக இருந்தது.

அர்ச்சனா?

அர்ச்சனாவைத் தவிர வேறு யாரையும் என்னால் அந்தக் கதாபாத்திரத்துக்கு நினைத்துக் கூடப் பார்க்க முடியவில்லை. எழுதும்போதே அர்ச்சனா மனதில் இருந்தார். பானுசந்தர் மனதில் இருந்தார். வெறுமனே கற்பனையில் ஒரு கதாபாத்திரத்தை நான் படைக்கவில்லை. எனக்குத் தேவையான அந்தக் கதாபாத்திரம் இப்படித்தான் இருக்கவேண்டும். ஒரு திராவிடப் பெண்ணாக இருக்க வேண்டும். அது ரொம்ப முக்கியம் எனக்கு. ஒரு பஞ்சாபிப் பொண்ணையோ, மராத்திப் பொண்ணையோ கொண்டுவந்து இது தமிழ்ப்பெண் என்று சொல்ல நான் அன்றும் தயாராக இல்லை, இன்றும் தயாராக இல்லை, என்றும் தயாராக இல்லை. அந்த மாதிரி ஒரு வெள்ளைத்தோலைக் கொண்டு வந்து இதுதான் தமிழ்ப்பெண் என்று என்னால் சொல்ல முடியாது. எனக்குக் கருத்த நிறம் பிடிக்கும். ஏனென்றால் அது என்னுடைய நிறம். என் மண்ணின் நிறம். என்னுடைய கதாநாயகிகள் எல்லாருமே நம்முடைய திராவிட நிறம் கொண்டவர்கள்தான். அதுல நான் ரொம்பப் பிடிவாதமா இருக்கேன்.

எழுதும்போதே ஒரு நடிகரை மனதில் வைத்துக்கொண்டே எழுதியதால் தான் அவர் அந்தப் பாத்திரத்தோடு அவ்வளவு பொருந்திப் போயிருக்கிறார் என்று நினைக்கிறீர்களா?

அர்ச்சனாவைப் பொறுத்தவரையில் அவளது ஒவ்வொரு அசைவும் அந்தக் காலத்தில் எனக்குத் தெரிந்த விஷயமாக இருந்தது. அதனால் பல இடங்களில் அவளது சொந்த அசைவுகளையே என்னால் அந்தக் கதாபாத்திரத்துக்கு வைக்க முடிந்தது. அவளது கண்ணை என்னால் மிக அழுத்தமாகப் பயன்படுத்த முடிந்தது. அவளுக்கு அற்புதமான பெரிய கண்கள். அந்தக் கண்கள் மூலமான வெளிப்பாடு இருக்கு இல்லையா, வார்த்தைகள் இல்லாம கண்கள் மூலமாக வெளிப்படுத்துவது, அதை என்னால் ஆழமாகப் பயன்படுத்த முடிந்தது. அவள் வாய் திறந்து பேச வேண்டிய அவசியம் இல்லை. அவள் கண் மூலமாகவே எல்லாவற்றையும் சொல்லிவிட முடியும். அதுக்குப் பொருத்தமான நடிகையா அர்ச்சனா இருந்தாங்க. அசாத்தியமான ஒரு நடிகை. குறிப்பாக அந்த மௌனமான நேரங்களில், மனதில் இருக்கக்கூடிய உணர்வுகளை கண்களின் மூலமாக, உடல்மொழி மூலமாக வெளிப்படுத்தக்கூடிய ஒரு அற்புதமான நடிகையா அர்ச்சனா இருந்தாங்க.

அர்ச்சனாவுடைய காட்சிகளில் உங்களை மிகவும் வியக்க வைத்த, மிகவும் திருப்தியளித்த காட்சி எது?

கேண்டீனில் ஒரு காட்சி வரும். பானுசந்தர் எல்லோர் முன்னும் கத்திவிட்டு எழுந்துபோய் விடுவான். அப்போது அவமானத்தால் கூனிக்குறுகி அமர்ந்திருக்கும்போது, வெயிட்டர் வந்து காபி என்பான். அவளால் நிமிர்ந்து பார்க்க முடியாமல் குனிந்தபடியே அங்கே வச்சிடுங்க என்ற சொல்லி விட்டு, வெளியே பார்ப்பாள். அப்போது நான் அதற்குப் பொருத்தமான ஒரு ஷாட் வைத்திருந்தேன். அந்தத் தவிப்பு, அவமானம், நிராகரிப்பு, கோபம் எல்லாம் கண்ணின் மூலம், முகத்திலேயே ஒரு வசனம் இன்றி வெளிப்படுத்துவாள். அதைத் தொடர்ந்து லிஃப்டில் வசனமே இல்லாமல் அமைதியாக நகரும் ஒரு காட்சி, பின் சாலையில்

என நீண்டு பேருந்தில் அந்தக் காட்சி முடியும். அந்த கேன்டீன் காட்சி எனக்கு மிகவும் திருப்தியளித்த காட்சி.

வீடு படத்திலும் உங்கள் மற்ற படங்களைப் போன்று நிறைய இடங்களில் மௌனங்கள் பேசும். அதன் காரணம் என்ன?

இந்த மௌனங்கள் மிக அர்த்தமுள்ள மௌனங்கள். மௌனங்கள் அர்த்தமுள்ளதாக இருக்க வேண்டும். அது மிகவும் வலிமையான மௌனங்கள். சில நேரங்கள் சில மௌனங்களை எதிர்கொள்ளும்போது நமக்கே தெரியும். இறுக்கமான இந்த மௌனத்தைவிட கத்தி, சண்டை போட்டுட்டுப் போலாமே என்று நமக்குத் தோன்றுகிறது இல்லையா? பல நேரங்களில் நமக்கு மிகவும் நெருக்கமானவர்கள் நம்மிடம் இருந்து மௌனமாகப் போகும்போது, அது நமக்குள் ஒரு சகிக்க முடியாத தவிப்பை ஏற்படுத்துமில்லையா? இதற்குப் பதில் பெரிதாக சண்டை போட்டுப் போயிருக்கலாமே என்று தோன்றும். இந்த மௌனங்கள் எனக்கு மிக மிக முக்கியமானது.

அர்ச்சனாவின் இயல்பான செய்கைகளைச் சேர்த்ததால் அந்தக் கதாபாத்திரம் முழுமையாக அமைந்ததாகக் கூறினீர்கள்? மற்ற கதாபாத்திரங்களையும் நடிகர்களையும் பற்றியும் சொல்லுங்களேன்...

அர்ச்சனாவின் அங்க அசைவுகள் தெரிந்ததால், அதை நான் என் படத்துக்கு உபயோகப்படுத்திக் கொண்டேன். மற்றவர்களைப் பற்றி எனக்குத் தெரியாது. எனவே அந்தந்த கதாபாத்திரங்கள் எப்படி இருக்க வேண்டுமென்று எனக்குள் நானே ஒரு கற்பனையாக ஒரு முடிவு செய்துகொண்டேன். அதை எவ்வளவு இயல்பாக உபயோகப்படுத்த முடியுமோ அப்படி உபயோகப்படுத்திக் கொண்டேன்.

வீடு, சந்தியா ராகம் இரண்டு படங்களும் பெண்மையை மையப்படுத்தின படம் என்பதைத் தாண்டி முதுமையையும் மையப்படுத்திய படங்கள். யாரும் அதிகம் தொட முன்வராத இந்த இரண்டு கருக்களையும் மையமாக வைத்துப் படமெடுப்பது ஏன்?

ஏனென்றால், முதுமை என்றொரு பருவத்தைக் குடும்பங்கள் சரியாகப் புரிந்து கொள்வதில்லை. வயசாகுது, கிழத்துக்கு ஒரு எழவும் தெரிய மாட்டேங்குதுன்னு தான் திட்டறாங்களே தவிர, வயது ரீதியாக அவர்கள் முதுமையாக இருந்தாலும், மனது ரீதியாக அவர்கள் இரண்டாவது குழந்தைப் பருவத்தில் இருக்கிறார்கள் என்பதை யாரும் புரிந்து கொள்வதில்லை. அதைப் புரிந்துகொண்டால்தான் அவர்களைச் சரியாகக் கையாள முடியும்.

வீடு படத்தில் வருகிற தாத்தா பாத்திரமும் நீங்கள் உங்கள் சிறுவயதிலோ வாழ்விலோ பார்த்த கதாபாத்திரத்தின் வெளிப்பாடா அல்லது கற்பனையான கதாபாத்திரம்தானா?

அது கற்பனையான கதாபாத்திரம்தான். ஆனால் கற்பனை என்றால், முழுதாகக் கற்பனையாகவே உருவாக்கப்பட்ட ஒரு பாத்திரம் இல்லை. என் வாழ்வில் நான் பார்த்த பல முதியவர்களின் சாயலை கொண்டவர்தான் என்னுடைய தாத்தா.

சில படங்களில் போடுவார்கள். இந்தப் படத்தில் வரும் பாத்திரங்கள் கற்பனையே. இறந்தவர்களுக்கோ, இருப்பவர்களுக்கோ அதனோடு எந்த சம்பந்தமும் இல்லை என்று. படத்தோட குறையே அதுதான். அது நிஜ வாழ்க்கையில் இருப்பவற்றை, இருந்தவற்றை எதையுமே பிரதிபலிப்பதில்லை. அதனால் யதார்த்தமாகவும் இருப்பதில்லை.

தாத்தா பாத்திரத்தைப் பாட்டு வாத்தியாராகப் படைத்தது ஏன்?

சொக்கலிங்க பாகவதர் நிஜமாகவே ஒரு பாகவதர். அவரை ஏன் நான் உபயோகப்படுத்தக் கூடாது என்று எனக்குப் பட்டது. அவர் தியாகராஜ பாகவதர் காலத்து நடிகர். அவர் ஒரு பாட்டு வாத்தியார். அதையே உபயோகப்படுத்திக் கொண்டேன்.

ஒரு கலைக்காகக் கட்டப்பட்ட ஒரு வீடு. அந்த வீடு இப்போது ஒரு சினிமா பள்ளியாக மாறியிருக்கிறது. இதை எப்படி உணர்கிறீர்கள்?

அது எனக்குப் பேராச்சரியம். அதை என்னால் விவரிக்க முடியவில்லை. வீடு படம் எடுக்கும்போது நான் நினைத்தேன் இந்த வீடு, வீடு படத்திற்காகக் கட்டப்படுகிற வீடு என்று. ஆனால் இப்போது எனக்குத் தெரிகிறது, இந்த வீடு என் சினிமா பள்ளிக்காக விதிக்கப்பட்டது என்று. ஒரு வீட்டை நான் கட்டுகிறேன். அதை நான் வீடு படத்திற்கு உபயோகப்படுத்தலாம். ஆனால் இது சினிமா பள்ளிக்கென விதிக்கப்பட்ட வீடு என்று இப்போது புரிகிறது.

வீடு படம் முழுமையாகப் பார்த்தபின், அதிலிருந்து நீங்கள் உணரும் விஷயம் ஏதாவது இருக்கிறதா?

இது போன்று இன்னும் சில படங்களை உருவாக்க முடியவில்லையே என்ற வருத்தம் எனக்கு உண்டு. தமிழ்ச் சூழல் இது போன்ற படங்களை உருவாக்க என்னை அனுமதிக்கவில்லையே என்ற வலி ஒரு படைப்பாளியாக எனக்கு இன்றும் உண்டு. இது போன்று தொடர்ந்து தமிழ் சினிமாவிற்கு என்னால் ஏதும் பங்களிப்பைத் தர முடியாமல் போயிற்றே. ஏனென்றால், அந்தப் படங்களுக்கான முதலீடு. அது சிறிய படங்களாக இருந்தாலும் கூட, அதற்கான முதலீடு என்னிடம் இல்லை. காரணம், நான் சராசரி வாழ்க்கை வாழ்ந்து கொண்டிருக்கும் ஒரு சாதாரணன். அந்த முதலீட்டுக்காக நான் இன்னொருவரிடம் போகும்போது, அவர் தான் போட்ட பணத்தைத் திரும்ப எடுக்க வேண்டும் என்று ஆசைப்படுவதில் எந்தத் தவறும் இல்லை. ஆனால் அதற்காகச் சமரசங்கள் செய்துகொள்ள நான் தயாராக இல்லை. அதனால்தான் சொன்னேன் இது கயிற்றில் நடப்பது போல என்று. கூழுக்கும் ஆசை. மீசைக்கும் ஆசை.

வீடு படத்தை மக்கள் தங்களோடு எந்தளவிற்குப் பொருத்திப் பார்க்கிறார்கள்?

அவர்கள் இந்தப் படத்தைத் தங்கள் வாழ்க்கையில் இருந்து எடுக்கப்பட்ட படமாகவே பார்க்கிறார்கள். பார்த்தவர்கள் எல்லாம் எங்கள் கதை எப்படி உங்களுக்குத் தெரியும் என்றுதான் கேட்கிறார்கள். சில நாட்களுக்கு முன்பு நான் ஆட்டோவில் வந்து கொண்டிருந்தபோது, அந்த ஆட்டோ டிரைவர் கேட்கிறார். சார் நீங்க மறுபடியும் ஏன் வீடு மாதிரியான

படங்களை எடுப்பதில்லை என்று. இப்படி மக்கள் தங்கள் வாழ்வோடு படத்தை பொருத்திக்கொண்டதால்தான் அப்படம் வியாபார ரீதியாகவும் சம்பாதித்தது. அந்தப் படம் அப்படியே இருக்கு. அழியவில்லை.

12 லட்சம் போட்டு 72 லட்சம் எடுத்த படம் வீடு. அதன் பிறகும் அது போன்ற ஒரு படத்தை எடுக்க யாரும் முன்வரவில்லை எனில், தமிழ் சினிமா வியாபாரிகளின் கைகளுக்குப் போய்விட்டதா?

முழுக்க முழுக்க நூறு சதவிகிதம். முழுக்க வியாபாரிகளின் கைகளுக்குப் போய்விட்டது. பணம் போடறவனும் வியாபாரி. படம் பண்றவனும் வியாபாரி. படம் பாக்கப் போறவனும் ஒரு கேளிக்கைக்காகத்தான் போறானே தவிர, ஒரு சீரியஸான அனுபவத்திற்காகப் போவதில்லை. ஒரு திருவிழாவிற்குப் போய்ச் சிறிது நேரம் ஜாலியாகச் சிரிக்கலாம், ரிலாக்ஸ் பண்ணலாம் என்ற மனநிலையில் தான் செல்கிறான். ஆக, இவர்கள் மூவரும் ஒரே மாதிரியான அலைவரிசையில் தான் இருக்கிறார்கள். இதை மீறி ஒரு நல்ல படத்தைக் கொடுக்க வேண்டுமென்றால், எனக்குப் பூர்வீக சொத்தோ வேறு பெருந்தொகையோ இருக்க வேண்டும்.

இப்படி ஒரு கலை முழுக்க முழுக்க வியாபாரிகள் கைகளில் போய்விட்ட பிறகும், வீடு போன்ற ஒரு படத்தை இப்போது எடுப்பது சாத்தியம் என்று நினைக்கிறீர்களா?

நிச்சயமா முடியும். அதற்கு ஒரே வழி உங்கள் தயாரிப்புச் செலவை குறையுங்கள். என்னென்ன செலவுகளால் தயாரிப்புச் செலவு கோடிகளைத் தொடுகிறது என்று எண்ணிப்பார்த்து, அதையெல்லாம் தவிர்த்து, கதைக்குத் தேவையான விஷயங்களை மட்டும் எடுத்துக்கொள்ளுங்கள். 25 முதல் 30 லட்ச ரூபாய்க்குள் தமிழ் சினிமாவில் ஒரு அற்புதமான, உலகத்தரத்திலான படத்தை எடுத்துவிட முடியும். அடித்துச் சொல்கிறேன் நான். நிச்சயமாக முடியும்.

அப்படியொரு முயற்சியில்தான் நான் இருக்கிறேன். மிகக்குறைந்த பட்ஜெட்டில் அற்புதமான படத்தைச் செய்ய முடியும். அது ஓடுது இல்லை

என்பது வேறு விஷயம். ஆனால் அவ்வளவு குறைந்த பட்ஜெட்டில் எடுக்கப்பட்ட படம் இப்போதுள்ள வியாபாரச் சந்தையில் நிச்சயம் நஷ்டம் ஏற்படுத்தாது. இப்போது தொலைக்காட்சிகள், வெளிநாட்டுச் சந்தை போன்றவற்றின் தேவை அசுரத்தனமா இருக்கு. எனவே கதைக்குத் தேவையான விஷயத்தை மட்டும் வைத்துக்கொண்டு, ஒரு நல்ல படத்தை எடுக்க முடியும். லட்சங்களில் இருந்து கோடிகளில் படத்தை எடுத்துச் செல்லும் வேலைகளை விட்டுவிடுங்கள். அப்படிச் செல்வதற்கு நீ வியாபாரியல்ல. கதையை மட்டும் நம்பி அதற்குத் தேவையான செலவை மட்டும் செய்து படம் எடுத்தால் இப்போதுள்ள சந்தையில் அது தோற்காது.

இடைவேளை என்பது முழுக்க முழுக்க வியாபாரிகள் உருவாக்கிய விஷயம் என்று சொன்னீர்கள். இயக்குநர்கள் திரைக்கதை எழுதும்போதே இடைவேளை வைத்து எழுதுகிறார்கள். அதன் அடிப்படையே தவறா?

இடைவேளை என்பதே நிச்சயம் தேவையற்ற விஷயம்தான். ஒரு 90 நிமிடப் படத்திற்கு எதற்கு இடைவேளை என்று சொல்லுங்கள். நாம் பார்க்கும் பல வேற்றுமொழிப் படங்களில் இடைவேளை இருக்கிறதா? இல்லையே. ஒரு வியாபாரி தன் போண்டா, சமோசாவை விற்க உருவாக்கியதுதான் இடைவேளை. அதை இயக்குநர்கள் திரைக்கதையில் சேர்ப்பது தவறா என்று கேட்டால் எனக்குத் தெரியாது. என்னைப் பற்றி மட்டும்தான் என்னால் பேச முடியும். மற்றவர்களைப் பற்றிப் பேசுவதற்கு எனக்குத் தகுதி கிடையாது.

நீங்கள் எழுதும் திரைக்கதைகளுக்கு இடைவேளைகள் வைத்து எழுதுவதில்லையா?

எழுதுவதில்லை. சில சமயங்களில் கட்டாயம் காரணமாக இடைவேளை வைக்க வேண்டிய நிலைக்குத் தள்ளப்படுவோம். பார்ப்பவன் சிறுநீர் கழித்துவிட்டு வரவும், கேன்டீனில் டீ காபி வடை சாப்பிட்டு வரவும் இடைவேளை என்ற ஒன்றை உருவாக்க வேண்டியிருக்கிறது. அதைத் தியேட்டர்காரனே தீர்மானிப்பதை விட,

இயக்குநரே தீர்மானிப்பது நல்லது இல்லையா? இடைவேளைவிட்டே ஆக வேண்டும் என்றால் அதைப் படைப்பாளியே முடிவு செய்யட்டும். வியாபாரி ஏன் முடிவு செய்ய வேண்டும்.

இந்தப் படத்தோட இறுதிக்காட்சிகளின்போது, சொக்கலிங்க பாகவதர் கிட்டத்தட்டக் கட்டி முடிக்கப்பட்ட இந்த வீட்டின் ஒவ்வொரு செங்கல்லையும் தொட்டுப் பார்த்து மிகப்பெரிய திருப்தி அடைவார். இந்த வயதில் அதே வீட்டில் வாழும்போது, ஒவ்வொரு செங்கல்லையும் தொடுகையில் உங்களுக்கும் அதே திருப்தி வருகிறதா?

இதை நீங்கள் நம்புவீர்களா இல்லையா என்று தெரியாது. அந்தப் படத்தின் காட்சிகளின் அதிர்வு இன்றும் இந்த வீட்டில் இருக்கிறது. இதைப் பலபேர் என்னிடம் பகிர்ந்திருக்கிறார்கள். சொக்கலிங்க பாகவதர் தொட்டுப்பார்த்த அதே சுவற்றில் சாய்ந்துகொண்டுதான் இன்றும் என் மாணவர்கள் என் வகுப்பை கவனிக்கிறார்கள். இதை நான் நம்புகிறேன். நிச்சயமா இருக்கு.

திரைக்கதை, எடிட்டர் டேபிளில் முழுமையான வடிவிற்கு வரும் என்று சொல்வார்கள். திரைக்கதை எழுதிய நீங்களேதான் படத்தொகுப்பாளர். இந்த இணைப்பை நீங்கள் எப்படிப் பார்த்தீர்கள்?

திரைக்கதை, எடிட்டிங் டேபிளில் முழுமை அடைகிறது என்று சொல்வது உண்மையாக இருக்கலாம். ஆனால் அங்கேதான் முழுமையாக வேண்டும் என்று ஒன்றுமில்லை. மிகச் சரியாக ப்ளான் செய்து எழுதப்பட்ட திரைக்கதையே முழுமையடைந்த ஒரு படம்தான். அதே போன்று திரைக்கதையில் எழுதப்பட்ட விஷயங்களை மட்டும்தான் நான் ஷூட் செய்ய வேண்டும் என்ற அவசியம் இல்லை. திரைக்கதையை ஒரு ஏ.சி.ரூமில் அமர்ந்து எழுதுவது வேறு. படமாக்கக் கிளம்புகையில் அங்கு நமக்குக் கிடைக்கும் அனுபவங்கள் வேறு. அந்த அனுபவங்கள் திரைக்கதைக்கு உதவுமானால் அதையும் நம் திரைக்கதையில் சேர்த்துக் கொள்ளலாம் தவறில்லை. அதில் நான் எந்தத் தயக்கமும் கொள்வதில்லை.

அதுபோன்று வீடு படத்தின் திரைக்கதையில் இல்லாமல் படப்பிடிப்பின் போது சேர்க்கப்பட்ட காட்சிகள் ஏதாவது உள்ளதா?

உண்டு. வீடு படத்தின் திரைக்கதை எழுதும்போது அதில் மழை வருவது போன்ற காட்சிகளை எழுதவில்லை. ஆனால் படப்பிடிப்பிற்குச் செல்லும்போது வங்கக் கடலில் புயல் காரணமாக 6 நாட்கள் கடும் மழை பெய்தது. அதை நான் உடனடியாக என் படத்தில் சேர்த்துக் கொண்டேன். வீடு படத்தில் நீங்கள் பார்க்கும் மழை திரைக்கதையில் இல்லை. படப்பிடிப்பின் போது சேர்க்கப்பட்டது. இது இயற்கையின் சீற்றம். அஸ்திவாரம் கட்டும்போது மழை வருகிறது என்பது ஒரு இயல்பான விஷயம்தானே. எனவே அதை நான் என படத்தில் சேர்த்துக்கொண்டேன். அதைத் தாண்டி, எனக்கு மழை மிகவும் பிடிக்கும். இப்போதும் என் படப்பிடிப்புகளில் நான் மழைக்காக, மேக மூட்டத்திற்காகக் காத்திருப்பேன். வெயிலுக்காகக் காத்திருப்பதில்லை.

வீடு படத்தின் வசனங்களில் நிறைய ஆங்கிலக் கலப்பு இருக்கிறதே என்ன காரணம்?

அந்தக் கதாப்பாத்திரங்கள் எல்லாரும் படித்தவர்கள். அலுவலகத்தில் வேலை செய்பவர்கள். அவர்கள் பேச்சினூடே ஆங்கிலம் வந்து போகத்தான் செய்யும். அதில் எந்தத் தவறும் இல்லை. நான் ஒன்றும் தமிழ் வெறியன் அல்ல. தமிழ் என் உயிர் மூச்சு. அதைச் சொல்வதில் எனக்கு எந்தத் தயக்கமும் அல்ல. ஆனால் ஆங்கிலத்தில் சொல்ல வேண்டிய வார்த்தைக்குத் தமிழில் புரியாத வார்த்தைகளைச் சொல்லி பார்ப்பவர்களை நான் குழப்ப விரும்பவில்லை. அன்று ஒரு கடையில் குளம்பி என்றொரு வார்த்தையைப் பார்த்தேன். ஒன்றும் புரியாமல் யாரைச் சொல்கிறார்கள் என்று யோசித்துக்கொண்டிருக்கும்போது, குளம்பி என்றால் காபி என்றார் ஒருவர். ட்ரெயினுக்கு பதில் ரயில் வண்டி என்று சொல்லிவிடலாம். ஆனால் தொடர்வண்டி என்று என்னால் சொல்ல முடியாது. மொழி என்பதே என் மனதில் இருப்பதை உனக்குத் தெரியப்படுத்தத் தானே? அதில் நடுவே சில ஆங்கில வார்த்தைகள் இருந்தால் தவறில்லை என்பது என் வாதம். முழுக்க முழுக்க தமிழ்

வார்த்தைகள்தான் இருக்க வேண்டும் என்பதை நான் ஒப்புக்கொள்ள மாட்டேன். தமிழ்ப் பேச்சு தங்கக் காசு என்பதில் எனக்கு உடன்பாடு கிடையாது.

மழைக்காட்சிகளைப் படப்பிடிப்பின் போதுதான் சேர்த்ததாய்ச் சொன்னீர்கள். அப்படித் திடீரென உள்ளே புகுத்தப்படும் ஒன்று, அந்தத் திரைக்கதையின் பேலன்ஸைக் கெடுக்காது?

இல்லை. எது தேவையோ அது மட்டுமே சேர்க்கப்படவேண்டும். எனக்கு அப்படி ஒன்றும் இம்பேலன்ஸ் வரவில்லை. இன்னும் சொல்லப்போனால் அந்த மழை வீடு படத்திற்கு ஒரு கூடுதல் பரிமாணத்தைத் தான் கொடுத்தது.

படத்தின் ஆரம்பத்தில் இருந்து, தண்ணீர்ப் பஞ்சத்தைப் பற்றிய அழுத்தமான பதிவுகள் வந்துகொண்டே இருக்கும். குறிப்பாக அந்த வீடு இருக்கும் பகுதிகளில் க்ளைமேக்சில் தண்ணீரினால் தான் கதையில் ஒரு தடங்கலும் திருப்பமும் வருகிறது. அதனால் பார்வையாளனை ஆரம்பத்தில் இருந்தே தயார்ப்படுத்தும் ஒரு திரைக்கதை அமைப்பா அது?

ஆரம்பத்தில் இருந்தே காட்டப்பட்டு வந்த தண்ணீர்ப் பஞ்சத்தைப் பற்றிய பதிவுகள் படத்தின் இறுதியில் அழகாக வந்து சேர்ந்துவிடுகிறது. மிக அழகாக இணைகிறது. மேலும் அது பார்வையாளனைத் தயார்படுத்தும் உத்தி என்பது அல்ல. அன்றிருந்த நிலைமை அதுதான். குழாயடிச் சண்டைகள், தண்ணீர் லாரியின் பின் பெண்கள் ஓடுவது என்று அன்று அத்தகைய தண்ணீர்ப் பஞ்சம் இருந்தது. அது இன்றும் மாறாமல் இருப்பது வருத்தமளிக்கிறது.

அதே போல் ஒரு காட்சியில் நிலத்தை வாங்குவதைப் பற்றிய பேச்சின்போது, இப்போதெல்லாம் தண்ணிக்கும் காசு என்ற ஒரு வசனம் வரும். அது பிரக்ஞைபூர்வமாகப் பதிவு செய்யப்பட்டதா?

ஆம். மிகுந்த பிரக்ஞைபூர்வமாகச் செய்யப்பட்டதுதான். தண்ணீர் பிற்காலத்தில் விற்கப்படும் என்பதை நான் நம்பினேன். அதனால்தான்

அப்படி ஒரு வசனம் வைத்தேன். அதே வீடு படத்தில் ஒரு வசனம் வரும், வருங்காலத்துல காத்தயும் கூட விப்பாங்க என்று. இதையும் நான் ஆழமாக நம்புகிறேன். வருங்காலத்தில் காற்றும் நிச்சயம் விற்கப்படும். இதை எழுதி வைத்துக்கொள்ளுங்கள். பல வருடங்களுக்கு முன் உலக சுகாதார நிறுவனம், ஜெமினி சிக்னலில் 10 நிமிடங்கள் நின்றால் தலைவலி வரும் என்று சொல்லியது. அதைப்போன்று சிக்னலில் நிற்கும் சமயங்களில், ஒரு சிறிய புட்டியில் காற்றை அடைத்து வைத்துக்கொண்டு அவ்வப்போது எடுத்து வாயில், மூக்கில் வைத்து உறிஞ்சிக்கொள்ள வேண்டியதுதானே. இந்த நிலைமை வரும். கட்டாயம் வரும். தண்ணீர் விற்பார்கள் என்று சிறுவயதில் நாம் கற்பனை செய்து பார்த்திருப்போமா? ஒரு லிட்டர் தூய தண்ணீர் ஒரு லிட்டர் தூய பாலைவிட விலை அதிகம். தண்ணீரைப் போன்றே காற்றும் ஒரு நாள் விற்கப்படும்.

ஒரு படம் இதுபோன்ற பிரச்சனைகளைக் கட்டாயம் பதிவு செய்ய வேண்டும் என்று நினைக்கிறீர்களா- கலை கலைக்காக மட்டுமா?

இல்லை. கலை கலைக்காக மட்டுமே என்பதில் எனக்குச் சிறிதும் உடன்பாடில்லை. என்னுடைய கொள்கைப்படி கலை என்பது மக்களுக்காக. எனவே கலை என்பது அவர்கள் வாழ்விலிருந்து எடுக்கப்பட வேண்டும், அவர்கள் பிரச்சனைகளைப் பற்றிப் பேச வேண்டும், அவர்களைப் பற்றியதாய் இருக்க வேண்டும்.

கலை கலைக்காக என்னும் கருத்து சுய இன்பம் போல. உனக்கு அதைச் செய்ய வேண்டுமென்றால் தனியாகச் செய்துகொள். மற்றவர்கள் அதைப் பார்க்க வேண்டுமென்று ஏன் ஆசைப்படுகிறாய்? அனைவரும் பார்க்கிறார்கள் என்றால் அனைவருக்குமானதாய் அந்தக் கலை இருந்தாக வேண்டும். ஒரு படைப்பாளி என்பவன் மக்களுக்காகத் தன் பங்களிப்பைச் செய்தே ஆக வேண்டும்.

இது போன்ற மக்கள் வாழ்வை அடிப்படையாக வைத்துப் படங்கள் எடுக்கப்பட வேண்டுமென்றால், மக்களின் ரசனையும் அதற்கேற்றாற்போல் மாற வேண்டும் அல்லவா?

நிச்சயம். இதையும் நான் 25 ஆண்டுகளாய்ச் சொல்லி வருகிறேன். நல்ல படங்களை எடுத்தால் மட்டும் பத்தாது. அதற்கான பார்வையாளர்களையும் உருவாக்க வேண்டும். அதற்காகத்தான் சினிமா ரசனையைப் பள்ளிப் பாடப்புத்தகத்திலே வைக்க வேண்டும் என்று பலமுறை சொல்லியிருக்கிறேன். சினிமா என்பது தமிழனின் வாழ்வோடு, அரசியலோடு இரண்டறக் கலந்து போயிருக்கிறது. அந்த சினிமாவை நீங்கள் பள்ளிகளில் ஒதுக்குகிறீர்கள். அந்த சினிமாவைக் கெட்ட வார்த்தையாகவே பார்க்கிறீர்கள். உங்கள் அனுமதி இல்லாமலே ஒரு நாளில் வீட்டுக்குள் 15க்கும் மேற்பட்ட படங்கள் வீட்டிற்குள் வருகிறது. அதை நம் பிள்ளைகள் பார்க்கிறார்கள். அதைப் பகுத்துப் பார்த்து, இது நல்ல படம், இது கெட்ட படம் என்று பிரித்துப் பார்க்கவாவது அவர்களுக்கு அடிப்படை சினிமா அறிவு வேண்டாமா? கண்டிப்பாக வேண்டும். அதற்காக, நிச்சயம் சினிமா ரசனை பற்றி பள்ளிகளில் வகுப்புகள் எடுக்கப்பட வேண்டும்.

வீடு படத்தில் லைட்டிங், குடை போன்று பல விஷயங்கள் ஒருவிதமான குறியீடாகப் பயன்படுத்தப்படுகிறது. இது படத்தின் போக்கிற்கு எவ்வாறு உதவியது?

அந்த விஷயங்களை எல்லாம் நான் குறியீடாக நினைத்துப் பயன்படுத்தவில்லை. அந்தக் காட்சிக்குத் தேவைப்பட்டது என்றுதான் பயன்படுத்தினேன். ஒரு முதியவர் பேருந்தில் குடையை மறந்துவிட்டு வருவதோ, நடுரோட்டில் விழுந்து இறப்பதோ, அடிக்கடி நாம் பார்க்கும் கேள்விப்படும் விஷயம்தானே? அதன் அடிப்படையில்தான் அந்தக் காட்சிகளை வைத்தேன்.

ஒவ்வொரு படத்திலும் ஏதோ ஒரு கதாபாத்திரத்தில் இயக்குநரின் ரிசம்பளன்ஸ் இருந்துவிடும். அப்படி, வீடு படத்தில் எந்தக் கதாபாத்திரத்தில் உங்கள் பிரதிபலிப்பு இருந்தது?

எல்லாக் கதாபாத்திரத்திலும் என் பிரதிபலிப்பு இருந்தது. எல்லாக் கதாபாத்திரங்களிலும் என் வலியும் என் தாக்கமும் இருந்தது. குறிப்பாக

ஒரு கதாபாத்திரம் என்று சொல்ல முடியாது. எல்லாக் கதாபாத்திரங்களிலும் நான் இருக்கிறேன்.

பானுசந்தர் பாத்திரப் படைப்பையும் அவர் பங்களிப்பையும் சொல்லுங்களேன்

நான் அறிமுகப்படுத்திய ஒரு நடிகன் பானுசந்தர். எனக்கு மிகவும் பிடித்த நடிகன். நான் இந்தப் பாத்திரத்தை எழுதும்போதே, பானுசந்தரை மனதில் வைத்துத்தான் எழுதினேன். எழுதி முடித்தவுடன் அவரிடம் தாடி வைக்குமாறு சொல்லிவிட்டேன். காரணமாக வைக்கப்பட்டதுதான் அந்தத் தாடி. தாடியில்லாமல் பானுசந்தரிடம் ஆந்திர சாயல் அதிகமாக இருக்கும்.

25 வருடங்களுக்கு முன்பு கட்டப்பட்ட இந்த வீட்டைச் சுற்றி எல்லாமே மாறிக்கொண்டே இருக்கிறது. அதை எப்படிப் பார்க்கிறீர்கள்?

எல்லாமே மாறியாச்சு. எல்லாமே. அதையும் நான் பார்த்துக்கொண்டுதான் இருக்கிறேன். இந்த வீடும் கூட மாறியாயிற்றே. நான் வீடு படத்துக்காகக் கட்டிய இந்த வீட்டிலும் எத்தனையோ மாறுதல்கள் வந்தாகி விட்டது. அந்தச் செங்கல் கட்டிடம் கூட இப்போது ஒரு திரைப்படப் பள்ளிக்கூடமாக மாறியாகி விட்டது.

ஒரு படம், அது எடுக்கப்படும் காலத்தின் பதிவுகளைப் பதிவு செய்ய வேண்டும் என்று நினைக்கிறீர்களா, வீடு படத்தில் அப்போதைய பஞ்சம், வாழ்க்கைச் சூழல், லஞ்சம் போன்றவை பதிவு செய்யப்பட்டதைப் போல...

ஒரு படைப்பாளியோட கதை வாழ்க்கையில் இருந்து எடுக்கப்பட்டால், நிச்சயம் அது அந்தக் காலத்தினுடைய அப்போதைய வாழ்க்கை முறையின் பதிவாகத்தான் இருக்கும். இயல்பாகவே கதையோடு அது வந்துவிடும்.

இதில் சில காட்சிகளில், நடந்த சம்பவங்கள் சில பாவனைகள் மூலம், சில ஷாட்களில் முடிந்துவிடுகிறது. உதாரணமாக, தாத்தா

வீட்டு வாடகை கேட்டு அர்ச்சனாவிற்கு போன் செய்யும் இடத்தில், அவள் போனில் பேசுவது எதுவும் காட்டப்படாமல், பானுசந்தரிடம் அவள் உதடு பிதுக்குவதோடு அந்தக் காட்சி முடிந்துவிடுகிறது. இப்படி விரைவாக வேகமாக முடிந்துவிடுகிறது அந்தக் காட்சி. ஆனால் மழை பெய்யும் நாளில், வீடு தேடும் காட்சிகளும், வீடு கட்டப்படும் இடத்தில் இருந்து நாயகனும், நாயகியும் அவர்களின் வீட்டிற்கு வந்து சேரும் காட்சி, மிக நீளமாக, முழுமையாகக் காட்டப்பட்டுள்ளது. அந்த அலைச்சலின் முழு நீளமும் காட்டப்பட்டுள்ளது. இது எந்தக் காரணத்திற்காகச் செய்யப்பட்டது?

குறிப்பாக எந்தக் காரணமும் இல்லை. அர்ச்சனா போன் பேசும் காட்சியில் அந்த இரண்டு ஷாட்களில், இரண்டு பாவங்களில் அந்த அர்த்தம் புரிந்துவிடுகிறது. வாடகைக் குறைப்புக்கான பேச்சுவார்த்தை சரிவரவில்லை என்பது அந்த உதடுபிதுக்கலின் மூலமே உணர்த்தப்பட்டு விடுகிறது. அதைத் தாண்டி வேறு ஷாட்களோ நீளமோ அந்தக் காட்சிக்குத் தேவைப்படவில்லை. ஆனால் அந்த வீடு தேடும் காட்சியில், ஒரு வீட்டை வாடகைக்குப் பிடிப்பது எவ்வளவு கஷ்டமானது என்பது எனக்கு அனுபவப்பூர்வமாகத் தெரியும். இந்தச் சென்னையில் எத்தனை நாட்களாக ஒரு வீட்டைத் தேடி அலைந்திருக்கிறேன். அதுவும் சினிமாக்காரனுக்கென்றால் வீடு தரவே மாட்டார்கள். இரட்டிப்பு அலைச்சல். அதுதான் அந்தக் காட்சியில் நீளத்திற்கும் முழுமைக்கும் காரணமாக இருக்கும்.

சினிமா என்பது அற்புதமான ஒரு கலை. மீடியம். ஆனால் இன்றுவரை அது ஒரு ஒதுக்கத்தக்க சீப்பான கலையாகத்தானே பார்க்கப்படுகிறது. வீடு தேடும்போது, பாடசாலைகளில்...

ஆம். அது போன்ற படங்கள் தானே இங்கு வந்து கொண்டிருக்கிறது. சீப் என்டர்டெயின்மெண்ட் வகைப் படங்கள் வந்து கொண்டிருக்கும் வரையில், மக்களும் நம்மை சீப் என்டர்டெயினராகத்தான் பார்ப்பார்கள். இது ஒரு கேளிக்கை, இது ஒரு திருவிழா. சும்மா போய் தமாஷ் பண்ணிட்டு வர வேண்டிய கேளிக்கை என்ற எண்ணம் இருக்கிற

வரையில், சீரியஸான ஒரு கலை என்ற எண்ணம் படைப்பாளர்களுக்கு வராத வரை மக்கள் மத்தியில் இந்த எண்ணம் எப்போதும் இப்படித்தான் இருக்கும். மாறாது.

அப்போது முதலில் சினிமா மாற வேண்டும் இல்லையா?

நிச்சயம். சினிமாதான் முதலில் மாற வேண்டும். ஆரோக்கியமான படங்கள் வர வேண்டும். பொழுதுபோக்குப் படங்களாக இருந்தாலும் ஆரோக்கியமான பொழுதுபோக்காக இருக்கிறதா, டர்ட்டி பொழுதுபோக்குகளாக இருக்கிறதா என்று நம்மை நாமே கேட்டுக் கொள்ள வேண்டும்.

25 வருடங்களுக்குப் பிறகு இந்தப் படத்தை நீங்கள் பார்க்கும் இதில் ஒரு காட்சியை மாற்றியமைத்திருக்கலாமோ என்று உங்களை நினைக்க வைக்கும் காட்சி?

வாட்ச்மேன் சிமெண்ட் மூட்டை எண்ணும் காட்சியும், காண்ட்ராக்டர் அர்ச்சனாவைப் பற்றித் தவறாகப் பேசியதும், மங்கா என்ற அந்த சித்தாள் பொங்கியெழுந்து அவரைக் கேள்வி கேட்கிற காட்சி. இப்போது பார்க்கும்போது அந்தக் காட்சியைக் கொஞ்சம் அடக்கி வாசித்திருக்கலாமோ என்று தோன்றுகிறது. அந்த அளவிற்கு உரத்துச் சொல்லப்படாமல் இன்னும் கொஞ்சம் அன்டர்ப்ளே செய்திருக்கலாமோ என்று நினைக்கிறேன். ஆனால், அது நிகழும் களமானது தொழிலாளர்களின் களம். அதில் சம்பந்தப்பட்டவர் ஒரு சித்தாள். எனவே அந்தக் கதாபாத்திரம் மூலமாகத்தான் அந்தக் காட்சியை நான் சொல்ல வேண்டியிருந்தது. எனவே அந்தக் காட்சி கதாபாத்திரத்தின் மனநிலைப்படியே உரத்து எடுக்கப்பட்டிருந்தது. ஒரு படைப்பாளியாக எனக்கு அதைக் கொஞ்சம் மென்மையாகச் சொல்லியிருக்கலாமோ என்று இப்பவும் தோன்றுகிறது. ஆனால் பல வருடங்களுக்கு முன்பு படம் திரையிடப்பட்டபோது, நான் மிகவும் மதிக்கும் ஒரு சினிமா படைப்பாளி, சினிமா விமர்சகர், தனக்கு மிகவும் பிடித்த காட்சி அதுதான் என்று கூறி, "தட் வாஸ் எ பிரில்லியண்ட்லி டேக்கன் சீன் பாலு" என்று கூறினார்.

மக்கள் வாழ்க்கையைப் பற்றிப் பேசிய இந்தப் படத்தோடு மக்களுடைய உறவாடல் எப்படி இருந்தது?

அதற்கு நீங்களே சாட்சி. 25 வருடங்களுக்குப் பிறகு இப்போது எதற்காக, எது குறித்து என்னோடு பேசிக் கொண்டிருக்கிறீர்கள்? உங்கள் வேலைகளை எல்லாம் விட்டுவிட்டு, என்னோடு அமர்ந்து, அந்தப் படத்தை சீரியசாக பேசிக் கொண்டிருக்கிறீர்கள். அதுதான் அந்தப் படத்தினுடைய பலம்.

மங்கா மற்றும் அர்ச்சனா பாத்திரங்கள் பெண் பாத்திரங்கள். அதுவும் சுதந்திரமாக, சுயமாக, இயங்கக்கூடிய ஒரு பெண். இதுபோன்று சுயமாக நிற்கக்கூடிய பாத்திரங்களாக அவர்களைப் படைத்தது ஏன்? அது கதையின் போக்கிற்கு எவ்வாறு உதவுகிறது?

பெண்ணியத்தை மையப்படுத்தி எடுக்கப்பட்ட இந்தப் படத்தில் இந்தச் சுயமான பாத்திரங்கள் மிகவும் ஸ்திரத்தன்மை ஏற்படுத்துகின்றது. மங்கா பாத்திரம் ஒரு கடுமையான உழைப்பாளி. உழைக்கும் வர்க்கத்தைச் சேர்ந்த வைரம் பாய்ந்த கட்டை அவள். அப்படியான அவள் பாத்திரப்படைப்புதான் நியாயமாக இருந்தது.

அப்போதைய மசாலா சினிமாக்கள் குழந்தைகள் மனத்தை எந்தளவிற்கு பாதித்திருந்தது? எத்தகைய தாக்கத்தை ஏற்படுத்தியிருந்தது என அதனைச் சாடும் ஒரு காட்சியும் வீடு படத்தில் உண்டு. அது அந்த மசாலாப் படங்களின் மேல் உங்களுக்கு இருந்த கோபம் என்று சொல்லலாமா?

அது என்னுடைய பிற படங்களின் மேல் இருந்த கோபமாக இருக்கலாம். மூன்றாம் பிறை படத்தில் நான் அந்த பொன்மேனி பாடலை வைக்கவில்லை என்றால், அந்தப் படம் இன்னும் சிறந்த படமாக இருந்திருக்கும். பிரக்ஞையாக நான் வைத்த வணிக சமரசம் அது. அதனால் அதை நானே கிண்டலடித்துக் கொண்டேன்.

ஆரம்பத்தில் இருந்து நல்லவனாகச் சித்தரிக்கப்பட்டுக் கொண்டுவந்த ஆபீஸ் மேனேஜர் இறுதியில் தன் வக்கிரத்தை

வெளிப்படுத்துவதைப்போல் அமைக்கப்பட்டிருப்பதும் பெண்களுக்கு எதிரான இன்னொரு கோரமுகத்தின் வெளிப்பாடா?

ஆம். அது பொதுவான ஒரு சராசரி ஆணின் மனநிலை. அதிகாரத்தில் இருக்கக்கூடிய ஒரு ஆண், தன் தயவை நோக்கிக் காத்திருக்கும் ஒரு பெண்ணின் உடலை அனுபவித்துக்கொள்ள நினைப்பது இப்போதும், அப்போதும் சர்வ சாதாரணம். பள்ளிகளில், கல்லூரிகளில், ஆசிரமங்களில், அலுவலகங்களில் என எல்லா இடங்களிலும் இது நடக்கிறது.

மங்காவின் காதல் கதை, அந்தப் பாத்திரத்தின் ஸ்திரத்தன்மைக்கு எவ்வாறு உதவியது?

அவள் ஒருவனைக் காதலிக்கிறாள். அவன் மேல்மாடியில் வேலை செய்கையில் இவளைப் பார்த்தபடியே கீழே விழுந்து இறந்துவிடுகிறான். ஆனால் அவன் நினைப்பை இவளால் மறக்க முடியவில்லை. அவனையே நினைத்தபடி வாழ்ந்து கொண்டிருக்கிறாள். அது ஒரு ஐடியலிஸ்டிக் விஷயம்தான். மனதில் ஒருவனை நினைத்துக்கொண்டு இன்னொருவனுக்கு எப்படி கண்ணு முந்தானை விரிக்கிறது என்று கேட்கும் மங்கா போன்ற பெண்கள் இன்னும் வாழ்ந்து கொண்டிருக்கிறார்களா என்று கேட்டால், ஆம் இன்னும் அப்படியும் சிலர் வாழ்ந்துகொண்டுதான் இருக்கிறார்கள்.

இந்தப் படத்தில் அடித்தட்டு மக்களின் நேர்மையும், மேல்தட்டு மக்களின் போலித்தனமும் ஒரு சேரக் காட்டப்பட்டுள்ளது. இதுவும் உணர்ந்தே கதைப்போக்கோடு இணைக்கப்பட்டுள்ளதா?

ஆம். இன்றும் அதுதானே உண்மை. கிராமப்புறங்களில் இருக்கும் மனிதர்கள் பெரும்பாலும் நல்லவர்களாகவே இருக்கிறார்கள். ஈரமுள்ளவர்களாக இருக்கிறார்கள். அந்த நேர்மை படித்த மனிதர்களிடையே குறைவு. இதைச் சொல்வதற்கு வருத்தமாக இருந்தாலும் இதுதான் உண்மை.

கதைப்படி வீடும் வளர்ந்துகொண்டே வருகிறது.

இறுதிக்காட்சியில் கட்டி முடிக்கப்பட்ட வீட்டை சொக்கலிங்க பாகவதர் தன் கைகளால் ஆசைதீரத் தடவிப் பார்க்கிறார். அந்தக் காட்சியை எடுக்கும்போது, ஒரு படைப்பாளியாக உங்கள் மனநிலை எப்படி இருந்தது? அதே போல் ஒரு வீட்டைக் கட்டி முடித்தவராய் உங்கள் மனநிலை எப்படி இருந்தது?

நான் படத்திற்காகத்தான் வீடு கட்டினேன். மற்றபடி ஒரு வீட்டைக் கட்டிவிட்டேன் என்ற எந்த எண்ணமும் எனக்கு வரவில்லை. படத்திற்காக ஒரு செட் போட்டிருந்தால் என்ன நினைப்பு இருந்திருக்குமோ அதே நினைப்புதான் அப்போதும் இருந்தது. நத்திங் பர்சனல். சொல்லப்போனால் வீடு முடிந்தவுடன் இந்த வீடும் அப்போது இருந்த நிலையில்தான் பல காலமாக இருந்தது. அடுத்த படம் செய்யும்போதுதான் மேல்தளம் போட்டேன். எனவே கட்டி முடிக்கப்படும்போது, ஒரு வீட்டைக் கட்டிய எந்த உணர்வும் எனக்கு இல்லை. முழுக்க முழுக்க வீடு படம்தான் மனதில் இருந்தது.

ஆனால் இப்போது அந்த வீடுதான் உங்களுக்கு எல்லாமாகவும் ஆகிவிட்டது. இன்று திரும்பிப் பார்க்கையில் ஒரு சினிமா என்பதைத் தாண்டி வீடு உங்களுக்கு எவ்வளவு நெருக்கமாய் உள்ளது?

இன்று பார்க்கும்போது எனக்கு பிரமிப்பாக இருக்கு. 25 வருடங்களுக்கு முன்பு எடுத்த படம். நேற்று எடுத்த படம் போன்று இருப்பதாக மற்றவர்கள் கூறும்போது, நான் உணரும்போது, பெருமையாக இருக்கிறது. நிறைவாக இருக்கிறது.

இதை நீங்கள் உருவாக்கும்போது, படத்தைப் பார்க்கும் அனைத்து மக்களுக்கும் வீடு குறித்து உங்களுக்கு ஏற்பட்ட அதே உணர்வு ஏற்படும் என்று நினைத்துப் பார்த்தீர்களா?

நான் இந்தப் படத்தை என் அம்மாவின் தாக்கத்தில் எடுத்தேன். சிரித்துக்கொண்டே இருந்த உதடுகள் சிரிப்பதை நிறுத்தியது என்னுள் பெரும் வலியாகப் பதிவாகியது. ஓடிக்கொண்டே இருந்த கால்கள்

திடீரென்று நின்றதை என்னால் எளிதில் மறக்க முடியவில்லை. அதைத்தான், அந்த வலியைத்தான் அந்த வீடு கட்டிய அனுபவத்தைத்தான் நான் பதிவு செய்தேன்.

இந்தப் படம் எல்லாருக்கும் அதே உணர்வைக் கொடுத்திருந்தால், அதுதான் உண்மையின் சக்தி. உண்மையின் பலம். உண்மையை நீங்கள் சொல்லும்போது, அது உங்களுடைய உணர்வு என்று நீங்கள் நினைக்கலாம். ஆனால் அது பலருடைய வாழ்க்கை என்று பின்னர் உங்களுக்குத் தெரிய வரும். ஏனென்றால் அது உண்மை. அழியாத கோலங்கள் நான் எடுக்கும்போது அதை என்னுடைய பால்யமாக நினைத்தேன். ஆனால் அது எல்லாருடைய பால்யமாக இருந்ததாகச் சொன்னார்கள். அதுதான் உண்மையின் வெற்றி.

பொதுவாக மரணக்காட்சிகளில், உடனடி துக்கம் காட்டப்படும், மரணித்த உடன் அழுவது, விழுந்து புரள்வது போன்று. ஆனால் இதில் அந்த உடனடியான துக்கம் காட்டப்படாமல் சில நாட்களுக்குப் பிறகு அந்தத் துக்கம் தாக்குவதாகக் காட்டப்பட்டிருப்பது ஏன்?

மரணம், இரண்டு மூன்று நாட்களுக்குப் பிறகுதான் அடிக்கும். மரணம் நடந்த உடனேயே மனம் மரத்துப்போய்விடுகிறது. இயற்கையின் அற்புதமான ஏற்பாடு அது. மரத்துப் போகவில்லையென்றால் மூளை சிதறிவிடும். நம் தாய் மரணிக்கும்போது மனம் மரத்து போகவில்லையென்றால் அழுது அழுது துக்கத்தில் மூளை ஸ்தம்பித்துவிடும். இரண்டாவது மூன்றாவது நாள்தான் இழப்பின் தாக்கம் ஏற்படும். அந்நேரத்தில் தான் மனம் அதனை ஏற்றுக்கொள்ளும் நிலைக்கு வரும். அந்தச் சமயத்தில்தான் மரணத்தின் துக்கம் தாக்கும். அதைத்தான் நான் வீடு படத்திலும் காட்டினேன். அதே போன்ற ஒரு மரணக்காட்சியை அது ஒரு கனாக் காலத்திலும் காட்டியிருப்பேன்.

அடித்தட்டு மக்கள் எவ்வளவுதான் கஷ்டப்பட்டு உழைத்தாலும், அதிகார வர்க்கத்தினரின் சுயநலத்தின் ஊடே அவர்களால் முன்னேற முடியவில்லை. எவ்வளவு உழைத்தாலும் அவர்களுக்கும் அதிகார

வர்க்கத்தினருக்கும் இடையே ஒரு போராட்டம் நடந்துகொண்டே இருக்கிறது. இதுதான் இப்படத்தின் இறுதிக்காட்சி சொல்கிறதா?

நீண்ட போராட்டம்; மிக நீண்ட முடிவு தெரியாத போராட்டம் அது. முடிவு தெரியவில்லை என்பதற்காகப் போராடாமலும் இருக்க முடியாது. போராடிக்கொண்டேதான் வாழ வேண்டும். தங்கள் இருப்பிற்காக அதிகார வர்க்கத்தினை எதிர்த்து அடித்தட்டு மக்கள் போராடிக்கொண்டேதான் இருக்க வேண்டும். அதற்கு முடிவு கிடையாது. இதுதான் உண்மை. எல்லோருக்கும் எல்லாம் உண்டு என்ற நிலைமை வருவது அவ்வளவு சுலபம் கிடையாது. அதுதான் இறுதிக்காட்சியின் வெளிப்பாடு.

1987 உலகெங்கிலும் உள்ள வீடற்றவர்களுக்கான வருடம். அந்த வருடத்தில் இந்தப் படம் எடுக்க அதுதான் காரணமா?

இல்லை. இந்த விஷயம் எனக்குப் படம் முடித்தபின்தான் தெரியும். அப்படியென்றால் உலகெங்கிலும் உள்ள வீடற்ற மக்களுக்கு இப்படம் சமர்ப்பணம் என்று போடலாமே என்று நினைத்துப் போட்டேன். அந்தச் சமயத்தில் எனக்கும் சொந்த வீடில்லை. எனக்கும் என்னைப் போன்றோருக்கும் நான் சமர்ப்பித்த படம்தான் வீடு.

உணர்வுகளால் கட்டப்பட்டது இந்த வீடு என்றுதான் இந்தப் படத்தை என்னால் வரையறுக்க முடிகிறது. இந்தப் படத்தை நீங்கள் எப்படி வரையறுப்பீர்கள்? இந்த உணர்வுகளின் கோர்வையை எப்படி நிர்ணயிப்பீர்கள்?

மனிதர்கள் என்று வந்தாலே அவர்களின் உணர்வுகள் முக்கியம். அவனை உணர்வற்ற ஜடமாக என்னால் காட்ட முடியாது. ஆனால் இந்த உணர்வுகளை விவரிக்கும்போது அது எல்லை மீறாமல் பிடித்து வைத்துக் கொள்வேன். அதுதான் நான் செய்வது. மெலோ டிராமாவாக விட மாட்டேன். அந்த உணர்வுகளை முழுவதும் சொல்ல வேண்டிய அவசியம் இல்லை. அதைத் தொட்டு மட்டும் காட்டினால் போதும். மீதி உணர்வுகளை அவன் முடித்துக் கொள்ளட்டுமே. இது இருபுற

கம்யூனிக்கேஷன்தானே. நீ அவனுக்கான தளத்தையும் காரணத்தையும் மட்டும் முழுமையாகக் கொடு. அதில் நீ நேர்மையாகச் செயல்பட்டிருந்தால் மீதியை அவன் முடித்துக்கொள்வான். அந்த மொத்த சினிமா அனுபவத்தில் அவனையும் ஒரு அங்கமாக்கிக் கொள்ளவேண்டும்.

இலக்கியத்தில் இன்னும் சிறப்பாக இது செயல்படும். படித்து முடித்தவுடன் முடிந்து விடுகிறதா ஒரு சிறுகதை. நம்மோடே வருவதில்லையா? யாமறிந்த மொழிகளிலே இம்மொழி போல் எதுவும் இனிது இல்லை என்று நாம் தலைமீது தூக்கி வைத்துக் கொண்டாடும் தமிழ்மொழி மூலமும் கூடச் சொல்ல இயலாத பல விஷயங்கள் இருக்கு. அதை வெளிப்படுத்த முடியாது. அதற்கான முழுக் களத்தையும் தான் ஏற்படுத்தித் தர முடியும். சொல்ல இயலாத மற்ற விஷயங்களை வாசகன்தான் நிரப்பிக் கொள்ள வேண்டும். அந்த இடத்தில் அவனும் ஒரு இணை ஆசிரியன் ஆகிறான்.

ஆனால் சினிமாவில் இந்தக் கற்பனைச் சுதந்திரம் பார்வையாளனுக்கு இல்லை. இலக்கியத்தில் அவன் கற்பனையாக யோசிக்கும் அத்தனை விஷயங்களும் சினிமாவில் காட்டப்பட்டுவிடும். அவன் கற்பனைச் சுதந்திரம் பறிக்கப்பட்டு விடும். முழு விபரங்களோடு நுணுக்கமாக அந்தக் காட்சி படமாக்கப்பட்டாலும் அது அவனை ஒரு வட்டத்திற்குள் அடைத்துவிடுகிறது. அவன் கற்பனை கட்டுப்படுத்தப்பட்டு விடுகிறது. இதை மிகக் கவனமாகக் கையாளவேண்டும். ஆனால் உணர்வு ரீதியாக மிக வலிமையாக சினிமா இயங்க முடியும். படிப்பது கொடுக்கும் வலியைவிட, காட்டுதல் அதிகமாகக் கொடுக்கும். நான் ஆரம்பித்து வைப்பேன். நீங்கள் முடித்துக் கொள்ளுங்கள்.

உங்களைப் பொறுத்த வரையில் வீடு?

தமிழ் சினிமாவிற்கு என் பங்களிப்பு.

இது போன்ற பங்களிப்பை அளிக்க முயன்று கொண்டிருக்கும் இளம் படைப்பாளிகளுக்கு உங்கள் வார்த்தைகள் என்ன?

இந்தக் கேள்விக்குப் பதில் அளிக்கும் தகுதி எனக்கு இல்லை. நான் யாருக்கும் அட்வைஸ் செய்யவும் விருப்பப்படவில்லை. உலகில் எளிதில் கிடைக்கும் ஒரே விஷயம் அட்வைஸ்தான். அவரவர் வாழ்க்கையை அவர்களே முடிவு செய்வார்கள். எனக்குத் தெரிந்ததை நான் செய்தேன். அவர்களுக்குத் தெரிந்ததை நிச்சயம் அவர்கள் செய்வார்கள்.

தனது படைப்பைப் பற்றிப் பேசும்போது இன்னும் அவருள் வீரியம் இழக்காமல் இருக்கும் அந்த சினிமா காதலனும் அடுத்தடுத்து படமெடுக்கத் துடித்துக்கொண்டிருக்கும் படைப்பாளியும் போட்டி போட்டுப் பதிலளித்தது ஒரு கலைஞனுக்கே உரித்தான தருணங்கள். எனக்குத் தெரிந்து ஒவ்வொரு படைப்பாளியும் எப்படியாவது பாலுமகேந்திராவைச் சந்தித்து ஒரு அரைமணி நேரமாவது சினிமா பற்றிப் பேச வேண்டும். நிச்சயம் சினிமா மேல் நீங்கள் வைத்திருக்கும் பலப்பல போலி பிம்பங்கள் உடைபட்டு, சினிமாவைப் பற்றிய உங்கள் கண்ணோட்டம் மாறி உண்மையான சினிமாவை நோக்கி உந்தித் தள்ளப்படுவீர்கள். இன்னொரு முக்கியமான விஷயம், படைப்பாளிகளைச் சந்திக்க, ஊக்குவிக்க பாலுமகேந்திராவும் ஆர்வமாகத்தான் இருக்கிறார்.